મનની શક્તિઓ
જાગૃત કરવાની
તકનીક

THE SILVA MIND CONTROL METHOD

મનની શક્તિઓ
જાગૃત કરવાની
તકનીક

THE SILVA MIND CONTROL METHOD

અનુવાદ - કાશ્યપી મહા

જોસ સિલ્વા

વિશ્વના સૌથી લોકપ્રિય માઈન્ડ કંટ્રોલ કોર્સના સંસ્થાપક
તરફથી એક ક્રાંતિકારી કાર્યક્રમ

મનની શક્તિઓ જાગૃત કરવાની તકનીક
જોસ સિલ્વા

હિન્દી પ્રથમ આવૃત્તિ : ફેબ્રુઆરી ૨૦૧૮
પુનર્મુદ્રણ : ડિસેમ્બર ૨૦૧૮, સપ્ટેમ્બર ૨૦૨૦, ફેબ્રુઆરી ૨૦૨૫
ગુજરાતી પ્રથમ આવૃત્તિ : નવેમ્બર ૨૦૨૫

Publisher : WOW Publishings Pvt. Ltd., India

Printed and bound by Trinity Academy, Pune, INDIA

Translator : Kashyapi Maha

ISBN : 978-81-8415-866-3

Silva Mind Control આ અંગ્રેજી પુસ્તકનો ગુજરાતી અનુવાદ

Manani Shaktiyo Jagrut Karvani Taknik
by José Silva

વિષય સૂચિ

પરિચય

આ પુસ્તકના માધ્યમથી તમે જીવનમાં સંપૂર્ણ પરિવર્તન લાવનારી એક યાત્રા કરવા જઈ રહ્યા છો. આ યાત્રાના દરેક પગલે તમારો પોતાના પ્રત્યે અને આ વિશ્વ પ્રત્યે દૃષ્ટિકોણ બદલવામાં તમને સફળતા મળવાની છે. તમને મળેલી નવી શક્તિ સાથે તમારા માથે એક જવાબદારી પણ આવે છે. પોતાની શક્તિનો ઉપયોગ 'માનવતાના કલ્યાણ માટે' કરવો, એ તમારી જવાબદારી છે. થોડા જ સમયમાં તમને સમજાશે કે આ જવાબદારી વિના તમે પોતાની શક્તિનો ઉપયોગ જ નહીં કરી શકો. આ શક્તિ છે, પોતાના મન પર નિયંત્રણ મેળવી તેનો ઉપયોગ કરવાની સંકલ્પના, જેને 'માઈન્ડ કંટ્રોલ' કહેવામાં આવે છે.

પશ્ચિમના એક શહેરમાં બનેલી આ ઘટના છે. એક શહેર યોજનાકાર (City Planner) એ પોતાના શહેરમાં બનનારા એક નવા શોપિંગ મોલના કેટલાક નકશા બનાવ્યા હતા. પછીના અઠવાડિયામાં તેની તેના શહેરના મુખ્ય અધિકારીઓ સાથે એક છેલ્લી મીટિંગ થવાની હતી, જેમાં તેણે તે નકશા દેખાડવા ખૂબ જરૂરી હતા. તે નકશા જોઈને જ તેને આ કાર્ય માટે મંજૂરી મળવાની

હતી પરંતુ અચાનક તેના ઓફિસમાંથી તે નકશા ગાયબ થઈ ગયા. તેની સેક્રેટરી પણ આ વિશે કશું જ જાણતી નહોતી એટલે તે પણ ખૂબ ચિંતામાં હતી. ઓફિસમાં બધી જ જગ્યાએ શોધવા છતાં પણ તેને તે નકશા ક્યાંય મળ્યા નહીં. જો કે શહેર યોજનાકારની કામ કરવાની રીત જરા જુદી હતી. મુશ્કેલીના સમયે પોતાની જ સેક્રેટરીને બલિનો બકરો બનાવી કામમાંથી કાઢી મૂકવામાં આવે તે તેને જરાય પસંદ નહોતું.

તેણે પોતાની કેબિનની અંદર જઈને દરવાજો બંધ કરી દીધો. તે પોતાની ડેસ્ક પર બેઠો અને આંખો બંધ કરી દીધી. તે પૂર્ણપણે શાંત અને સ્થિર થઈ ગયો. આટલા મુશ્કેલ સમયમાં પણ તેને શાંત બેઠેલો જોઈ કોઈ એમ જ વિચારે કે કદાચ તે આવનારા નુકસાન માટે પોતાને તૈયાર કરી રહ્યો છે.

દસ મિનિટ પછી તે ધીમેથી ઉઠ્યો અને પોતાની સેક્રેટરી પાસે જઈને કહ્યું, 'મને લાગે છે કે આપણને તે નકશા મળી જશે. જરા જુઓ તો ગયા મંગળવારે જ્યારે હું હાર્ટફોર્ડમાં હતો ત્યારે મેં મારું ડિનર કયા રેસ્ટોરન્ટમાં લીધું હતું ?'

જ્યારે એ રેસ્ટોરન્ટમાં ફોન કર્યો ત્યારે ખબર પડી કે તેમણે તે નકશાને સંભાળીને રાખ્યા છે.

વાસ્તવમાં એ શહેર યોજનાકારે 'સિલ્વા માઈન્ડ કંટ્રોલ'નું પ્રશિક્ષણ લીધું હતું. **સિલ્વા માઈન્ડ કંટ્રોલ એ એવી તકનીક છે, જેના માધ્યમથી આપણે પોતાના મનની એ પ્રતિભાનો ઉપયોગ કરી શકીએ છીએ, જે સુપ્ત અવસ્થામાં છે.** આ તકનીકની મદદથી એ શહેર યોજનાકારે પોતાની યાદોમાં મનના એ ભાગને શોધવાનું શીખી લીધું હતું, જે પ્રશિક્ષણ વિના શીખી ન શકાય.

પાંચ લાખ કરતાં પણ વધારે સ્ત્રી-પુરુષોએ સિલ્વા માઈન્ડ કંટ્રોલનું પ્રશિક્ષણ પ્રાપ્ત કરી પોતાની અંદર સુષુપ્ત પડેલી માનસિક પ્રતિભા જગાડી અને હવે આ પ્રતિભા તેમના માટે ખૂબ જ ફાયદાકારક સાબિત થઈ રહી છે.

જ્યારે તે શહેર યોજનાકાર દસ મિનિટ માટે આરામથી બેઠો, ત્યારે તે ચોક્કસ શું કરી રહ્યો હતો ? તેનો જવાબ તમને માઈન્ડ કંટ્રોલમાં પ્રશિક્ષિત થયેલા એક અન્ય વ્યક્તિનો અનુભવ વાંચીને મળી શકે છે.

'કાલે બરમૂડામાં મને એક અદ્ભુત અનુભવ થયો. મારે હવાઈમાર્ગે ન્યૂયોર્ક પરત ફરવાનું હતું અને માત્ર બે કલાક જ બાકી હતા. હું મારી ટિકિટ ક્યાંક મૂકીને ભૂલી ગયો હતો અને તે શોધવા માટે હું જે

એપાર્ટમેન્ટમાં રહેતો હતો તેનો ખૂણેખૂણો લગભગ એક કલાક સુધી ફેંદી નાખ્યો. મેં ગાલીચાની નીચે, પલંગની આસપાસ અને એ દરેક જગ્યાએ જોયું, જ્યાં ટિકિટ મળવાની શક્યા હતી. મેં ત્રણવાર મારી સૂટકેસનો બધો સામાન બહાર કાઢી તેને ફરીથી ગોઠવ્યો, પણ ટિકિટ મળી નહીં. છેવટે એક ખૂણામાં બેસીને મેં મારા લેવલ (આંતરિક સ્તર) પર જવાનો નિર્ણય લીધો. અંદર ગયા પછી થોડી જ વારમાં મને તે ટિકિટ મારી કલ્પનામાં એ રીતે દેખાવા માંડી જાણે તે મારી સામે જ મૂકેલી હોય. મારા લેવલ પ્રમાણે તે ટિકિટ કબાટના નીચેના ભાગમાં મૂકેલા એક પુસ્તકની અંદર એ રીતે દબાયેલી હતી કે જરાય બહાર દેખાતી નહોતી. મેં મારી આંખો ખોલી અને તરત એ કબાટની પાસે જઈને જોયું તો ટિકિટ બરાબર એ જ જગ્યાએ મળી, જ્યાં મેં તેને મારી કલ્પનામાં જોઈ હતી.'

જે લોકો માઈન્ડ કંટ્રોલના પ્રશિક્ષણથી અજાણ છે, તેમને આ વાત વાંચવામાં વિચિત્ર લાગી શકે છે. પરંતુ જ્યારે તમે આ તકનીકના સંસ્થાપક જોસ (હોજે) સિલ્વાની જણાવેલી માઈન્ડ કંટ્રોલની તકનીકને જાણશો તો તમને એ વાતની નવાઈ લગશે કે તમારું પોતાનું મન કેટલી બધી અદ્‌ભુત શક્તિઓને પોતાની અંદર છુપાવીને બેઠું છે. કદાચ તમને એ જાણીને આશ્ચર્ય થશે કે તમે ખૂબ સહજતાથી માઈન્ડ કંટ્રોલની બધી તકનીકો શીખી શકો છો.

મિ.સિલ્વાએ પોતાના જીવનનો મોટાભાગનો સમય એ જ સંશોધનમાં વીતાવ્યો કે આપણા મનને પ્રશિક્ષિત કરવાથી ક્યા-ક્યા ચમત્કાર થઈ શકે છે. આ સંશોધન પછી તેમણે ૪૦-૪૮ કલાકનો આ કોર્સ તૈયાર કર્યો, જે કોઈ વ્યક્તિ મોટાભાગે ભૂલી જતી હોય તેને તે બધું યાદ રાખવામાં પ્રશિક્ષિત કરી શકે છે. આ કોર્સ પીડાને નિયંત્રિત કરવામાં, બીમારીને ઝડપથી દૂર કરવામાં, અવાંછિત ટેવોને છોડાવવામાં, છઠ્ઠી ઈંદ્રિય (સિક્સ્થ સેન્સ) ને જાગૃત કરવા જેવા કાર્યોમાં પણ પોતાનો સહયોગ આપે છે. સિલ્વા માઈન્ડની તકનીક શીખ્યા પછી પોતાના જીવનની સમસ્યાઓનો રચનાત્મક રીતે ઉકેલ લાવવો એ તમારી આદત બની જશે. તેની સાથે જ તમને પોતાની અંદર એક સુખદ શાંતિની અનુભૂતિ પણ થશે. આ કોર્સના પ્રશિક્ષણ પછી તમે ક્યારેય વિચાર્યું નહીં હોય, એટલો તમને પોતાના જીવન પર નિયંત્રણ હોવાનો અનુભવ થશે અને ઘટનાઓ દ્વારા તેના પુરાવા પણ તમને મળશે. આ કોર્સ દ્વારા તમારા જીવનમાં એક નવી આશા જન્મે છે.

આ પુસ્તક દ્વારા તમે પહેલી વાર આ કોર્સમાં શીખવવામાં આવનારી વાતોનું પ્રશિક્ષણ લેખિત સ્વરૂપમાં પ્રાપ્ત કરશો. તે બધી વાતો પોતાના જીવનમાં ઉપયોગમાં લાવવાનું માર્ગદર્શન પણ આ પુસ્તકથી તમને મળશે.

મિ.સિલ્વાએ ભલે આમાં પૂર્વ અને પશ્ચિમી શિક્ષણને સામેલ કર્યું હોય પરંતુ તેમનો આ કોર્સ પૂર્ણપણે અમેરિકન છે. પોતાના સંસ્થાપકની જેમ જ આ કોર્સ સંપૂર્ણ રીતે વ્યવહારિક છે. આ કોર્સમાં મિ.સિલ્વાએ જે કંઈપણ શીખવ્યું છે, તે તમને વધારે ખુશ અને પ્રભાવશાળી વ્યક્તિ બનવામાં મદદ કરશે.

જો તમે આ પુસ્તકના પ્રકરણોમાં જણાવવામાં આવેલા અભ્યાસ એક-એક કરીને પૂરા કરતા જશો તો સફળતા પણ તમારી સાથે-સાથે ચાલશે અને તમારો આત્મવિશ્વાસ વધારે મજબૂત થતો જશે. માઈન્ડ કંટ્રોલ તકનીક શીખતા પહેલા જે વાતો કરવી તમને અશક્ય લાગતી હતી, તે વાતો હવે તમે સહજતાથી કરી શકશો. હવે આ વાતનું વૈજ્ઞાનિક પ્રમાણ પણ મળે છે કે તમારું મન કોઈ જાદુગરની જેમ અદ્‌ભુત ચમત્કાર કરી શકે છે. આ ઉપરાંત હજારો લોકોનો અનુભવ પણ એમ જ કહે છે કે તેમના જીવનને આ પ્રશિક્ષણે હંમેશા માટે બદલી નાખ્યું છે. આગળ આપવામાં આવેલા અનુભવથી આ વાતને વધારે વિસ્તારથી સમજીએ.

કલ્પના કરો કે તમે પોતાના મનની મદદથી તમારી નબળી થતી નજરમાં સુધારો લાવી શકો છો.

> ‘જ્યારે મેં સિલ્વા માઈન્ડ કંટ્રોલ તકનીકમાં પહેલો કોર્સ કર્યો ત્યારે અનુભવ્યું કે મારી નજર પહેલા કરતાં વધારે સારી થઈ ગઈ છે. આનાથી પહેલા, હું દસમા ધોરણથી માંડીને મારું ગ્રેજ્યુએશન પૂરું થયું ત્યાં સુધી ચશ્મા પહેરતો હતો. પછી હું આડત્રીસ વર્ષની ઉંમરે ફરીથી ચશ્મા પહેરવા માંડ્યો. મને હંમેશા એમ જ કહેવામાં આવતું કે મારી ડાબી આંખ બીજી આંખ કરતા ત્રણ ગણી નબળી હતી.
>
> ૧૯૪૫માં મેં જે પહેલા ચશ્મા પહેર્યા, તે રીડિંગ ગ્લાસ હતા પણ ઈ.સ.૪૮-૪૯ દરમિયાન હું બાયફોકલ ચશ્મા (દ્વિફોકસી કાચવાળા ચશ્મા, જેમાં એક કાચ નજીકની દૃષ્ટિ માટે અને બીજો દૂરની દૃષ્ટિ માટે હોય છે) પહેરવા માંડ્યો. મારા ચશ્માના નંબર વધતા જ જતા હતા પણ આ કોર્સ પછી મેં અનુભવ્યું કે ભલે હું હજુ પણ ચશ્મા વગર વાંચી શકતો નથી પણ મારી નજર પહેલા કરતાં વધારે સારી થઈ ગઈ છે. ચશ્માના નંબરમાં પણ ઝડપથી પરિવર્તન આવી રહ્યું હતું. પણ આંખોની તપાસ કરવા માટે મેં થોડો સમય રોકાવાનો નિર્ણય લીધો. આ દરમિયાન હું મારા વીસ વર્ષ જૂના ચશ્મા પહેરીને પણ ઠીક-ઠાક કામ કરવા લાગ્યો.
>
> જ્યારે સ્થાનિક નેત્રરોગ વિશેષજ્ઞએ મારી આંખો તપાસી તો તે પણ માની ગયા કે નવા લેન્સની જરૂર પડવા સુધી જૂના ચશ્મા પહેરવા જ યોગ્ય રહેશે.’

ઉપરોક્ત ઉદાહરણ વાંચીને ચોક્કસપણે તમને આશ્ચર્ય થશે અને તમે વિચારશો કે આવું કેવી રીતે થઈ શકે છે ? પણ જ્યારે તમે આ પુસ્તકનું દસમું પ્રકરણ વાંચી લેશો તો તમને સમજાશે કે માઈન્ડ કંટ્રોલનું પ્રશિક્ષણ લીધેલા લોકો પ્રાકૃતિક રીતે પોતાની બીમારીથી મુક્તિ મેળવવા માટે કઈ રીતે પોતાના શરીરનું નિયંત્રણ પોતાના મનના હાથોમાં સોંપી દે છે. આ તકનીકો અદ્‌ભુત છે અને ખૂબ સહેલી પણ છે. ઉપરોક્ત વાતને તમે એક મહિલાના અનુભવ પરથી સમજી શકશો, જેણે માત્ર ચાર જ મહિનામાં પોતાનું વજન ૨૬ પાઉન્ડ જેટલું ઘટાડી દીધું.

> 'પહેલા મેં એક ઘાટા રંગના ફ્રેમ અને મેજની કલ્પના કરી, જેના પર ઘણા બધા આઈસક્રીમ અને કેક વગેરે મૂકેલા હતા – આ એ જ બધી વસ્તુઓ હતી, જેને ખાવાથી વજન વધે છે. પછી મેં મનમાં ને મનમાં એ મેજ પર લાલ રંગની ખોટાની નિશાની (X) લગાવી અને પોતાને એક અરીસામાં જોઈ, જેમાં હું ખૂબ જાડી અને કદરૂપી દેખાતી હતી. (મેળામાં આવા પ્રકારના અરીસા હોય છે જેમાં તમારી છબી નાની-મોટી, લાંબી-ટૂંકી દેખાય છે. તે અરીસો એવો જ હતો) એ પછી મેં મારા મનમાં એક બીજી ફ્રેમની કલ્પના કરી. સોનેરી પ્રકાશથી ઘેરાયેલા ફ્રેમમાં એક ટેબલ હતું, જેના પર માછલી અને ઈંડા જેવો પ્રોટીનયુક્ત આહાર મૂકેલો હતો. મેં એ દૃશ્ય પર મોટું, સોનેરી અક્ષરે સાચાનું નિશાન (✔) લગાવી દીધું અને અરીસામાં પોતાને જોઈ, તો હું પોતાને ખૂબ પાતળી અને ઊંચી દેખાઈ. એ પછી માનસિક સ્તર પર મેં મારી જાતને કહ્યું, 'જે ટેબલ પ્રોટીનયુક્ત આહાર છે, એ જ ભોજન હું પસંદ કરું છું.' મારી કલ્પનામાં મેં એ પણ સાંભળ્યું કે કેવી રીતે મારા બધા મિત્રો મારા વખાણ કરતા હતા કે 'હું કેટલી સુંદર દેખાઉં છું.' આ બધું એક વિશેષ દિને થઈ રહ્યું છે, એવું મેં મારી કલ્પનામાં જોયું. મેં મારા માટે એક લક્ષ્ય નક્કી કરી લીધું હતું અને તે લક્ષ્ય મેં પૂર્ણ પણ કર્યું. મેં હંમેશાથી મારા આહાર પર નિયંત્રણ રાખી મારું વજન ઓછું કરવાનો પ્રયત્ન કર્યો છે. આખરે સિલ્વા માઈન્ડ તકનીક મારા માટે કારગર નીવડી.'

આ જ માઈન્ડ કંટ્રોલ છે – આમાં ધ્યાનના ઊંડાણમાં જઈને તમે પોતાના મનને, તેના જ શબ્દો અને છબીઓ ભરી ભાષા દ્વારા પ્રોત્સાહિત કરી પ્રશિક્ષિત કરી શકીએ છીએ. આ તકનીકનો નિરંતર અભ્યાસ કરનારા લોકો માટે તેનો કોઈ અંત નથી. તેમને જીવનભર આ તકનીકના વધુ ને વધુ અદ્‌ભુત પરિણામો મળતા રહેશે.

તમે જોઈ શકો છો કે આ કોઈ સામાન્ય પુસ્તક નથી. તે તમને ધ્યાનના ઊંડા સ્તરોથી પસાર કરતા, તે બધા ઉપાય જણાવશે જેની મદદથી તમે નિયમિત રીતે એ બધું જ કરી શકશો, જે કરવા વિશે લોકો કલ્પના પણ કરી શકતા નથી.

આ પુસ્તકમાં એક બીજું પુસ્તક પણ સામેલ છે. પુસ્તકમાં પ્રકરણ ૧,૨ અને ૧૭ થી ૨૦ સામેલ છે, જેને ફિલિપ માઈલીએ લખ્યા છે. જેમાં માઈન્ડ કંટ્રોલના તીવ્ર ગતિથી થયેલા વિકાસની ચર્ચા કરતા જણાવવામાં આવ્યું છે કે આ તકનીકનું પ્રશિક્ષણ લીધેલા લાખો લોકોને તેનો કેવી રીતે લાભ થયો છે.

પુસ્તકમાં મિ.સિલ્વાએ માઈન્ડ કંટ્રોલ તકનીકના અનેક શિક્ષણનું વિસ્તારથી વર્ણન કર્યું છે. માઈન્ડ કંટ્રોલની કક્ષાઓ સામૂહિક અનુભવ સ્વરૂપે હોય છે, જેનો લાભ આખા સંઘને મળે છે. તેનું પ્રશિક્ષણ કુશળ લેક્ચરરના માર્ગદર્શનમાં મળે છે એટલે તેના પરિણામ પણ તીવ્ર ગતિથી થાય છે અને સ્પષ્ટપણે દેખાય છે. એનાથી એવા આશ્ચર્યજનક પરિણામ મળે છે, જેને તમે આગળ જતા એકલા પણ પ્રાપ્ત કરી શકશો. જો તમે ખૂબ ધ્યાનથી મિ.સિલ્વાના નિર્દેશોનું પાલન કરશો, તેના અભ્યાસોનું વારંવાર પુનરાવર્તન કરશો તો આ પરિણામ તમારું જીવન હંમેશા માટે બદલી નાખશે. ભલે આવું તરત ન થાય પણ ભરોસો રાખો, આ થશે જરૂર.

આ પુસ્તકને વાંચવાની એક ખાસ પદ્ધતિ છે. અન્ય પુસ્તકોની જેમ જ આ પુસ્તકને તમે શરૂઆતથી અંત સુધી આખું વાંચજો. પણ પહેલા વાંચન દરમિયાન કોઈ પ્રકારનો અભ્યાસ ન કરશો.

આ પછી પુસ્તકના ૩ થી ૧૪ સુધીના પ્રકરણને ફરીથી ઊંડાણથી, સમજપૂર્વક વાંચો જેથી તમારે જે માર્ગ પર ચાલવાનું છે તેનું અનુમાન થઈ શકે.

એ પછી ત્રીજું પ્રકરણ ફરીથી એકવાર વાંચો અને તેમાં આપવામાં આવેલા અભ્યાસોનો આરંભ કરો.

થોડા અઠવાડિયા સુધી ત્રીજા પ્રકરણનો અભ્યાસ કર્યા પછી ચોથા પ્રકરણમાં આપવામાં આવેલા અભ્યાસો તરફ આગળ વધો. એ જ રીતે આગળના દરેક પ્રકરણ વાંચતા જાઓ.

જ્યારે તમે ચૌદમા પ્રકરણમાં હશો, ત્યાં સુધી તમે માઈન્ડ કંટ્રોલ તકનીકની ઊંડી જાણકારી પ્રાપ્ત કરી, અનુભવી અભ્યાસકર્તા બની ચૂક્યા હશો. જો તમે પોતાના અનુભવને હજુ વધારવા ઈચ્છો તો તમારા મિત્રોનો એક સમૂહ બનાવી લો અને તેમની સાથે મળીને આ અભ્યાસ કરો. આ પુસ્તકના ૧૩મા પ્રકરણમાં આ વિશે વિસ્તારપૂર્વક સમજાવવામાં આવ્યું છે.

૧

મનના મહત્તમ ઉપયોગ માટે વિશેષ ઉપાય

કલ્પના કરો કે તમે એ સર્વવ્યાપી મહાન પ્રજ્ઞાના સંપર્કમાં આવી રહ્યા છો અને ઊંડા આનંદ સાથે તેને શીખો છો, અપનાવી રહ્યા છો. એવી પણ કલ્પના કરો કે તે સંપર્ક તમે એટલી સહજતાથી સાધી રહ્યા છો કે એ પછી જીવનમાં ક્યારેય તમારે એ આંતરિક પ્રજ્ઞાના સંપર્કમાં ન આવવાને કારણે નિરાશ નહીં થવું પડે. તે આંતરિક પ્રજ્ઞા એટલે કોઈ ઘટના દરમિયાન અચાનક તમારામાં આવેલી સમજ. આ પ્રક્રિયામાં તમારા સહાયક છે – તમારો વિવેક, તમારી સહજ બુદ્ધિ, જરૂર પડતા તમારા સહાયક વિચાર અને એક સ્નેહી તથા તાકતવર ઉપસ્થિતિ.

આ તમને શિખર સુધી લઈ જનારો અનોખો અનુભવ છે, જેને તમે એક આધ્યાત્મિક ચમત્કારથી ઓછો ન માની શકો.

ચાર દિવસના સિલ્વા માઈન્ડ કંટ્રોલ પ્રશિક્ષણ પછી બરાબર એવો જ અનુભવ થાય છે. અત્યાર સુધી પાંચ લાખ કરતાં વધારે લોકોને આ અનુભવ થયો છે, જેમણે આ પ્રશિક્ષણ મેળવ્યું છે. આ બધા લોકો સિલ્વા માઈન્ડના પ્રશિક્ષણનો અભ્યાસ કરવામાં નિપુણ થઈ ચૂક્યા છે. આ પ્રશિક્ષણથી લોકો શાંતિ અને આત્મવિશ્વાસ સભર થઈ પોતાના જીવનમાં નવી શક્તિ અને ઉર્જાનો ઉપયોગ કરે છે.

તેના પરિણામસ્વરૂપે તેમનું જીવન પહેલા કરતાં વધારે સંપન્ન, આરોગ્યપ્રદ અને મુશ્કેલીરહિત થઈ જાય છે.

જોસ સિલ્વા આ ઉપાયોને તમારી સામે સંક્ષેપમાં રજૂ કરશે જેથી તમે તેનો જાતે પ્રયોગ કરી શકો. સૌથી પહેલા એ સમજો કે આ માઈન્ડ કંટ્રોલ કક્ષાઓની શરૂઆત કેવી રીતે થાય છે અને ત્યાં શું-શું થાય છે, તેની જાણકારી પણ તમને મળશે.

શરૂઆતમાં એક કલાક વીસ મિનિટનું વ્યાખ્યાન હોય છે. આ વ્યાખ્યાનમાં વિષયની ભૂમિકા સ્પષ્ટ કરવામાં આવે છે અને 'માઈન્ડ કંટ્રોલ'નો અર્થ પણ જણાવવામાં આવે છે. આગળ આ વ્યાખ્યાનમાં માઈન્ડ કંટ્રોલ વિશે અને છેલ્લા બે દાયકાઓમાં તેના વિકાસ પર થયેલા સંશોધનો વિશે જાણકારી આપવામાં આવે છે. એ પછી વ્યાખ્યાતા વિદ્યાર્થીઓને જણાવે છે કે કેવી રીતે માઈન્ડ કંટ્રોલ તકનીકોના અભ્યાસથી તે આરોગ્ય અને રોજબરોજના જીવન સાથે જોડાયેલી મુશ્કેલીઓને દૂર કરતા, પોતાની આધ્યાત્મિક સજાગતા વધારી શકે છે. એ પછી વીસ મિનિટનો વિરામ (બ્રેક) આપવામાં આવે છે.

કૉફીના સમયે વિદ્યાર્થી એકબીજાને મળે છે. આ બધા વિદ્યાર્થી અલગ-અલગ ક્ષેત્રોમાંથી આવે છે. જેમ કે ફિઝિશિયન, સેક્રેટરી, ટીચર, ટેક્સી ડ્રાઈવર, ગૃહિણી, હાઈસ્કૂલ અને કોલેજના વિદ્યાર્થી, મનોવિજ્ઞાની, ધાર્મિક નેતા, સેવાનિવૃત્ત લોકો વગેરે આ સમૂહમાં સામેલ થાય છે.

બ્રેક પછી એક કલાક વીસ મિનિટનું એક બીજું વ્યાખ્યાન શરૂ થાય છે, જેમાં પ્રશ્નોત્તરી હોય છે. એ પછી આ પ્રશિક્ષણનો પહેલો અભ્યાસ કરાવવામાં આવે છે, જે મનને ધ્યાનના સ્તર સુધી લઈ જાય છે. વ્યાખ્યાતા (લેક્ચરર) જણાવે છે કે આ વિશ્રાંતિનું ઊંડુ (deep relaxation) સ્તર છે, જે ઊંઘ કરતા પણ વધારે સારો આરામ આપે છે. પણ આમાં એક ખાસ પ્રકારની સજાગતા સામેલ હોય છે. વાસ્તવમાં તે ચેતનાનું બદલાતું સ્તર છે, જેને ધ્યાનના દરેક અનુશાસન અને ગહન પ્રાર્થના દરમિયાન પ્રયોગમાં લેવામાં આવે છે.

માઈન્ડ કંટ્રોલના વ્યાખ્યાતા આ અવસ્થા વિશે કહે છે કે 'આ અવસ્થા એટલે તે પોતાના સ્તર સુધી કે આલ્ફા સ્તર સુધી જવું.' ત્રીસ મિનિટના અભ્યાસ દરમિયાન વ્યાખ્યાતા સામાન્ય અંગ્રેજી ભાષાનો ઉપયોગ કરી વિદ્યાર્થીઓને એ અવસ્થામાં લઈ જાય છે. વાસ્તવમાં માઈન્ડ કંટ્રોલનો આ કોર્સ સીધી, સરળ અંગ્રેજી ભાષામાં હોય છે અને તેમાં કોઈ વૈજ્ઞાનિક શબ્દ કે જૂના મુશ્કેલ શબ્દોનો ઉપયોગ નથી થતો. આ કોર્સમાં કોઈ પ્રકારના નશીલા પદાર્થો અને બાયો-ફીડબેક મશીનનો ઉપયોગ કરવામાં આવતો નથી.

આ કોર્સ કરનારા અનેક વિદ્યાર્થી એવા પણ હોય છે જે ઘણા અઠવાડિયા અને મહિનાઓની આકરી મહેનતથી ધ્યાન કરવાની કલા શીખ્યા છે. પરંતુ આ કોર્સમાં જણાવવામાં આવતા માત્ર ૩૦ મિનિટના સરળ અભ્યાસના પરિણામોથી તે આશ્ચર્યચકિત થઈ જાય છે.

આ પ્રશિક્ષણમાં વિદ્યાર્થી પહેલા આ વાક્ય સાંભળે છે કે 'તમે તમારા મનનો એક વિશેષ અને શ્રેષ્ઠ રીતે ઉપયોગ કરવાનું શીખી રહ્યા છો.'

આ સરળ એવા વાક્યને સાંભળ્યા પછી વિદ્યાર્થી તેને પોતાની અંદર ઉતારવા લાગે છે. ઉપરોક્ત વાક્યનો પૂર્ણ અર્થ જાણીને તમે આશ્ચર્યચકિત થઈ જશો. દરેક વ્યક્તિની પાસે પોતાના મનની અદ્‌ભુત શક્તિઓ હોય છે. એ શક્તિઓનો ઉપયોગ કેવી રીતે કરવાનો છે, તેનું પ્રશિક્ષણ આ કોર્સમાં આપવામાં આવે છે. શરૂઆતમાં કોર્સ કરનારા લોકોને એ વાત પર વિશ્વાસ નથી હોતો કે મનની પાસે પણ કોઈ શક્તિ હોય છે. પરંતુ જ્યારે તે પોતે મનની શક્તિનો અનુભવ કરે છે તે પછી તેની બધી શંકા દૂર થાય છે અને તે આના પર વિશ્વાસ કરવા લાગે છે.

આ કોર્સમાં વિદ્યાર્થીઓને એક મહત્ત્વપૂર્ણ વાત જણાવવામાં આવે છે. તે છે, ઊંડો આરામ એટલે કે રિલેક્સેશન. આ માટે પોતાના મનમાં એ આદર્શ સ્થળની કલ્પના કરો, જ્યાં તમને માનસિક સ્તર પર સંપૂર્ણ રીતે આરામનો અનુભવ થાય છે. આ અભ્યાસ ખૂબ જ સુખદ, શાંત અને તમે સહેલાઈથી સમજી શકો એવો જ છે. આ અભ્યાસથી તમારી કલ્પનાશક્તિ તીવ્ર થવા માંડે છે અને તમને ઊંડો આરામ મેળવવામાં મદદ થાય છે.

ધ્યાન વિશે બે શબ્દ

રોજબરોજના જીવનમાં તમે જ્યારે ધ્યાન વિશે વાત કરો છો, ત્યારે સામાન્ય રીતે ધ્યાન એટલે કે કોઈ વાત વિશે વિચાર કરવો, એવો અર્થ માનવામાં આવે છે. જેમ કે જો તમે આ પુસ્તકને એક બાજુએ રાખીને એમ વિચારો છો કે કાલે તમે ડિનરમાં શું લેશો તો તમે ધ્યાન કરી રહ્યા છો. એવો અર્થ થાય છે.

પણ ધ્યાનની તકનીકો અને પદ્ધતિઓની વાત કરીએ તો આ શબ્દના ગર્ભિત અર્થ સામે આવે છે. ધ્યાનનો ગર્ભિત અર્થ મનની એક ખાસ અવસ્થાને વર્ણવે છે. કેટલીક અન્ય પદ્ધતિઓમાં આ ખાસ અવસ્થા સુધી પહોંચવાને જ અંતિમ બિંદુ માનવામાં આવે છે. આ સ્તર પર આવતા જ મનના બધા જ સજાગ વિચાર દૂર થાય છે. આનાથી મન શીતળ અને સુખદ અનુભવની લાગણી અનુભવે છે. તેની સાથે જ તણાવ સાથે જોડાયેલા રોગ દૂર થવામાં ઘણી મદદ મળે છે. આ વાત અનેક અભ્યાસો દ્વારા સાબિત થઈ ચૂકી છે.

પરંતુ એક રીતે આ એક નિષ્ક્રિય ધ્યાન છે. માઈન્ડ કંટ્રોલ આના કરતાં ક્યાંય આગળ ચાલ્યું જાય છે. આ સમસ્યાઓને ઉકેલવા માટે મનના એ સ્તરનો ઉપયોગ કરવાનું શીખવે છે, જેમાં નાનામાં નાની અને મોટામાં મોટી મુશ્કેલીઓને કામેલ કરી શકાય છે. આ ડાઈનેમિક મેડિટેશન છે, તેની શક્તિ વાસ્તવમાં અદ્‌ભુત છે.

મનની વિભિન્ન અવસ્થાઓ

અત્યારે આપણે આલ્ફા અવસ્થા વિશે સાંભળી રહ્યા છીએ. આ આપણા મસ્તિષ્કની વેવ-પેટર્નમાંથી એક છે. આ એક પ્રકારની વિદ્યુત ઉર્જા (ઈલેક્ટ્રિકલ એનર્જી) છે, જેને આપણું મગજ પેદા કરે છે અને તમે તેને ઈઈજી (EEG) એટલે કે ઈલેક્ટ્રોએન્સીફેલોગ્રાફ (Electroencephalograph) થી માપી શકો છો. આ ઉર્જાનો લય પ્રતિ સેકેન્ડ ચક્રના હિસાબે માપવામાં આવે છે, જેને સીપીએસ (cycler per second - CPS) કહે છે. હંમેશા ચૌદ કે તેનાથી વધારે સીપીએસને બીટા તરંગો કહેવામાં આવે છે. સાતથી ચૌદ સીપીએસને અલ્ફા, ચારથી સાત સીપીએસને થીટા અને ચારથી ઓછાને ડેલ્ટા અવસ્થાના નામે ઓળખવામાં આવે છે.

જ્યારે તમે પૂર્ણપણે જાગૃત હો અને રોજબરોજના તમારા બધા જ કામ કરતા હો, તો એ સમયે તમે પોતાની બીટા અવસ્થામાં હો છો. માઈન્ડ કંટ્રોલની ભાષામાં આને 'બાહ્ય જાગૃતિ' કહે છે. જ્યારે તમે દિવસે ઝપકી લો અને પૂરી ઊંઘમાં ન હોય અથવા પછી ઊંઘમાંથી જાગ્યા હો પણ પૂર્ણપણે જાગૃત ન હો તો તમે અલ્ફા અવસ્થામાં છો. માઈન્ડ કંટ્રોલવાળા આ અવસ્થાને 'આંતરિક જાગૃતિ'નું નામ આપે છે. જ્યારે તમે સૂઓ છો, ત્યારે તમે અલ્ફા, થીટા અને ડેલ્ટા અવસ્થામાં હો છો. ઘણા લોકો માને છે કે એ સમયે તમે માત્ર અલ્ફા અવસ્થામાં હો છો, જ્યારે એવું નથી. માઈન્ડ કંટ્રોલ પ્રશિક્ષણથી તમે સજાગ રહીને પણ અલ્ફા સ્તરમાં પ્રવેશ કરી શકો છો.

તમે વિચારતા હશો કે મનના આ અલગ-અલગ સ્તરો પર રહેવાથી કેવા-કેવા અનુભવો થતા હશે.

બીટામાં રહેવું કે પૂર્ણપણે જાગવાથી કોઈ ખાસ પ્રકારની ભાવનાની અનુભૂતિ નથી થતી. 'બીટા'માં અનંત સંભાવનાઓ હોય છે. જેમ કે ક્યારેક તમે આત્મવિશ્વાસથી છલોછલ હો છો અને ક્યારેક ભયભીત હો છો. ક્યારેક તમે પોતાના કાર્યમાં પૂર્ણપણે મગ્ન હો છો અથવા ક્યારેક તમારી પાસે કોઈ કામ જ નથી હોતું. ક્યારેક તમે કોઈ વાતમાં તલ્લીન હો છો તો ક્યારેક ખૂબ ઉદાસી અનુભવો છો.

મોટાભાગના લોકો માટે ઊંડા સ્તરો પર શક્યતાઓ ખૂબ સીમિત હોય છે.

પ્રકૃતિએ લોકોને અલ્ફા કે થીટાને બદલે, બીટા અવસ્થામાં કામ કરવાનું શીખવ્યું છે. વધારે ઊંડા સ્તર પર લોકો માટે પસંદગીના વિકલ્પ ઓછા હોય છે. જેમ કે લોકો કાં તો દિવસે ઝપકી લે છે, ઊંઘી જવાનું વિચારે છે અથવા પછી સૂઈ જ જાય છે. પણ માઈન્ડ કંટ્રોલ પ્રશિક્ષણની સાથે બીટા અવસ્થાનો ઉપયોગ કરવાની અનંત શક્યતાઓ વધતી જાય છે. સિલ્વા માઈન્ડ કંટ્રોલના સહાયક નિર્દેશક હૈરી મૈકનાઈટ કહે છે, 'અલ્ફા આયામમમાં બીટાની જેમ જ અલગ એવો સંવેદનાઓનો સંચ (set of sensing faculties) હોય છે. તેનો અર્થ જ અનુભવ કે બોધના બધા પાસા તેમાં હોય છે. બીજા શબ્દોમાં બીટા અવસ્થામાં તમે જે વાતો કરો છો, તેનાથી અલગ વાતો તમે અલ્ફા અવસ્થામાં કરી શકો છો.

આ માઈન્ડ કંટ્રોલનું એક ખાસ પાસુ છે. જ્યારે તમે એકવાર આ સંવેદનાઓને જાણી લો છો અને તેનો ઉપયોગ કરવાનું શીખી લો છો ત્યારે તમને તમારા મનનો પ્રયોગ એક ખાસ રીતે કરવાનું આવડી જાય છે. ત્યારે તમે એ ઉચ્ચ સ્તરીય પ્રજ્ઞા (સમજ)ના સંપર્કમાં આવી, માનસિક સ્તર પર તેનો ઉપયોગ કરી પોતાની કલ્પનાને પણ હકીકતમાં બદલી શકો છો.

માઈન્ડ કંટ્રોલનું મશીન

મોટાભાગના લોકોને એમ જ લાગે છે કે માઈન્ડ કંટ્રોલ અનિદ્રા દૂર કરવાનું, શાંત થવા, માથાનો દુઃખાવો મટાડવા કે ધૂમ્રપાન જેવી કેટલીક ખરાબ લતોને છોડાવવાનું સાધન છે. આ ઉપરાંત લોકોને એમ પણ લાગે છે કે આનાથી તેમને વજન ઘટાડવું, યાદદાસ્ત સુધારવી અને વધારે પ્રભાવક રીતે અભ્યાસ કરવો જેવી તીવ્ર ઈચ્છાશક્તિથી પૂરી થનારી બાબતોમાં મદદ મળશે. પણ વાસ્તવમાં માઈન્ડ કંટ્રોલ પ્રશિક્ષણથી લોકો આના કરતાં પણ શ્રેષ્ઠ ઘણી બધી વાતો શીખે છે. લોકો જેટલું વધારે શીખતા જાય છે, એટલા જ વધારે અનુભવ લોકોને થતા જાય છે.

સ્પર્શ, સ્વાદ, સુગંધ, શ્રવણ અને દૃષ્ટિ આ પાંચ ઈંદ્રિયો માનવને જન્મની સાથે જ મળે છે. પરંતુ એ ઉપરાંત આપણી અન્ય ઈંદ્રિયો પણ છે. તેને ભલે તમે શક્તિ કહો કે પછી સંવેદના. કેટલીક અદ્ભુત શક્તિઓ માત્ર કેટલાક પ્રતિભાશાળી લોકોને પ્રકૃતિ તરફથી મળે છે અથવા કેટલાક સિદ્ધ પુરુષોને જીવનભરની સાધના પછી મળે છે. આ જ શક્તિઓને સક્રિય કરવી માઈન્ડ કંટ્રોલનું મિશન છે.

આ શક્તિઓને જાગૃત કરવી એટલે કે શું નિશ્ચિત કરવું, એ મેડમાયસેલ્સના બ્યુટી સંપાદક નેડાઈન બર્લિને પોતાના માર્ચ ૧૯૭૨ના મેગેઝિનમાં લખ્યું છે –

'મનનો વિસ્તાર એટલે કે તેની સુપ્ત શક્તિઓ જાગૃત કરવા માટે 'ડ્રગ સંસ્કૃતિ'માં અલગ-અલગ નશાની ગોળીઓ, પાવડર કે ઈંજેક્શન્સ હોય છે. પણ મારો

ઉપાય સીધો અને સહેલો છે. માઈન્ડ કંટ્રોલ તકનીકથી મનનો વિસ્તાર થઈ શકે છે. માઈન્ડ કંટ્રોલ પોતે જ અનોખું છે. તે તમને શીખવે છે કે પોતાની શક્તિઓને જાગૃત કેવી રીતે કરવાની છે. 'માઈન્ડ કંટ્રોલ' એ નામથી જાણવા મળે છે કે આમાં તમે દવા કે સંમોહન વિના પણ પોતાને પૂર્ણપણે નિયંત્રણમાં રાખો છો. મનનો વિસ્તાર, આત્મજ્ઞાન અને બીજાને મદદ કરતી વખતે માઈન્ડ કંટ્રોલના ઉપયોગની કોઈ સીમા નથી. વાસ્તવમાં માઈન્ડ કંટ્રોલની સીમા તમારી પોતાની સીમાઓથી જ નિર્ધારિત થાય છે. અન્યથા કંઈ પણ કરવું માઈન્ડ કંટ્રોલ પ્રશિક્ષણથી શક્ય છે. કોઈ ઘટનાને તમે બીજાની સાથે બનતી સાંભળી હશે, પરંતુ અચાનક તમે જુઓ છો કે એ જ ઘટના તમારી સાથે બની રહી છે. આવા સમયે માઈન્ડ કંટ્રોલ પ્રશિક્ષણ ખૂબ ઉપયોગી સાબિત થાય છે.'

૨

જોસ સાથે એક મુલાકાત

૧૧ ઓગસ્ટ, ૧૯૧૪ના રોજ ટેક્સાસના લારેડોમાં જોસ (હોજે) સિલ્વાનો જન્મ થયો. ચાર વર્ષની ઉંમરે જ તેમના પિતાનું મૃત્યુ થયું. તેમની મા એ થોડા સમયમાં જ બીજા લગ્ન કરી લીધા. એ પછી તે પોતાની મોટી બહેન અને નાના ભાઈ સાથે દાદા-દાદીના ઘરે રહેવા આવી ગયા પરંતુ ઘરની આર્થિક સ્થિતિને જોતા માત્ર બે વર્ષ પછી તેમણે પોતાના પરિવાર માટે પૈસા કમાવવાના શરૂ કરી દીધા. તેમણે અખબાર વેચ્યા, જૂતા ચમકાવ્યા અને એવા જ ઘણા પ્રકારના કામ કરીને પૈસા કમાવ્યા. આખો દિવસ મહેનત કરી જ્યારે તે સાંજે ઘરે આવતા, ત્યારે એ ચોક્કસ જોતા કે મોટી બહેન અને નાનો ભાઈ અભ્યાસ કરી રહ્યા છે કે નહીં. આ બંને પાસેથી જ જોસ લખવા-વાંચવાનું શીખ્યા. તે ભણવા માટે તો નહીં પરંતુ બીજાને ભણાવવા માટે સ્કૂલે ગયા ખરા.

જોસના જીવનને નવો વળાંક આપનારી ઘટના

એક દિવસ, વાળંદની દુકાનમાં પોતાનો વારો આવે તેની રાહમાં બેઠેલા જોસને, પોતાની આર્થિક સ્થિતિમાં સુધારો લાવવાનો માર્ગ મળ્યો. તેમણે વાંચવા માટે કશુંક ઉપાડ્યું, તે 'રેડિયોની મરામત' આ વિષય પર કોરસપોન્ડન્સ કોર્સનું એક પ્રકરણ હતું. જોસ

તે પ્રકરણ વાંચીને પૂરું કરીને વાંચવા માટે તે સાથે લઈ જવા ઈચ્છતા હતા. વાળંદે બધા પ્રકરણ જોસને ભાડા પર આપવાનું કબૂલ્યું. સાથે જ, એ શરત મૂકી કે જોસ પ્રકરણ પાછળ છપાયેલી પરીક્ષાઓ વાળંદના નામે પૂરી કરશે. જોસે વાળંદની આ શરત માની લીધી. એટલે જોસ દર અઠવાડિયાના પ્રકરણ માટે એક ડૉલરનું ભાડું આપતા અને પરીક્ષા પણ પૂરી કરતા.

થોડા જ સમય પછી વાળંદની દુકાનમાં ડિપ્લોમાનું પ્રમાણપત્ર હતું અને માત્ર ૧૫ વર્ષની ઉંમરે જોસ આખા શહેરમાં રેડિયો રીપેર કરવાનો વ્યવસાય કરવા લાગ્યા. થોડાક જ વર્ષોમાં જોસે આ વ્યવસાયથી પોતાની એક અલગ ઓળખ બનાવી. તેમનો વ્યવસાય એ શહેરનો સૌથી વધારે પૈસા કમાવનારો વ્યવસાય બની ગયો. આ જ વ્યવસાયના જોરે જોસે પોતાના ભાઈ-બહેનનો અભ્યાસ પૂરો કરાવ્યો અને આ જ દરમિયાન તેમણે લગ્ન પણ કરી લીધા. આ ઉપરાંત જોસે પોતાના વ્યવસાયથી લગભગ પાંચ લાખ ડૉલર્સ કરતા પણ વધારે મૂડી જમા કરી. આ મૂડીથી આવનારા ૨૦ વર્ષો સુધી જોસના એ અનુસંધાન કાર્યને આર્થિક મદદ મળી, જેણે આગળ જતા 'માઈન્ડ કંટ્રોલ'નું રૂપ લીધું.

વિચિત્ર પ્રશ્ન બન્યા પ્રેરણાસ્ત્રોત

શરૂઆતના કાળમાં એક અન્ય ઘટના બની. ડિપ્લોમા કરેલા એક વ્યક્તિએ અજાણતા જ જોસની 'માઈન્ડ કંટ્રોલ'ની શોધને પડકાર ફેંક્યો. તે એક મનોવૈજ્ઞાનિક હતો. બીજા વિશ્વયુદ્ધમાં 'સંકેત દળ' (Signal Corps) માં સામેલ કરવામાં આવેલા લોકોને પ્રશ્ન પૂછવા અને તેમના ઈન્ટરવ્યૂ લેવાનું તેનું કામ હતું.

'શું તમે પથારી પલાળો છો ?' પહેલી જ મુલાકાતમાં એ મનોવૈજ્ઞાનિક દ્વારા આવા પ્રશ્ન સાંભળી જોસને આશ્ચર્ય થયું.

'શું તમને સ્ત્રીઓ પસંદ છે ?' આ પ્રશ્નએ તેમને આશ્ચર્યમાં મૂકી દીધા કારણ કે ત્યાં સુધીમાં જોસને ત્રણ બાળકો થઈ ગયા હતા અને આવનારા સમયમાં તે દસ બાળકોના પિતા બનવાના હતા. એટલે બીજો પ્રશ્ન સાંભળી જોસ આશ્ચર્યચકિત થઈ ગયા.

જોસ જાણતા હતા કે આ મનોવૈજ્ઞાનિકને માનવીના મનની જાણકારી છે. આથી આવા પ્રશ્ન સાંભળી તેમને નવાઈ લાગી.

આવી જ આશ્ચર્યકારક પળોમાં જોસે એક ઓડિસી (પ્રાચીક ગ્રીક મહાકાવ્યોમાંથી એક) પર પોતાની વૈજ્ઞાનિક શોધ શરૂ કરી. આ નવાઈ જોસને એ યાત્રા પર લઈ ગઈ, જેનાથી કોઈ ડિપ્લોમા કે સર્ટિફિકેટ વગર જ તે પોતાની પેઢીના સૌથી રચનાત્મક વિદ્વાન કહેવાયા. શરૂઆતમાં ફ્રોઈડ, જુંગ અને એડલરના પુસ્તકો તેમના ગુરુ બન્યા.

મનોવૈજ્ઞાનિક દ્વારા પૂછવામાં આવેલા વિચિત્ર પ્રશ્નોના ઊંડા અર્થ સુધી જોસ પહોંચી ગયા. તેમણે પોતાન જાતને એટલી તૈયાર કરી કે હવે તે પોતે કેટલાક પ્રશ્ન તૈયાર કરી પૂછવા લાગ્યા. જેમ કે, શું સંમોહનની મદદથી કોઈ માનવની શીખવાની યોગ્યતા એટલે કે તેનો બુદ્ધિઆંક (આઈ.ક્યૂ) વધારી શકાય છે ? એ દિવસોમાં માનવામાં આવતું હતું કે આઈ.ક્યૂ. એક જન્મજાત બાબત છે, તેને વધારી કે ઘટાડી શકાય નહીં. પરંતુ જોસને એ સમયના આ વિચાર પર પૂર્ણ વિશ્વાસ નહોતો.

પોતાના મનમાં જાગેલા આઈ.ક્યૂ. સાથે સંબંધિત પ્રશ્નના જવાબ મેળવવા માટે જોસને ઘણી રાહ જોવી પડી. આ દરમિયાન તે એડવાન્સ ઈલેક્ટ્રોનિક્સ શીખીને સિગ્નલ કોર્પ્સમાં પ્રશિક્ષક તરીકે કાર્ય કરવા લાગ્યા. ત્યાં પ્રશિક્ષકનું કાર્ય છોડ્યા પછી તેમની પાસે માત્ર બસો ડોલર્સની મૂડી જ બચી હતી. ધીરે-ધીરે તેમણે ફરીથી પોતાનો રેડિયો સમારકામ કરવાનો વ્યવસાય વધારવાનું શરૂ કર્યું. તેની સાથે જ તેમણે લોરેડો જુનિયર કોલેજમાં દરરોજ પોતાનો અડધો દિવસ વિદ્યાર્થીઓને ભણાવવાની જવાબદારી પણ લઈ લીધી. આ કોલેજમાં તે ત્રણ અન્ય પ્રશિક્ષકોના સુપરવાઈઝર થવા ઉપરાંત ઈલેક્ટ્રોનિક પ્રયોગશાળાઓના નિર્માણની જવાબદારી પણ સંભાળવા લાગ્યા.

લગભગ પાંચ વર્ષ પછી ટી.વી.નો યુગ આવ્યો અને ટી.વીના સમારકામનું કામ ઝડપથી વધવા માંડ્યું. જોસે આ કામ પણ શીખી લીધું અને રેડિયોના સમારકામની સાથે હવે તે ટી.વી. સમારકામનું કામ પણ કરવા લાગ્યા. આ દરમિયાન તેમણે લોરેડો જુનિયર કોલેજમાં પોતાના પ્રશિક્ષકના પદેથી રાજીનામું આપી દીધું અને પોતાના વ્યવસાયને જ તે વધારે સમય આપવા માંડ્યા. પરિણામ સ્વરૂપે ફરીથી એકવાર તેમનો આ વ્યવસાય એ શહેરનો સૌથી સફળ વ્યવસાય સાબિત થયો. રોજે રાત્રે નવ વાગ્યા સુધી તેમનું મરામતનું કામ ચાલતું. તે પછી જમી લીધા પછી તે પોતાના બાળકો સાથે રમતા અને તેમને સૂવડાવતા. ઘરમાં સંપૂર્ણ શાંતિ થઈ ગયા પછી તેમનો અભ્યાસ શરૂ થતો. લગભગ ત્રણ કલાક સુધી તે અભ્યાસ કરતા, આનાથી જ તેમને સંમોહનની ઊંડી જાણકારી મળવા માંડી.

સંમોહન વિશે તેમણે જે જાણ્યું, ઈલેક્ટ્રોનિક્સનું જે શિક્ષણ લીધું અને પોતાના બાળકોના પરીક્ષામાં નપાસનો રિપોર્ટ વાંચી, તેમના મનમાં ફરીથી એ જ પ્રશ્ન ઉઠવા લાગ્યા કે ક્યા પ્રકારના માનસિક અભ્યાસથી આઈ.ક્યૂ.માં સુધારો થઈ શકે છે ?

જોસ પહેલેથી જ જાણતા હતા કે મન ઈલેકટ્રિસિટી એટલે કે વિદ્યુત ઉર્જા પેદા કરે છે. એ શતકની શરૂઆતમાં થયેલા સંશોધન અને એ પ્રયોગો વિશે જોસે વાંચ્યું હતું જે જણાવતા હતા કે અલ્ફા તરંગ શું કરે છે. ઈલેક્ટ્રોનિક્સમાં પોતાના કામના

કારણે તે એ પણ જાણતા હતા કે સૌથી ઓછા પ્રતિરોધવાળા સર્કિટને જ આદર્શ માનવામાં આવે છે. કારણ કે આ ઈલેકટ્રિકલ ઉર્જાનો વધારે સારો ઉપયોગ કરી શકે છે. જો મગજનો પ્રતિરોધ ઘટાડી દેવામાં આવે તો શું તે હજુ વધારે સારી રીતે કામ કરશે ? શું તેના પ્રતિરોધ કે બાધાને ઘટાડી શકાય છે ?

સંમોહનનો પ્રયોગ

જોસે પોતાના બાળકોના મનને શાંત કરવા માટે સંમોહનની મદદ લેવાનું શરૂ કર્યું. આનાથી જે વાતો બહાર આવી, તેમાં ઘણો બધો વિરોધાભાસ હતો. તેમણે જોયું કે જ્યારે મગજ કોઈ કામમાં વ્યસ્ત નથી હોતું ત્યારે તે વધારે ઉત્સાહી હોય છે. મગજને જેટલી ઓછી ફ્રિકવન્સી (વારંવારતા) આપવામાં આવે, તે એટલી વધારે સૂચના ગ્રહણ કરી શકે છે. પરંતુ તેમાં સૌથી મોટી મુશ્કેલી એ જ હતી કે મગજને ઓછી ફ્રિકવન્સી (વારંવારતા) પર સક્રિય કેવી રીતે રાખવામાં આવે કારણ કે એ ફ્રિકવન્સીનો, રોજિંદા કામોને બદલે દિવસે સપના જોવા અને ઊંઘ લેવા સાથે વધારે ઊંડો સંબંધ છે.

સંમોહનથી જોસને તે ગ્રહણશીલતા પ્રાપ્ત થઈ, જેની તેમને આશા હતી. પરંતુ એવો કોઈ સ્વતંત્ર વિચાર આગળ નહોતો આવતો, જેને સમજી શકાય. મગજમાં માત્ર તથ્યોને યાદ રાખવા એટલું જ પૂરતું નથી હોતું. તેની સાથે અંતર્દષ્ટિ અને સમજ હોવી પણ જરૂરી છે.

જોસનો નવો પ્રયોગ

ટૂંક સમયમાં જ જોસે એક નવા પ્રયોગ પર કાર્ય શરૂ કર્યું. સૌથી પહેલા તેમણે સંમોહનનો વિચાર છોડી દીધો.

સંમોહન વિના મગજને શાંત કરવું અને એ જ સમયે મગજને સજાગ રાખવું, એ રીતે મનને પ્રશિક્ષિત કરનારા પ્રયોગ પર તેમણે કામ શરૂ કર્યું.

આનાથી સમજ તો વધશે જ, પણ તેની સાથે જ સ્મરણ શક્તિ પણ સારી થશે. પરિણામે આપણો બુદ્ધિઆંક (આઈ.ક્યૂ.) વધારે સારો થશે, એવું જોસને લાગતું હતું.

આ પ્રયોગથી જ 'માઈન્ડ કંટ્રોલ'નો જન્મ થયો. મનના સૌથી ઊંડા સ્તર સુધી પહોંચવા માટે શાંત, તણાવરહિત, એકાગ્રતા અને કાલ્પનિક ચિત્રને પોતાની આંખો આગળ સ્પષ્ટપણે જોવાની ક્ષમતા વગેરે વાતોની આ પ્રયોગમાં આવશ્યકતા છે. એકવાર અભ્યાસમાં આવ્યા પછી, આ સ્તર બીટા અવસ્થા કરતાં પણ વધારે ફાયદાકારક સાબિત થયું. જોસ પોતાની તકનીકોમાં સુધારો લાવતા ગયા અને આ ત્રણ વર્ષોની અંદર તેમના બાળકોના ગ્રેડ્સમાં પણ આશ્ચર્યજનક રીતે સુધારો થયો.

જોસને આ પહેલી અને મહત્ત્વપૂર્ણ સફળતા પ્રાપ્ત થઈ હતી. મુખ્યત્વે બાયો-ફીડબેક (જૈસ પ્રતિક્રિયા) જેવા સંશોધનથી આ વાતને પુષ્ટિ મળી. જોસ એ પહેલી વ્યક્તિ બન્યા, જેમણે એ સાબિત કર્યું કે આપણે મસ્તિષ્કની અલ્ફા અને થીટા ફ્રિકવન્સી (વારંવારતા) ની સજાગતા સાથે પણ કામ કરવાનું શીખી શકીએ છીએ.

એ પછી ટૂંક સમયમાં જ બીજી એક અનોખી શોધ બહાર આવવાની હતી.

પોતાની દીકરીને આપ્યું ઈએસપીનું પ્રશિક્ષણ

એક સાંજે જોસની દીકરી પોતાના પિતાની તકનીકો શીખી પોતાના સ્તર (માઈન્ડ કંટ્રોલની ભાષામાં 'લેવલ') સુધી આવી ચૂકી હતી અને જોસ તેના અભ્યાસ વિશે તેને પ્રશ્ન પૂછતા હતા. જ્યારે તે પોતાના પિતાના પ્રશ્નોના જવાબ આપતી હતી, બરાબર એ જ સમયે જોસ પોતાના મનમાં બીજો પ્રશ્ન તૈયાર રાખતા હતા. આ ખૂબ જ સામાન્ય પ્રક્રિયા હતી. આ સત્ર પહેલા થઈ ચૂકેલા સેંકડો સત્ર જેવું જ હતું અને તેમાં કોઈ નવી વાત નહોતી પણ આજે અચાનક તે ક્રમ ત્યારે બદલાયો જ્યારે જોસની દીકરીએ એ પ્રશ્નનો જવાબ આપ્યો, જે તેણે પોતાની દીકરીને પૂછ્યો જ નહોતો....તેના પછી એક અન્ય પ્રશ્નનો જવાબ....ફરીથી એક બીજા પ્રશ્નનો જવાબ....આ રીતે તેણે એક-એક કરીને જોસના એ બધા પ્રશ્નોના જવાબ આપ્યા, જે તેના મનમાં હતા. તેનો અર્થ જ તે પોતાના પિતાનું મગજ વાંચી શકતી હતી.

આ વાત ૧૯૫૩ની છે, જ્યારે ઈએસપી (Extrasensory perception) વૈજ્ઞાનિક સંશોધન માટે એક સમ્માનીય વિષય બની રહ્યો હતો. તેમાં ડ્યૂક વિશ્વવિદ્યાલયના ડૉ.જે.બી.રાઈનનું ઘણું મોટું પ્રદાન હતું. જોસે ડૉ.રાઈનને એક પત્ર લખીને જણાવ્યું હતું કે કેવી રીતે તેમણે પોતાની દીકરીને ઈએસપીમાં પ્રશિક્ષિત કરી છે. પરંતુ જોસને ડૉ.રાઈન પાસેથી જે જવાબ મળ્યો, તેને વાંચી તેમને નિરાશા સાંપડી. ડૉ.રાઈનને જોસની વાત પર વિશ્વાસ નહોતો. તેમણે જોસને એક પત્ર દ્વારા જવાબ આપ્યો કે તેમનું માનવું હતું કે જોસે પોતાની દીકરીને પ્રશિક્ષણ આપતા પહેલા તેની તપાસ નહોતી કરી, આથી એ શક્ય છે કે તેનામાં આવા ગુણ જન્મજાત જ હોય.

આ દરમિયાન જોસના પડોશીઓને નવાઈ લાગતી હતી કે જોસના બાળકો અભ્યાસમાં આટલા હોંશિયાર કેવી રીતે થઈ ગયા. જ્યારે જોસે કેટલાક નવા પ્રયોગ કરવાનું શરૂ કર્યું હતું ત્યારે આ પડોશીઓનું વિચારવું હતું કે કોણ જાણે જોસ શું કરવાનો છે એટલે આપણે તેને સાથ ન આપીએ એ જ સારું રહેશે. પણ જ્યારે જોસના પ્રયોગ, તેના બાળકોની સફળતા રૂપે બહાર આવવા લાગ્યા ત્યારે તે તેને નજરઅંદાજ કરી શક્યા નહીં. કઈ વ્યક્તિ પોતાના બાળકો માટે કશું ખરાબ ઈચ્છશે. હવે તે બધા પડોશી એ જાણવા ઈચ્છતા હતા કે શું જોસ તેમના બાળકોને પણ આવું

પ્રશિક્ષણ આપશે ?

ડૉ.રાઈનનો પત્ર આવ્યા પછી જોસ તો પોતે જ આ ઈચ્છતા હતા. જો તે કોઈ એક બાળકને આટલું યોગ્ય બનાવી શકતા હતા તો બીજા બાળકોને પણ બનાવી શકતા હતા. આ રીતે જોસ આ બધા અનુભવોને સંગ્રહિત પણ કરી શકતા હતા, જે ભવિષ્યમાં તેમના વૈજ્ઞાનિક સંશોધનનો આધાર બનશે.

પછીના દસ વર્ષોની અંદર તેમણે લોરેડો શહેરના ૩૯ બાળકોને પ્રશિક્ષણ આપ્યું. તેમની સામે જે પરિણામ આવ્યા, તે પહેલા કરતાં પણ શ્રેષ્ઠ હતા કારણ કે દરેક બાળકના પ્રશિક્ષણની સાથે તેમની તકનીક હજુ વધારે શ્રેષ્ઠ થતી ગઈ હતી. તેમણે વિશ્વનો તે પહેલો ઉપાય વિકસિત કરી લીધો હતો, જેની મદદથી કોઈને પણ ઈએસપીમાં પ્રશિક્ષિત કરી શકાતી હતી. અત્યાર સુધીના ઈતિહાસમાં આવું પ્રશિક્ષણ આપનારા જોસ પહેલા વ્યક્તિ હતા અને તેને સાબિત કરવા માટે તેમની પાસે ૩૯ પ્રયોગ પણ હાજર હતા, જે તેમની સફળતાની સાક્ષી પૂરતા હતા.

પછીના ત્રણ વર્ષોમાં તેમણે પોતાના પ્રશિક્ષણને એક કોર્સમાં બદલી નાખ્યું. જે હવે સર્વત્ર પ્રચલિત છે. આ કોર્સને પૂરો કરવામાં ૪૦ થી ૪૮ કલાક લાગે છે અને આ બાળકો અને મોટી ઉંમરની વ્યક્તિ, બંને માટે ઉપયોગી છે. અત્યાર સુધી ૫,૦૦,૦૦૦ કરતાં પણ વધારે લોકોએ આ કોર્સ દ્વારા પ્રશિક્ષણ મેળવી, આ પ્રયોગોની વૈજ્ઞાનિકતા પર ભાર મૂક્યો છે. આથી મુક્ત વિચાર ધરાવનારા કોઈ વૈજ્ઞાનિક તેને વણજોયું કરી શકતા નથી.

જોસના સફળતાપૂર્વક ચાલી રહેલા ઈલેકટ્રોનિક્સના વ્યવસાયે વર્ષો સુધી ચાલનારા આ સંશોધન માટે પૈસાના વ્યવસ્થા કરી. અલગ ક્ષેત્રમાં થઈ રહેલા આ સંશોધન કાર્ય માટે કોઈપણ નામાંકિત યુનિવર્સિટી કે ફાઉન્ડેશન પાસેથી કોઈ અનુદાન મળ્યું નહીં. આજે માઈન્ડ કંટ્રોલ એક ખીલતી-વિકસતી પારિવારિક સંસ્થા છે. જેમાંથી મળનારો મોટાભાગનો લાભ આ જ દિશામાં થનારા સંશોધન-કાર્યો અને સંસ્થાના વિસ્તારમાં લગાવી શકાય છે. આજે અમેરિકાના બધા ૫૦ રાજ્યો અને ૩૪ અન્ય દેશોમાં 'માઈન્ડ કંટ્રોલ' સંસ્થાના વ્યાખ્યાતાઓ અને પ્રશિક્ષણ કેન્દ્ર ઉપલબ્ધ છે.

આટલી સફળતા મળ્યા પછી પણ જોસ સિલ્વા કોઈ સેલિબ્રિટી ન બન્યા કે કોઈ આધ્યાત્મિક ગુરુ કે લીડર ન બન્યા, જેનાથી ઘણા બધા અનુયાયીઓ હોય. તે સૌમ્ય ભાષામાં વાત કરનારા એક સામાન્ય મેક્સિકન-અમેરિકન છે, પોતાની જાતને તે સીધી-સરળ જીવન જીવનારી એક સામાન્ય વ્યક્તિ જ માને છે. એક શક્તિશાળી અને મજબૂત શરીર ધરાવતા જોસના કરુણાપૂર્ણ ચહેરા પર હાસ્ય આવવામાં વાર નથી લાગતી.

સફળતાના કેટલાક ઉદાહરણ

આપના અનુસાર સફળતાની પરિભાષા શું છે ? એવો પ્રશ્ન જો કોઈ જોસને પૂછે તો તેમની પાસે આ સફળતાના કિસ્સાઓનો આખો પટારો છે. તેમાંથી જ કેટલાક પસંદગીના ઉદાહરણ છે :

૧ એક મહિલાના પતિ ઘણા વર્ષોથી માઈગ્રેનની બીમારીથી પીડાતા હતા. પોતાના પતિની તકલીફ જોઈ, 'શું માઈગ્રેન પર કોઈ સારો ઉપાય સૂચવી શકો છો ?' આ વિષય પર એ મહિલાએ બોસ્ટનના 'હેરાલ્ડ અમેરિકન' નામના અખબારને પત્ર લખી મદદ માંગી. અખબારમાં તેનો પત્ર છપાયો અને બીજા જ દિવસે એક વ્યક્તિએ માઈગ્રેનને કેવી રીતે નિયંત્રિત કરી શકાય, એ આશયથી પત્ર લખ્યો.

એક મહિલા ડૉક્ટરે 'હેરાલ્ડ અમેરિકન' અખબારમાં છપાયેલા તે બંને પત્રો વાંચ્યા અને જવાબમાં તેણે પણ એક પત્ર લખ્યો. તે મહિલા પણ માઈગ્રેનથી પીડિત હતી. તેણે પત્રમાં લખ્યું કે 'માઈન્ડ કંટ્રોલ પદ્ધતિને અપનાવ્યા પછી ફરી ક્યારેય મને માઈગ્રેનની તકલીફ થઈ નથી.'

તમને વિશ્વાસ નહીં બેસે પણ, એ મહિલા ડૉક્ટરના આ પત્ર પછી માઈન્ડ કંટ્રોલના પરિચયાત્મક વ્યાખ્યાનમાં ભારે ભીડ એકઠી થઈ ગઈ.

૨ એક બીજા પ્રસિદ્ધ મનોચિકિત્સકે પોતાના દર્દીઓને માઈન્ડ કંટ્રોલ અભ્યાસ અપનાવવાની સલાહ આપી. તે અભ્યાસ કર્યા પછી દર્દીઓને પોતાના કેટલાક એવા મુદ્દાઓ નવેસરથી ઉકેલવામાં મદદ મળી, જેને ઉકેલવા માટે બે વર્ષનો સમય લાગે છે.

માઈન્ડ કંટ્રોલમાં ગ્રેજ્યુએટ થયેલા લોકોએ એક માર્કેટિંગ કંપનીના કામની જવાબદારી લીધી. આ કોર્સની તકનીકોના ઉપયોગથી તેમણે કેટલાક નવા ઉત્પાદન વિકસિત કર્યા અને તેના માર્કેટિંગ માટે નવા-નવા માર્ગ પણ શોધ્યા. તેનું પરિણામ એ આવ્યું કે કંપની પોતાના ત્રીજા જ વર્ષે બજારમાં અઢાર ઉત્પાદનો મૂકી શકી હતી.

૩ વિજ્ઞાપનની દુનિયાના એક વ્યવસાયીને પોતાના નવા ગ્રાહકો માટે કોઈ વિજ્ઞાપન અભિયાન તૈયાર કરવામાં બે મહિનાનો સમય લાગતો હતો. વિજ્ઞાપન માટે આટલો સમય લાગવો એ ક્ષેત્ર માટે ખૂબ સામાન્ય વાત હતી. હવે માઈન્ડ કંટ્રોલ અભ્યાસની મદદથી તેના મગજમાં વીસ મિનિટમાં જ વિજ્ઞાપન અભિયાનનો બુનિયાદી વિચાર આવી જાય છે અને બાકીનું કામ પછીના બે અઠવાડિયામાં પૂરું થઈ જાય છે.

૪ શિકાગો વ્હાઈટ સોક્સના ચૌદ ખેલાડીઓએ માઈન્ડ કંટ્રોલ અભ્યાસમાં ભાગ લીધો. વ્યક્તિગત રીતે એ બધામાં ઘણો સુધારો જણાયો અને કેટલાક ખેલાડીઓમાં થયેલો સુધારો તો કાબિલે તારીફ હતો.

૫ એક મહિલા પોતાનું વજન ઓછું કરવા માટે દરેક પ્રકારના ડાયટ અપનાવીને હારી ગઈ હતી. પછી તેના પતિએ તેને 'માઈન્ડ કંટ્રોલ'નો કોર્સ કરવા માટે કહ્યું. આ કોર્સ કરવા માટે તે રાજી થઈ ગઈ પણ એ શરતે કે તેનો પતિ પણ તેની સાથે આ કોર્સ કરશે. તે પછી માઈન્ડ કંટ્રોલના અભ્યાસથી માત્ર છ અઠવાડિયામાં જ એ મહિલાએ પોતાનું વીસ પાઉન્ડ વજન ઘટાડ્યું અને તેના પતિની ધૂમ્રપાનની લત છૂટી ગઈ.

૬ એક ફાર્મસી કોલેજના પ્રોફેસર પોતાના વિદ્યાર્થીઓને માઈન્ડ કંટ્રોલ અભ્યાસનું પ્રશિક્ષણ આપે છે. તેમનું કહેવું હતું, 'આ પ્રશિક્ષણ પછી બાળકોના ગ્રેડ વધી રહ્યા છે, તે ઓછો અભ્યાસ કરવા છતાં પણ વધારે સારા પરિણામ આપી રહ્યા છે અને ખૂબ સહજ રહે છે. વાસ્તવમાં દરેક વ્યક્તિ પોતાની કલ્પનાનો ઉપયોગ કરવાનું પહેલેથી જાણે છે. હું મારા વિદ્યાર્થીઓને આનો વધારે અભ્યાસ કરવા માટે કહું છું. કલ્પનામાં પણ વાસ્તવિકતા (સત્ય)નો અંશ જોવા મળે છે, જેનો પ્રયોગ પોતાના ફાયદા માટે કરી શકાય છે.'

જો કે, જ્યારે કોઈ જોસને કહે છે કે 'તમે મારું જીવન બદલી નાખ્યું' ત્યારે તેમના ચહેરા પર હાસ્ય આવી જાય છે. તે કહે છે, 'ના, મેં નહીં, તમે પોતે તમારું જીવન બદલ્યું છે, પોતાના મનની મદદથી !'

હવે પછીના પ્રકરણથી જોસ પોતે તમને જણાવશે કે મનની તાકાતથી તમે પોતાના જીવનને કેવી રીતે બદલી શકો છો.

૩

ધ્યાન કેવી રીતે કરશો ?

(નોંધ : પ્રકરણ ૩ થી ૧૬ સુધીના બધા પ્રકરણ જોસ સિલ્વાએ પોતે લખેલા છે. આ બધા પ્રકરણ ખૂબ જ મહત્ત્વપૂર્ણ છે. તેમાં આપવામાં આવેલી જાણકારી તમારા માટે ખૂબ ઉપયોગી નીવડી શકે છે. આ પ્રકરણો દ્વારા જોસ તમને 'સિલ્વા માઈન્ડ કંટ્રોલ' કોર્સની બુનિયાદી વાતો વિશે જણાવવા જઈ રહ્યા છે. જો તમે તેમના પ્રકરણોનો પૂર્ણ લાભ મેળવવા ઈચ્છો છો તો તમારે તેને એક ખાસ પદ્ધતિથી વાંચવા પડશે, જેના વિશે તમે આ પ્રસ્તાવનામાં જાણી શકો છો.)

ધ્યાન કેવી રીતે કરવાનું છે, એ વિશે હું તમને માર્ગદર્શન આપવાનો છું. ધ્યાન કરીને તમે પોતાના મનના સ્તર પર પહોંચી જશો. જ્યારે તમે ધ્યાનમાં બેસી શકશો, ત્યારે તમે પોતાના જીવનની સમસ્યાઓને ઉકેલવા અને પોતાના આંતરિક પ્રશ્નોના જવાબ મેળવવા માટે પોતાની કલ્પનાશક્તિનો ભરપૂર ઉપયોગ કરી શકો છો. પણ અત્યારે આપણે માત્ર ધ્યાનના વિષય અંગે જ જાણકારી મેળવીશું. સમસ્યાઓને કઈ રીતે ઉકેલવાની છે, એ આપણે પછીથી શીખીશું.

જો કે તમે કોઈ અનુભવી ગાઈડ વિના શીખશો એટલે હું તમને એક અલગ પ્રકારનો ઉપાય જણાવવા જઈ રહ્યો છું. આ માઈન્ડ કંટ્રોલ વર્ગમાં શીખવવામાં આવેલી રીત કરતા જરા અલગ અને ધીમો છે પરંતુ તમે નિશ્ચિંત રહો, આ ઉપાયથી તમને કોઈ મુશ્કેલી નહીં થાય.

તમે માત્ર ધ્યાન શીખીને પણ પોતાના જીવનની સમસ્યાઓનો ઉકેલ લાવી શકો છો. ધ્યાન દરમિયાન કેટલુંક સુંદરતમ બનશે અને તે સૌંદર્ય શાંતિદાયક હશે. તમે જેટલું વધારે ધ્યાન કરશો, પોતાની અંદર એટલા જ ઊંડાણ સુધી પહોંચી શકશો. ધ્યાનના ઊંડાણમાં તમને એવી શાંતિનો અનુભવ થશે, જેને દુનિયાની કોઈ તાકત કે તમારા જીવનની કોઈ મુશ્કેલી દૂર કરી શકશે નહીં.

આ આંતરિક શાંતિથી તમારા શરીરને પણ લાભ થશે. ધ્યાન કરતી વખતે સૌથી પહેલા તમે પોતાના મનની ચિંતા અને અપરાધ બોધની ભાવનાને વિલીન થતી અનુભવશો. અલ્ફા સ્તર પર ધ્યાન કરવાની એક સુંદરતા એ પણ હોય છે કે ગુસ્સો કે અપરાધ બોધની ભાવના તમારામાં રહી શકતી નથી. જો આ ભાવનાઓ ઉપસી તો પણ તમે એ સમયે ધ્યાનની અવસ્થાથી બહાર હશો. જેમ-જેમ તમે નિરંતર ધ્યાન કરતા જશો, આવી નકારાત્મક ભાવનાઓ તમારા મનમાંથી હંમેશા માટે વિલીન થઈ જશે. તેનો અર્થ હશે કે આપણા શરીરને બીમાર કરનારી, મનની એ ગતિવિધિઓ આપોઆપ બંધ થઈ જશે. વાસ્તવમાં માનવના શરીરની રચના જ હંમેશા આરોગ્યપ્રદ અને સ્વસ્થ રહેવા માટે કરવામાં આવી છે. દરેક વ્યાધિથી મુક્ત થવા માટે આપણા શરીરની પાસે પોતાનું એક આરોગ્ય તંત્ર હાજર હોય છે પરંતુ તમારું મન એવા તંત્રોને બ્લોક કરી દે છે કારણ કે તેનું પોતાના પર નિયંત્રણ હોતું નથી. 'ધ્યાન' એ માઈન્ડ કંટ્રોલનું પહેલું પગલું છે. ધ્યાન દ્વારા જ આપણા શરીરમાં દરેક બીમારીને સારી કરવાની શક્તિ વધે છે અને પહેલા તણાવમાં વ્યર્થ જનારી ઉર્જા આપણને ફરીથી પ્રાપ્ત થાય છે. (આ વિષય સાથે સંબંધિત કેટલા ઉદાહરણ આપણે આગળના પ્રકરણોમાં વાંચવાના છીએ.)

સવારના સમયે ધ્યાન કેવી રીતે કરશો

અલ્ફા સ્તર કે મનની ધ્યાનમગ્ન અવસ્થા સુધી પહોંચવા માટે નિમ્ન કેટલીક બાબતોની આવશ્યક્તા છે.

સવારે ઊંઘીને ઉઠ્યા પછી જો જરૂરી લાગે તો જ બાથરૂમ જાઓ, પછી પથારીમાં પાછા આવી જાઓ.

ધ્યાન કરતી વખતે જો ઊંઘ આવવાની આશંકા હોય તો સાવધાની વરતાય તે માટે પંદર મિનિટ પછીનો એલાર્મ લગાવી દો.

પોતાની આંખો બંધ કરી, પોતાની પાંપણોની અંદર ઉપરની તરફ વીસ ડિગ્રીના કોણ પર જુઓ. આંખોની આ સ્થિતિ જ મસ્તિષ્કને અલ્ફા તરંગો પેદા કરવા માટે તૈયાર કરે છે. વાસ્તવમાં આ કેવી રીતે થાય છે, તેનું કારણ હજુ સુધી કોઈને સમજાયું નથી.

હવે ધીરેથી, બે-ત્રણ ક્ષણોના અંતરાલ પછી, સોથી માંડીને એક સુધી ઊંધી ગણતરી કરો. એવું કરતી વખતે તમારું પૂરું ધ્યાન ત્યાં જ હોવું જોઈએ જ્યાં દર્શાવવામાં આવ્યું છે. આ દરમિયાન તમને પહેલી વાર અલ્ફા અવસ્થાનો અનુભવ થશે.

માઈન્ડ કંટ્રોલના વર્ગોમાં વિદ્યાર્થી આ પહેલા અનુભવોને અલગ-અલગ રીતે રજૂ કરે છે. જેમ કે કોઈ કહે છે કે, 'આ ખૂબ સુંદર અનુભવ હતો.' તો કોઈનું કહેવું હોય છે કે 'એ સમયે મને કશો જ અનુભવ થતો નહોતો.' વાસ્તવમાં તેમના આ અનુભવોમાં વધારે ફેર નથી હોતો પણ તે આ અનુભવથી પહેલેથી કેટલા પરિચિત હતા, તેમાં ફેર હોય છે. દરેકને આ અનુભવનો ઓછી કે વધારે માત્રામાં પરિચય હોઈ શકે છે કારણ કે સવારે ઉઠતી વખતે મોટાભાગે આપણે અલ્ફા અવસ્થામાં જ હોઈએ છીએ. રોજે સવારે ઉઠતી વખતે આપણે ઊંઘના થીટા સ્તરમાં થઈને, જાગૃતિના સ્તર બીટા સુધી આવવા માટે, અલ્ફા અવસ્થામાંથી પસાર થવાનું હોય છે. મોટાભાગે આપણી સવારની દિનચર્યા વચ્ચે આપણે એ જ અવસ્થામાં હોઈએ છીએ.

જો તમને લાગે કે પહેલી વાર ધ્યાનના અભ્યાસ દરમિયાન કશું નથી થયું, તો એનો અર્થ જ એ છે કે તમે જાણ્યે-અજાણ્યે ઘણીવાર અલ્ફા અવસ્થાનો અનુભવ લીધો છે. તેથી તમને કશો નવો અનુભવ થતો નથી. આવા સમયે શાંત રહો, આ અંગે મનમાં પોતાને જ પ્રશ્નો ન કરશો અને એકાગ્રતાથી ધ્યાનનો અભ્યાસ કરતા રહો.

એકાગ્રતા રાખી પહેલા જ પ્રયત્નમાં તમે અલ્ફા અવસ્થામાં જઈ શકો છો. છતાં પણ અલ્ફાના વધારે ઊંડા સ્તર પર જવા માટે તમારે ઓછામાં ઓછા સાત અઠવાડિયા સુધી અભ્યાસ કરવો આવશ્યક છે. આ માટે પહેલા દસ દિવસ સુધી તમે સો થી શરૂ કરી એક સુધીની ઊંધી ગણતરી ગણો. એ પછી પછીના દસ દિવસ સુધી પચાસથી એક સુધી ગણતરી ગણો. પછી પચ્ચીસથી એક....પછી દસથી એક અને અંતે પાંચથી એક સુધી ગણતરી ગણો.

જ્યારે તમે પહેલી વાર પોતાની અલ્ફા અવસ્થામાં જાઓ છો, ત્યારે એ અવસ્થામાંથી બહાર આવવા માટે એક જ રીતનો પ્રયોગ કરો. સહજતાથી બહાર આવવા માટે આ વિધિ તમને વધારે નિયંત્રણ પ્રદાન કરશે.

પોતાના ધ્યાનના સ્તરને કેવી રીતે છોડશો

માઈન્ડ કંટ્રોલમાં આપણે ધ્યાનની અવસ્થામાંથી બહાર આવવા માટે જે રીત અપનાવીએ છીએ, તેમાં આપણે મનમાં પુનરાવર્તિત કરીએ છીએ કે 'હું એક થી પાંચ સુધીની ગણતરી કરતાં-કરતાં ધીરે-ધીરે બહાર આવી રહ્યો છું....હવે હું જાગૃત છું અને પહેલા કરતાં ક્યાંય વધારે શ્રેષ્ઠ છું. એક-બે — આંખો ખોલવા માટે હું તૈયાર

છું....ત્રણ – હું આંખો ખોલી રહ્યો છું....ચાર-પાંચ - હવે મેં આંખો ખોલી છે, હું પૂર્ણપણે જાગૃત છું અને પહેલા કરતાં ઘણો વધારે સારો અનુભવ કરી રહ્યો છું.'

આ રીતે તમારે બે પદ્ધતિઓ તૈયાર કરવી પડશે. એકમાં તમે પોતાના સ્તર સુધી જશો અને બીજામાં તમારે તેમાંથી બહાર આવવું પડશે. આ પદ્ધતિઓ એક જ વાર બનાવો અને હંમેશા તેમનો ઉપયોગ કરતા રહો. આ પદ્ધતિઓ તમે પોતાના અભ્યાસથી આત્મસાત કરી છે. આથી તેને બદલવાથી તમારે ફરીથી શરૂઆતથી આરંભ કરવો પડશે, જેમાં ઘણો સમય વેડફાઈ જશે.

દિવસના કોઈપણ સમયે ધ્યાન કેવી રીતે કરશો

જ્યારે તમે સવારના સમયે પાંચથી એક સુધીની ઊંધી ગણતરી ગણી પોતાના સ્તર પર જવાનું શીખો છો, ત્યારે તમે દિવસના કોઈપણ સમયે પોતાના સ્તર એટલે કે અવસ્થામાં જઈ શકશો. આ માટે તમારે માત્ર દસથી પંદર મિનિટનો સમય આપવો પડશે કારણ કે તમારે એ સમયે અલ્ફાના હળવા સ્તરને બદલે, બીટાથી પોતાના સ્તરમાં આવવાનું છે, જેના માટે થોડાક પ્રશિક્ષણની જરૂર હોય છે.

પોતાના પગ લાદી (ટાઈલ્સ) પર સ્થિર કરી, પલંગ કે ખુરશી પર આરામદાયક મુદ્રામાં બેસી જાઓ. પોતાના હાથોને હળવેથી પોતાની જાંઘો પર રાખો. જો તમે ઈચ્છો તો પલાઠી મારી, કમળ મુદ્રા (પદ્માસન)માં પણ બેસી શકો છો. તમારું મગજ પૂર્ણપણે સંતુલિત હોવું જોઈએ. હવે પોતાના શરીરના પહેલા ભાગ પર પોતાનું ધ્યાન એકાગ્રતાથી કરો, તેને શિથિલ અને શાંત થવા દો.

હવે બીજા ભાગ પર પોતાનું ધ્યાન કેન્દ્રિત કરો. પોતાનો ડાબો પગ, ડાબી જાંઘ, જમણો પગ વગેરેથી થતા ગળું, ચહેરો, આંખો અને અંતે પોતાના માથા સુધી આવો. જ્યારે તમે પહેલી વાર આવું કરશો તો તમને એ સમજાઈ જશે કે આનાથી પહેલા તમારું આખું શરીર કેટલા ઊંડા તણાવમાં હતું.

હવે સામેની દીવાલ કે છત પર, આંખોના સ્તરથી ૪૫ ડિગ્રીના કોણ પર એક બિંદુ નિશ્ચિત કરો. એ બિંદુને ત્યાં સુધી એકીટશે જુઓ, જ્યાં સુધી પાંપણો ભારે થઈને બંધ ન થવા લાગે. હવે પોતાના મનમાં પચાસથી એક સુધીની ઊંધી ગણતરી ગણો. આવું દસ દિવસ સુધી કરો.

પછી આગળના દસ દિવસો સુધી, દસથી એક સુધીની ગણતરી ગણો અને તે પછી પાંચથી એકની ગણતરી કરો.

માત્ર સવારના સમયે જ આ અભ્યાસ કરવાની આવશ્યકતા નથી બલકે આખા દિવસમાં બે કે ત્રણ વાર તમારે આ અભ્યાસ કરવાની ટેવ પાડવાની છે. એક સત્ર ઓછામાં ઓછી પંદર મિનિટનું હોવું જોઈએ.

પોતાની આ અવસ્થા સુધી પહોંચ્યા પછી હવે આગળ શું ? તમે શાના વિશે વિચારશો.

માનસિક ચિત્રણનો પહેલો તબક્કો – માનસિક સ્ક્રીનનું નિર્માણ

શરૂઆતથી જ એટલે કે ધ્યાનના સ્તર પર પહોંચવાના ખૂબ પહેલેથી જ પોતાની આંખો સામે એક કાલ્પનિક દૃશ્ય જોવાનો અભ્યાસ કરો. આ માઈન્ડ કંટ્રોલનું કેન્દ્રબિંદુ છે. તમે જેટલી સારી રીતે કાલ્પનિક દૃશ્ય જોવાનું શીખશો, માઈન્ડ કંટ્રોલની સાથે તમારો અનુભવ એટલો જ મજબૂત થતો જશે.

કાલ્પનિક દૃષ્ટિકોણથી પોતાની આંખો આગળ કોઈપણ દૃશ્ય લાવવા માટે માનસિક સ્ક્રીનનું નિર્માણ કરવું, એ પહેલું પગલું છે. આ સ્ક્રીન ફિલ્મની મોટી સ્ક્રીન જેવી જ હોવી જોઈએ પણ તમારા બધા માનસિક દૃષ્ટિકોણને પોતાની અંદર સમાવનારી ન હોવી જોઈએ.

કલ્પના કરો કે આ સ્ક્રીન તમારી પાંપણોની પાછળ નહીં બલકે તમારાથી છ ફૂટ આગળ છે. હવે જે પણ વસ્તુ પર તમે પોતાનું ધ્યાન એકાગ્ર કરવા ઈચ્છો છો, તેને આ પડદા પર જુઓ. એ પછી તેના બીજા ઉપયોગ પણ થઈ શકે છે.

જ્યારે તમે પોતાની આંખોની સામે આ સ્ક્રીન લાવો છો, ત્યારે શરૂઆતમાં તેના પર કોઈ સામાન્ય અને ઓળખીતી છબી જુઓ, જેમ કે કોઈ સંતરું કે સફરજન. જ્યારે પણ તમે પોતાના સ્તર પર હો તો કોઈ એક જ છબીને જુઓ, પછી બીજી વખત તમે તેને બદલી શકો છો. આ છબી વધારે વાસ્તવિક લાગે તેના માટે એકાગ્રતાથી તેના પર ધ્યાન કરો. તેને થ્રીડી, રંગીન અને પૂર્ણ વિસ્તાર સાથે જોવાનો પ્રયત્ન કરો. એ સિવાય બીજી કોઈ અન્ય વાત વિશે ન વિચારશો.

મગજને પ્રશિક્ષણ આપો

કહેવાય છે કે માણસનું મગજ એક વાંદરા જેવું હોય છે કારણ કે તે એક વસ્તુ પરથી બીજી પર અને એક વિચાર પરથી બીજા વિચાર પર છલાંગ મારતું રહે છે. આ આશ્ચર્યની વાત છે કે આપણું આપણા મગજ પર ઓછું નિયંત્રણ હોય છે. ઘણીવાર આપણું મગજ સારા કામ પણ કરે છે પણ ક્યારેક-ક્યારેક તે આપણી પીઠ પાછળ આપણી જ વિરુદ્ધ કામ કરવા લાગે છે અને આપણા માટે મુશ્કેલીઓ ઊભી કરી દે છે. ક્યારેક આ મગજ સહેલી વાતોને પણ મુશ્કેલ બનાવી દે છે. આપણું મગજ એટલું તાકતવર છે કે તેને પોતાના નિયંત્રણમાં રાખવું મુશ્કેલ છે. જ્યારે આપણે મનના સહયોગથી આપણા જ મગજને પ્રશિક્ષિત કરવાનું શીખી લઈએ છીએ, તો તે આપણા માટે કેટલાક આશ્ચર્યજનક કામ કરશે. એ કાર્યોને આપણે ટૂંક સમયમાં જ જોવાના છીએ.

આ દરમિયાન ખૂબ ધીરજની સાથે આ સરળ એવો અભ્યાસ કરો. પોતાના મનનો ઉપયોગ કરતા મગજને અલ્ફામાં જવાનું પ્રશિક્ષણ આપો. પોતાના મનમાં એક કાલ્પનિક છબી તૈયાર કરી, તેને વધારે સ્પષ્ટ રૂપે જોવાનો અભ્યાસ કરો. આ અભ્યાસની શરૂઆતમાં તમારા મગજમાં ઘણા બધા વિચાર એકસાથે આવી જશે. ક્ષમાની ભાવના સાથે એ વિચારોનો સ્વીકાર કરો અને ધીરે-ધીરે પોતાનું ધ્યાન ફરીથી એ કાલ્પનિક છબી પર કેન્દ્રિત કરો. આ દરમિયાન જો તમે ચિંતિત થશો કે તમારા મનમાં વધારે તણાવની સ્થિતિ નિર્માણ થશે તો આ સ્થિતિ અને ચિંતાની ભાવના તમને અલ્ફા અવસ્થામાંથી બહાર કાઢશે.

આ જ રીતે સમગ્ર દુનિયામાં ધ્યાનનો અભ્યાસ કરવામાં આવે છે. જો તમે આ રીતે નિયમિત ધ્યાન કરવાનું શરૂ કરી દેશો તો અંગ્રેજ કવિ વિલિયમ વર્ડ્સવર્થના શબ્દોમાં તમે 'મનની એક પ્રસન્નપૂર્ણ સ્થિરતા' (A happy stillness of mind) નો અનુભવ કરી શકો છો. એના કરતાં પણ મહત્ત્વની વાત એ છે કે ધ્યાન કરવાથી તમને ઊંડી આંતરિક શાંતિનો અનુભવ થશે. જેમ-જેમ તમે મનના ઊંડા સ્તરો સુધી જશો, તે તમારા માટે એક રોચક અનુભવ બનતો જશે. ધીરે-ધીરે તમને આ અનુભવમાં કોઈ નવીનતા નહીં લાગે. આ અવસ્થા સુધી આવ્યા પછી ઘણા લોકો ત્યાં જ અટકી જાય છે અને પછી ધ્યાન કરવાનું જ છોડી દે છે. લોકો એ ભૂલી જાય છે કે આ કોઈ નાનકડી યાત્રા નથી બલકે આ તમારા જીવનની સૌથી અગત્યની યાત્રાનો પહેલો મહત્ત્વપૂર્ણ ભાગ છે.

૪

ડાયનેમિક મેડિટેશન

પાછલા પ્રકરણમાં તમે 'ધ્યાન કેવી રીતે કરવું' એ વિશે સમજ પ્રાપ્ત કરી. તેમાં જણાવવામાં આવેલા ધ્યાનને 'નિષ્ક્રિય ધ્યાન' કહે છે. મને આશા છે કે તમે એ ધ્યાનનો અનુભવ કર્યો હશે. એ અનુભવને અન્ય રીતોથી પણ મેળવી શકાય છે. આંખોથી દેખાતી કોઈ છબી પર ધ્યાન કરવાને બદલે તમે કોઈ ધ્વનિ પર પણ ધ્યાન લગાવી શકો છો. જેમ કે તમે 'ઓમ', 'વન' (ONE) કે 'આમીન' (AMEN) જેવા પવિત્ર શબ્દોનો પોતાના મનમાં કે એક સૂરમાં બોલીને પણ જાપ કરી શકો છો. આ સિવાય તમે તમારા શ્વાસો પર પણ ધ્યાન કેન્દ્રિત કરી શકો છો. તમે શરીરના કોઈ ઉર્જા બિંદુ, નગારાની ધૂન કે નૃત્ય પર પણ ધ્યાન લગાવી શકો છો અથવા જ્યારે તમે કોઈ ધાર્મિક અનુષ્ઠાન સાથે જોડાયેલા ચિત્રને જોઈ રહ્યા છો, તો એ સમયે ગ્રેગોરિયન ચૈંટ (રોમન કેથલિક ચર્ચનો પવિત્ર મંત્ર) નું ઉચ્ચારણ પણ કરી શકો છો. આ બધા ઉપાયોથી થનારા એકત્રિત પરિણામોથી તમારા મનને ધ્યાનાવસ્થા જેવી શાંતિ પ્રાપ્ત થશે.

હું તમને ઊંધી ગણતરી કરવાની પણ સલાહ આપીશ કારણ કે આનાથી મનને એકાગ્ર થવામાં મદદ થાય છે. આ જ એકાગ્રતા સફળતાની ચાવી છે. જ્યારે તમે આ ઉપાયથી ઘણીવાર પોતાના 'સ્તર' પર આવી ચૂક્યો હશો, તો તમારા સફળ પરિણામોની સાથે

તમારા મનમાં આ ઉપાય અંકિત થઈ જશે. આ રીતે આ પ્રક્રિયા વધારે સહજ અને સ્વયં પ્રેરિત થઈ જશે.

માઈન્ડ કંટ્રોલમાં દરેક સફળ પરિણામને 'સંદર્ભ બિંદુ' કહેવામાં આવે છે. જાણ્યે-અજાણ્યે આપણે માઈન્ડ કંટ્રોલમાં મળનારા અનુભવને વારંવાર જોઈએ છીએ, આ અનુભવ પર આવી શકીએ છીએ, તેને પુનરાવર્તિત કરી શકીએ છીએ અથવા તેનાથી આગળ પણ જઈ શકીએ છીએ.

એકવાર જ્યારે તમે ધ્યાનના સ્તર પર પહોંચો છો, તો એ જરૂરી નથી કે તમે ત્યાં જ અટકી જાઓ અથવા કશુંક થવાની રાહ જુઓ. તે અવસ્થા ખૂબ જ સુંદર અને શાંતિ આપનારી હોય છે. તેની તમારા શારીરિક સ્વાસ્થ્ય પર પણ સારી અસર થાય છે. પણ વાસ્તવમાં ધ્યાનમાં જે શક્યતાઓ છુપાયેલી છે, તેની સરખામણીએ આ ઉપલબ્ધિઓ સામાન્ય જ છે. તેથી તમારે 'નિષ્ક્રિય ધ્યાન'થી આગળ વધવાનું છે. નિયમબદ્ધ અને ક્રિયાશીલ પ્રવૃત્તિઓ માટે પોતાના મનને પ્રશિક્ષિત કરો. મને લાગે છે કે આ માટે જ મનનું નિર્માણ થયું છે. એ પછી તમને જે પરિણામ મળશે, તેને જોઈને તમે પોતે આશ્ચર્યચકિત થઈ જશો.

ગતિશીલ ધ્યાન (Dynamic Meditation) નું પ્રશિક્ષણ

મારું માનવું છે કે હવે તે સમય આવી ગયો છે, જ્યારે તમારે નિષ્ક્રિય ધ્યાનથી પણ આગળ જવાનું છે અને એવું પ્રશિક્ષણ લેવાનું છે, જેના માધ્યમથી તમે ગતિશીલ ધ્યાન (Dynamic Meditation) ચાલુ રાખીને તમારી ઘણી બધી સમસ્યાઓથી છુટકારો મેળવી શકો છો. હવે તમે જોશો કે કેવી રીતે મનની સ્ક્રીન પર એક સફરજન અથવા તમારા દ્વારા પસંદ કરેલી કોઈપણ છબીનું કાલ્પનિક ચિત્રણ કરવાનો અભ્યાસ કેટલો મહત્ત્વનો હોય છે.

પોતાના આગળના સ્તર પર જતા પહેલાં આજે કે કાલે બનેલી કોઈ સારી ઘટના વિશે વિચારો – પછી ભલે તે કોઈ સામાન્ય ઘટના જ કેમ ન હોય. મનમાં ને મનમાં તેનું વિશ્લેષણ કરો, પછી પોતાના 'સ્તર' સુધી જવા માટે એ ઘટનાનું પોતાના મનમાં એક ફિલ્મની જેમ કાલ્પનિક ચિત્રણ કરો. એ ઘટના દરમિયાન તમે શું જુઓ છો...શું સાંભળો છો....કઈ સુગંધ તમે અનુભવી....અને એ સમયે તમારા મનમાં કઈ ભાવનાઓ હતી, આ બધી વાતોને યાદ કરો. એ જ ઘટનાને પોતાની બીટા અવસ્થામાં યાદ કરવી અને પછી અલ્ફા અવસ્થામાં યાદ કરવી, આ બંને અવસ્થાઓ વચ્ચેનું અંતર જોઈ તમને આશ્ચર્ય થશે. આ અંતર એટલું જ હશે, જેટલું વાતચીતમાં 'તરવું' શબ્દનો ઉપયોગ કરવો અને વાસ્તવિકતામાં તરવામાં હોય છે.

ધ્યાનની સામાન્ય રીતોથી થનારા ફાયદા

હવે આ અભ્યાસનું મહત્ત્વ સમજો. આ અભ્યાસ એટલે ભવિષ્યમાં આવનારી મોટી-મોટી વાતોની તૈયારી છે અને તેનાથી ઘણો લાભ પણ મળે છે. આવો, હવે એ જોઈએ કે તમે તેનો ઉપયોગ કેવી રીતે કરી શકો છો :

મનમાં ને મનમાં પોતાની કોઈ એવી વસ્તુ વિશે વિચારો, જે ખોવાઈ ન ગઈ હોય પણ જ્યારે પણ તમને તેની જરૂર પડતી હોય, ત્યારે તેને શોધવામાં થોડો સમય લાગતો હોય. જેમ કે, તમારી કારની ચાવી. અત્યારે તે ચાવી ક્યાં છે ? તમારા ઓફિસના ટેબલ પર, ખિસ્સામાં અથવા કારમાં ? જો તમે નથી જાણતા તો તમારા પાછલા સ્તર પર પાછા જાઓ અને એ ક્ષણને યાદ કરો, જ્યારે તમે ચાવીનો ઉપયોગ કર્યો હતો. હવે ધીરે-ધીરે એ સ્તરથી આગળ વધો. આમ કરવાથી તમને તમારી ચાવી બરાબર ત્યાંથી મળી જશે, જ્યાં તમે મૂકી હતી. (જો આ દરમિયાન કોઈએ તમારી ચાવીને ત્યાંથી ઊંચકી હોય, તો તમારા માટે એક નવી મુશ્કેલી ઊભી થઈ શકે છે, જેને પહોંચી વળવા માટે માઈંડ કંટ્રોલની આના કરતાં પણ વધારે સારી રીતનો ઉપયોગ કરવો પડશે.)

એવા વિદ્યાર્થીની કલ્પના કરો, જે મૂંઝવણમાં હોય કે તેના શિક્ષકે વર્ગમાં શું કહ્યું હતું. તેને યાદ આવી રહ્યું છે કે શિક્ષકે કહ્યું હતું કે આ બુધવારે પરીક્ષા થવાની છે. પણ હવે તેને એ ચોક્કસપણે યાદ આવતું નથી કે પરીક્ષા આ બુધવારે થશે કે પછી આગલા બુધવારે ? આવી પરિસ્થિતિમાં તે વિદ્યાર્થી પોતાની આ મૂંઝવણને અલ્ફા મેમરીને સહારે ઉકેલી શકે છે. અલ્ફા અવસ્થામાં જઈને તે પોતાના ટીચરની વાતને યાદ કરી શકે છે. આ રીતે રોજિંદા જીવનમાં બનનારી નાની-નાની ઘટનાઓ અને મુશ્કેલીઓને ધ્યાનની સામાન્ય રીતોથી સુધારી શકાય છે.

કાલ્પનિક ઘટનાઓને સાકાર કરવાના કેટલાક નિયમ

હવે કોઈ મોટી ઘટના તરફ આગળ વધીએ. અમે તમારી ઈચ્છાની કોઈ કાલ્પનિક ઘટનાને તમારા જીવનની વાસ્તવિક ઘટના સાથે જોડવા જઈ રહ્યા છીએ. પછી તમારે જોવાનું છે કે કાલ્પનિક ઘટનાનું શું થાય છે ? જો તમે અહીં આપેલા કેટલાક સામાન્ય નિયમોને અનુસરશો, તો તમારી કાલ્પનિક ઘટના પણ સાકાર રૂપ લઈ લેશે.

નિયમ - ૧ : જો તમે પોતાની કાલ્પનિક ઘટનાને સાચી કરવા ઈચ્છો છો, તો તમારે આ 'પ્રબળ ઈચ્છા' રાખવી પડશે કે 'મારી કાલ્પનિક ઘટના વાસ્તવમાં સાકાર થાય.' પણ યાદ રાખો કે નકામી વાતો વિચારવાથી કશું નહીં થાય, જેમ કે 'હું કાલે સવારે સૌથી પહેલા જે માણસને જોઈશ, તે ગલીમાં જતો હશે અને તેનું નાક વહી

રહ્યું હશે.' આ પ્રકારની વાતો એટલી તુચ્છ છે કે તમારું મન તેના પર ધ્યાન જ લગાવી શકશે નહીં અને આ કામ નહીં કરે. તમારે એવી ઘટનાઓની કલ્પના કરવી પડશે, જેનાથી તમારી ઈચ્છાશક્તિ પ્રબળ થાય. જેમ કે – તમારા બૉસ પહેલા કરતાં વધારે વિનમ્ર અને સ્નેહી બની ગયા છે, તમે જે વસ્તુનું વેચાણ કરી રહ્યા છો, તેના માટે તમને ગ્રાહકોનો સારો પ્રતિસાદ મળી રહ્યો છે, તમને ન ગમતા કાર્યમાંથી પણ તમને સંતોષ પ્રાપ્ત થઈ રહ્યો છે વગેરે. આવી સંભાવનાઓ વિશે વિચારતા તમને તેમાં પોતાની તીવ્ર ઈચ્છાઓ પ્રગટ થતી દેખાશે.

નિયમ - ૨ : તમારે એ વાત પર પૂર્ણ 'વિશ્વાસ' મૂકવો પડશે કે તે ઘટના ચોક્કસ સાકાર થશે. જેમ કે જો તમે કોઈ ખાસ વસ્તુના વ્યાપારી છો અને તમારા ગ્રાહક પાસે તે જ વસ્તુ ભરપૂર પ્રમાણમાં ઊપલબ્ધ છે. આ સ્થિતિમાં તે ગ્રાહક ફરીથી એ જ વસ્તુ તમારી પાસેથી ખરીદશે એ વાત પર તમને વિશ્વાસ નથી હોતો. આવી પરિસ્થિતિમાં વિશ્વાસ રાખવાથી એ દૃશ્ય વાસ્તવમાં આવી શકે છે, પરંતુ વિશ્વાસ વિના તમારું મન પણ વિપરીત દિશામાં કામ કરે છે.

નિયમ - ૩ : તમારા માટે તે દૃશ્ય કે ઘટના 'અપેક્ષિત' હોવી જોઈએ, જેને તમે વાસ્તવમાં લાવવા ઈચ્છો છો. પહેલા બે નિયમ સરળ અને સહજ શક્ય હતા. પરંતુ, આ ત્રીજો નિયમ સૂક્ષ્મ તથા ગૂઢ છે અને આપણને નવા આયામો પર લઈ જાય છે. માની લો, તમે ઈચ્છો છો કે કાલે ઓફિસ ગયા પછી તમારા બૉસ તમને પ્રસન્ન દેખાય. તમને વિશ્વાસ પણ છે કે તમારા બૉસ ખુશ રહેશે. તેમ છતાં ક્યાંક ને ક્યાંક તો તમને લાગે છે કે આવું ન થઈ શકે. આવા સમયે જ માઈન્ડ કંટ્રોલ પ્રશિક્ષણ અને કાલ્પનિક દૃશ્ય વાસ્તવમાં સાકાર કરવાની કલા કામ આવે છે. તેના વિશે આપણે આગળ જાણીશું.

નિયમ - ૪ : યાદ રાખો કે આ તકનીક દ્વારા તમે કોઈના માટે પણ કોઈ મુશ્કેલી ઊભી કરી શકતા નથી. એવું નથી કે તમને આમ કરવાની પરવાનગી નથી બલકે વાત એ છે કે વાસ્તવમાં આમ થઈ શકતું નથી. આ એક બુનિયાદી અને બધી વાતો પર નિયંત્રણ લાવનારો નિયમ છે. જે સમયે તમે સાતત્યથી અલ્ફા અવસ્થામાં કાર્ય કરો છો, ત્યારે તમે ઉચ્ચ જ્ઞાનના સંપર્કમાં આવો છો. એ ઉચ્ચ જ્ઞાન પ્રમાણે તમારું આવું વિચારવું યોગ્ય નહીં હોય કે 'મારા બૉસ કોઈ ભૂલ કરી બેસે, જેનાથી તેમની નોકરી ચાલી જાય અને તેમનું પદ મને મળી જાય, તો કેટલો આનંદ થશે.' બીટા અવસ્થામાં રહી તમે તમારા બૉસને કોઈ ખોટા કાર્યમાં ફસાવી, તેમને નોકરીમાંથી બહાર કઢાવી શકો છો. પરંતુ અલ્ફા અવસ્થામાં આવું કરવું શક્ય નથી.

ખોટા કર્મ કઈ અવસ્થામાં થાય છે

જો તમે તમારી ધ્યાનની અવસ્થામાં કોઈ એવી જાણકારીના સંપર્કમાં આવવા

ઈચ્છો, જે તમને તમારા ખોટા ઉદ્દેશોને પૂર્ણ કરવામાં મદદ કરે તો આમ કરવું એટલું જ નિરર્થક છે, જેટલું રેડિયો પર કોઈ એવું સ્ટેશન લગાવવાનો પ્રયત્ન કરવો, જેનું કોઈ અસ્તિત્વ જ ન હોય.

કેટલાક લોકો આ તબક્કે મારા પર જરૂર કરતાં વધારે આશાવાદી હોવાનો આરોપ મૂકે છે. જ્યારે હું આ વાત કહું છું કે 'અલ્ફા અવસ્થામાં હો ત્યારે કોઈનું ખરાબ કરવાની કોઈ શક્યતા રહેતી નથી', તો હજારો લોકો આ વાત સાંભળીને વ્યંગમાં હસે છે. પરંતુ જ્યારે લોકોએ આ વાતનો અભ્યાસ કર્યો ત્યારે તેમને મારું કહેવું યોગ્ય લાગ્યું. જો કે આ સંસારમાં ખરાબની કોઈ સીમા-મર્યાદા નથી અને માણસ પોતાના ભાગના ખોટા કર્મો કરતાં પણ વધારે ખોટા કર્મ કરે છે. આ ખોટા કર્મ બીટા અવસ્થામાં જ થાય છે. અલ્ફા, થીટા કે ડેલ્ટા અવસ્થામાં કોઈપણ ખોટા કર્મ થતા નથી. મારા સંશોધને એ વાત સાબિત પણ કરી છે કે એટલે આ વાતો માટે હવે ફરીથી કોઈએ પોતાનો સમય આપવાની જરૂર નથી. પરંતુ છતાં પણ તમે પોતાના માટે આ વાતોને સાબિત કરવા ઈચ્છો તો પોતાના સ્તર પર જઈને, કોઈને માથાનો દુખાવો આપવાનો પ્રયત્ન કરીને તપાસી લો.

આવા વિચારની સાથે તમે ભલે ગમે તેટલી સ્પષ્ટ રીતે કલ્પના કરો, પરંતુ તમારા વિચારવા માત્રથી સામેની વ્યક્તિના માથામાં દુખાવો થઈ જાય તો તમે જોશો કે વાસ્તવમાં તેના નહીં પરંતુ તમારા પોતાના માથામાં જ દુખાવો થવા માંડશે અથવા પછી તમે એ સમયે અલ્ફા અવસ્થામાંથી બહાર હશો. પણ આ રીતે તમને પોતાના મનની સારી અને ખરાબ ક્ષમતા સાથે જોડાયેલા બધા જવાબ મળી શકતા નથી. એ વિશે આગળ વિસ્તારથી ચર્ચા કરીશું. હમણાં તો તમે કોઈ એવી ઘટના વિશે વિચારો, જે તમારી કોઈ સમસ્યાનો ઉકેલ હોય. તમે ઈચ્છો છો કે તે ઘટના બને અને તે ઘટના બનશે, તેના પર તમને વિશ્વાસ પણ છે. નિમ્નલિખિત અભ્યાસ દ્વારા તમે એ ઘટનાના હોવાની આશા રાખી શકો છો.

ધ્યાન દ્વારા સમસ્યા ઉકેલવાના ત્રણ તબક્કા

કોઈ એવા પડકારને પસંદ કરો, જેનો તમે પોતે સામનો કર્યો હોય અને તેનો અત્યાર સુધી ઉકેલ ન આવ્યો હોય. જેમ કે માની લઈએ કે તમારા બૉસનો સ્વભાવ ખરાબ છે અને તેમનું વર્તન તમારા માટે એક પડકાર છે. જ્યારે તમે આ અભ્યાસ માટે પોતાના સ્તર સુધી આવી ચૂક્યા છો તો પછી તમારે આ ત્રણ તબક્કા અપનાવવા જોઈએ.

પહેલો તબક્કો : પોતાના મનની સ્ક્રીન પર એવી ઘટના જુઓ, જેમાં તમારો પડકાર કે સમસ્યા દેખાતી હોય. એક પળ માટે એ ઘટનાને ફરીથી જીવો.

બીજો તબક્કો : હવે ધીરેથી આ ઘટનાને સ્ક્રીનની જમણી તરફ કરો. હવે પોતાના મનની સ્ક્રીન પર એ સીન સામે લઈ આવો, જે કાલે દેખાવાનો છે. આ સીનમાં એવી કલ્પના કરો કે બૉસની આસપાસ બધા ખુશ છે અને બૉસને પણ કોઈ સારા સમાચાર મળ્યા છે. આજે તે વધારે સારા મૂડમાં છે. હવે ચોક્કસ સમસ્યા શું છે, તે તમે જાણો છો. આ સમસ્યાના ઉકેલા માટે તમારા ઓફિસમાં જે ઉપાય યોજના કરવામાં આવી રહી છે, તે સફળ થઈ રહી છે, એવી કલ્પના કરો. જે રીતે તમે સમસ્યા વિશે પૂર્ણતાથી વિચાર્યું હતું, બરાબર એ જ રીતે તેના ઉકેલ વિશે વિચાર કરો.

ત્રીજો તબક્કો : હવે આ સીનને પણ પોતાની સ્ક્રીનની જમણી બાજુ રાખો અને ડાબી બાજુથી મનની સ્ક્રીન પર બીજો સીન જુઓ, જેમાં તમારા બૉસ ખૂબ ખુશ છે. આ સીનનો અનુભવ એ રીતે લો, જાણે આ બધું વાસ્તવમાં બન્યું હોય. થોડો સમય આ સીનની સાથે રહો અને તેનો ભરપૂર અનુભવ લો.

આ પછી પાંચની ગણતરી પર તમે પોતાના સ્તરથી પૂર્ણપણે બહાર નીકળીને જાગૃત અવસ્થામાં આવશો. હવે તમે પહેલા કરતાં વધારે સારું અનુભવશો. તમને એ વિશ્વાસ છે કે જે ઘટનાને તમે પોતાના જીવનમાં બનેલી જોવા ઈચ્છો છો, તેને વાસ્તવમાં લાવવા માટે તમે પોતાની બધી શક્તિઓને સક્રિય કરી છે.

પણ શું આ કોઈ મુશ્કેલી વગર, હંમેશા સફળ બને છે ?

જવાબ છે — ના.

જો કે, જો તમે સિલ્વા માઈન્ડનું પ્રશિક્ષણ ચાલુ રાખશો તો તમને એવા અનુભવ આવશે, જેમાં સમસ્યા ઉકેલવાનું આરંભિક ધ્યાન સત્ર તમારા માટે સહાયક બનશે. જ્યારે આમ થશે ત્યારે તમને એવું લાગી શકે છે કે આ કોઈ સંયોગ છે. આખરે, તમે જે કોઈ ઘટનાને પસંદ કરી, તેના સાકાર થવાની આટલી શક્યતા તો હતી કે તમારી અંદર તે ઘટના ઘટિત થવાથી વિશ્વાસ જાગૃત થાય. પરંતુ પછી, તમારો બીજો પ્રયત્ન પણ સફળ થશે, પછી ત્રીજો પણ સફળ થશે. આ રીતે 'સંયોગ' વધવા લાગશે. જ્યારે તમે માઈન્ડ કંટ્રોલમાં શીખવવામાં આવેલી રીતોનો ઉપયોગ તમારા જીવનમાં બંધ કરી દેશો ત્યારે આ સંયોગ પણ ઓછા થવા લાગશે. જ્યારે તમે ફરીથી આમ કરશો, સંયોગોની સંખ્યા વધશે.

ધીરે-ધીરે જ્યારે તમારું હુનર વધતું જશે, ત્યારે તમારો વિશ્વાસ અને આશા પણ એટલા વધતા જશે કે આવી ઘટનાઓ વાસ્તવમાં બનશે, જે થવાની શક્યતાઓ ખૂબ ઓછી હતી. સમયની સાથે, ધૈર્યપૂર્વક અભ્યાસ કરવાથી તમને હજુ પણ બીજા આશ્ચર્યજનક પરિણામો મળવા માંડશે.

શ્રેષ્ઠથી પણ શ્રેષ્ઠ બનો

હવે દરેક મુશ્કેલી પર કામ કરતી વખતે પોતાના પાછળના સફળ અનુભવોને પણ ધ્યાનમાં રાખો. જ્યારે પણ કોઈ પાછલા અનુભવની સરખામણીએ કોઈ વધારે સારો અનુભવ તમને મળે તો પાછલા અનુભવોને છોડી દો અને નવા તથા શ્રેષ્ઠ અનુભવનો સંદર્ભ તરીકે ઉપયોગ કરો. આ રીતે તમે 'શ્રેષ્ઠથી પણ શ્રેષ્ઠ' થતા જશો. માઈન્ડ કંટ્રોલના સંદર્ભમાં આ વાક્ય આપણા બધા માટે હજુ પણ વધારે અર્થપૂર્ણ થઈ જાય છે.

ટીમ માસ્ટર્સ નામનો એક વિદ્યાર્થી, જે અમેરિકાના ન્યૂ જર્સીના ફોર્ટ લીમાં એક ટેક્સી ચલાવે છે, તે પ્રવાસીઓની રાહ જોતી વખતે ધ્યાન કરે છે. આ ખાલી સમયનો ઉપયોગ કરવાની તેની પોતાની રીત છે. જ્યારે ટેક્સી ચલાવવાના સ્થાનિક વ્યવસાયમાં મંદી આવે છે, ત્યારે આ સમસ્યાને ઉકેલવા માટે તે પોતાના મનની કાલ્પનિક સ્ક્રીન પર તે એક દૃશ્ય જુએ છે કે 'કોઈ પ્રવાસી પોતાની સૂટકેસ ઉપાડી તેના તરફ ચાલ્યો આવે છે, જે કેનેડી એરપોર્ટ તરફ જવા ઈચ્છે છે.' પોતાનો અનુભવ જણાવતા ટીમ માસ્ટર્સ કહે છે, શરૂઆતમાં આ રીત અપનાવ્યા પછી મને કોઈ પરિણામ ન મળ્યું. પરંતુ કેટલાક દિવસો સુધી આ જ અભ્યાસ કર્યા પછી બરાબર એવું જ થયું જે મેં વિચાર્યું હતું. એક પ્રવાસી સૂટકેસ લઈ મારી ટેક્સી પાસે આવ્યો અને મને કેનેડી એરપોર્ટ લઈ જવા કહ્યું. બીજી વખત જ્યારે મેં મારા મનની કાલ્પનિક સ્ક્રીન પર આ કલ્પના કરી તો તેમાં કોઈ કાલ્પનિક પ્રવાસીને જોવાને બદલે, મેં આ જ પ્રવાસીને જોયો. બધું જ મારા મન પ્રમાણે જ થઈ રહ્યું છે, એવી ભાવના મારી અંદર જન્મી. ત્યારે મને બીજો એવો પ્રવાસી મળ્યો, જે એરપોર્ટ જવા ઈચ્છતો હતો. આ રીત ખરેખર કારગર છે અને ક્યારેય નિષ્ફળ નથી જતી.

આપણે બીજા અભ્યાસો અને પદ્ધતિઓ વિશે વાત કરીએ તે પહેલાં, હું તમને જણાવવા ઈચ્છીશ કે આપણે મનની કાલ્પનિક સ્ક્રીન પર દૃશ્યોને ડાબેથી જમણી તરફ કેમ લઈ જઈએ છીએ? હમણાં હું તમને ટૂંકમાં જ જણાવી રહ્યો છું. આ વિશે પછીથી વિસ્તારપૂર્વક ચર્ચા કરીશું.

મારા પ્રયોગે દર્શાવ્યું કે આપણા મનના ઊંડા સ્તરો પર, સમયનો પ્રવાહ ડાબેથી જમણી તરફ થાય છે. બીજા શબ્દોમાં કહીએ તો, એવું માનવામાં આવે છે કે આપણા મગજની ડાબી બાજુ ભવિષ્ય અને જમણી બાજુ અતીત રહે છે. હું જાણું છું કે આ વાંચીને તમને એ વિશે વિસ્તારથી જાણવાની ઈચ્છા થતી હશે, પરંતુ તે પહેલા તમારે ઘણું-બધું શીખવું પડશે.

૫

યાદશક્તિમાં સુધારો

માઈન્ડ કંટ્રોલમાં શીખવવામાં આવેલી સ્મરણ શક્તિ અંગેની તકનીકોની મદદથી તમે ઘણા બધા ટેલિફોન નંબર્સ યાદ રાખી તમારા મિત્રોને પ્રભાવિત કરી શકો છો. જો કે, મને જ્યારે જરૂર પડે છે ત્યારે હું ટેલિફોન ડિરેક્ટરીમાં જ નંબરો જોઉં છું. માઈન્ડ કંટ્રોલમાં પ્રશિક્ષિત થયેલા કેટલાક લોકો કદાચ નબંરોને યાદ રાખવા માટે પણ આ કૌશલ્યનો ઉપયોગ કરતા હશે, પણ જેમ મેં તમને પાછળના પ્રકરણમાં કહ્યું હતું કે કોઈપણ કામ કરવા માટે તેની ઈચ્છા હોવી સૌથી મહત્ત્વનું છે. ટેલિફોન નંબર્સ યાદ રાખવા માટે આ કૌશલ્યનો ઉપયોગ કરવાની મને કોઈ ઈચ્છા નથી. હા, જો કોઈ નંબર જાણવા માટે મારે વધારે પ્રયત્ન કરવા પડી રહ્યા છે, તો આ ઈચ્છા મારામાં ચોક્કસ જાગૃત થશે.

ઈચ્છા, વિશ્વાસ અને આશા આ ત્રણેયના મેળથી માઈન્ડ કંટ્રોલની તકનીકોનો ઉપયોગ સામાન્ય જેવી બાબતો માટે પણ થાય છે. એટલે મારા ખ્યાલથી આનો ઉપયોગ મહત્ત્વના કાર્યો માટે થવો જોઈએ.

આપણામાંથી કેટલા લોકો પાસે આપણે જેટલી જોઈએ તેટલી તીવ્ર સ્મરણ શક્તિ હોય છે ? બની શકે કે તમે માઈન્ડ કંટ્રોલના

પાછળના બે પ્રકરણોમાં આપવામાં આવેલી તકનીકોમાં કુશળતા પ્રાપ્ત કરી હોય તો ચોક્કસપણે તમારી સ્મૃતિમાં પહેલા કરતાં વધારે સુધારો થઈ શકે છે. અલ્ફા અવસ્થામાં રહીને, અતીતમાં થયેલી ઘટનાઓને ફરીથી કાલ્પનિક દૃશ્યમાં જોવી અને તેનો ફરી એકવાર અનુભવ કરવાની ક્ષમતા જ તમને બીટા અવસ્થા સુધી પહોંચાડે છે. તેનો અર્થ, બીટા અવસ્થા પર પણ સ્મરણ શક્તિની તકનીકોની અસર થાય છે. આ રીતે, કોઈપણ વિશેષ પ્રયત્ન કર્યા વિના તમારું મગજ તમારા માટે નવી રીતે કામ કરવા માંડશે, પણ હજુ પણ સુધારાની ઘણી શક્યતા છે.

કાલ્પનિક સ્તર પર દૃશ્ય જોવાનો અભ્યાસ

માઈન્ડ કંટ્રોલના વર્ગોમાં, કાલ્પનિક સ્તર પર, કોઈ દૃશ્ય જોવું એટલે કે વિઝ્યુલાઈઝેશન (Visualization) માટે વિશેષ અભ્યાસ કરાવવામાં આવે છે. આ અભ્યાસમાં લેક્ચરર, એક બ્લેકબોર્ડ પર એકથી ત્રીસ સુધી સંખ્યા લખે છે અને પછી વિદ્યાર્થી અચાનક મનમાં આવતી કોઈપણ ત્રીસ વસ્તુઓના નામ લે છે, જેમ કે સ્નોબૉલ, રોલર સ્કેટ અને ઈયર પ્લગ વગેરે. લેક્ચરર દરેક સંખ્યાની સામે આ વસ્તુઓના નામ લખે છે અને પછી બ્લેકબોર્ડ તરફ પીઠ કરી, તેને ક્રમવાર યથાતથ પુનરાવર્તિત કરે છે. પછી વિદ્યાર્થી કોઈપણ વસ્તુના નામ લે, લેક્ચરર બ્લેકબોર્ડ તરફ જોયા વિના તેનો ક્રમ જણાવી દે છે.

આ કોઈ હાથની સફાઈ નથી બલકે કાલ્પનિક સ્તર પર દૃશ્ય જોવાનો અભ્યાસ છે. લેક્ચરરે પહેલેથી જ દરેક સંખ્યાની સાથે લખેલા શબ્દોને યાદ કરી લીધા છે. તેના મનમાં દરેક સંખ્યાની સાથે એક શાબ્દિક છબી તૈયાર થઈ જાય છે. આપણે આ છબીઓને મેમરી પેગ્સ (Memory pegs) કહીએ છીએ. જ્યારે પણ કોઈ વિદ્યાર્થી કોઈ શબ્દનું ઉચ્ચારણ કરે છે, ત્યારે લેક્ચરર તેને કોઈ સાર્થક કે કાલ્પનિક રીતે એ ક્રમના મેમરી પેગ (અંક સાથે જોડાયેલી કાલ્પનિક છબી) સાથે જોડે છે. જેમ કે, ૧૦ આ અંકનો મેમરી પેગ 'ટોઝ' એટલે કે પગની આંગળીઓ છે. જો દસ નંબર માટે વિદ્યાર્થીએ સ્નોબૉલ શબ્દ જણાવ્યો છે તો લેક્ચરર સર્જનાત્મક રીતે એવી કલ્પના કરી શકે છે કે સ્નોબૉલ તમારા ટોઝ એટલે કે પગની આંગળીઓ પર છે. જો તમે કાલ્પનિક દૃશ્ય જોવામાં પ્રશિક્ષિત છો, તો તમારા માટે તેમ કરવું મુશ્કેલ નહીં હોય.

વિદ્યાર્થી પોત-પોતાના સ્તર પર રહીને, મેમરી પેગ શીખવાનું શરૂ કરે છે અને લેક્ચરર વારંવાર તેને પુનરાવર્તિત કરે છે. એ પછી જ્યારે બીટા અવસ્થામાં શબ્દોને યાદ કરવા લાગે છે ત્યારે આ હજુ વધારે સહેલું થઈ જાય છે કારણ કે બધા શબ્દ પરિચિત હોય છે.

તેમ છતાં, મારે આ પુસ્તકમાંથી મેમરી પેગ અને તેના અભ્યાસવાળું પ્રકરણ દૂર કરવું પડ્યું કારણ કે તેને જાણવા માટે ઘણા સમય અને કાગળની જરૂર પડશે.

અમે તમને તમારી સ્મરણ શક્તિ અને કાલ્પનિક સ્તર પર દૃશ્ય જોવાની કલામાં સુધારો લાવવા માટે એક બીજી શક્તિશાળી તકનીક આપી રહ્યા છીએ, જેને તમે 'માનસિક (મેંટલ) સ્ક્રીન' નું નામ આપી શકો છો.

ભૂલેલી વાતોને યાદ કરવાની તકનીક

એવી વાતો, જે તમે સમજો છો કે તમે ભૂલી ચૂક્યા છો, કોઈ ને કોઈ ઘટના સાથે જોડાયેલી હોય છે. જેમ કે, જો તમે કોઈનું નામ ભૂલી ગયા છો તો આ વાત એ ઘટના સાથે સંબંધિત હશે જ્યારે તમે એ નામ પહેલી વાર સાંભળ્યું હતું અથવા ક્યાંક વાંચ્યું હતું. મનની કાલ્પનિક સ્ક્રીન પ્રમાણે કામ કરવાનું શીખતી વખતે, એવી કોઈ ઘટના તમારી આંખો સામે લાવો, જેની સાથે સંબંધિત કોઈ વાત તમે ભૂલી ચૂક્યા છો. પછી તે વાત તમને યાદ આવશે.

જેમ કે, તમને લાગે છે કે તમે કોઈ ઘટનાને ભૂલી ગયા છો પણ વાસ્તવમાં તમે તેને પૂર્ણપણે ભૂલ્યા નથી હોતા. બસ, તમે તેને યાદ નથી કરી. આ બંને વાતોમાં ફેર છે.

વિજ્ઞાપન વિશ્વમાંથી આપણને મેમરી અને યાદો આ બંને વચ્ચેના અંતરનું એક સારું ઉદાહરણ મળે છે. આપણે બધા વિજ્ઞાપન જોઈએ છીએ. આ જાહેરખબર નાની અને વધારે પ્રમાણમાં હોય છે. આ ઘણીબધી જાહેરખબરોને જોયા પછી જો તમને પાછળના અઠવાડિયામાં જોયેલી જાહેરખબરોની યાદી બનાવવાનું કહેવામાં આવે તો તમે માત્ર ત્રણ કે ચાર જાહેરખબરોનો જ ઉલ્લેખ કરી શકશો.

જાહેરખબર એટલા માટે બનાવવામાં આવે છે જેથી જાહેરખબર નિર્માતા આપણને પોતાની સજાગતાના સ્તરથી પર જઈને, વારંવાર તેના ઉત્પાદનની યાદ અપાવી શકે અને પોતાનું વેચાણ વધારી શકે.

આ વાત પર વિશ્વાસ મૂકવો મુશ્કેલ છે કે આપણે ક્યારેક કોઈ વસ્તુને ખરેખર ભૂલી જઈએ છીએ. આપણું મગજ હંમેશા મામૂલી ઘટનાઓની છબીઓને દૂર કરી દે છે. ઘટનાની છબી જેટલી વધારે સ્પષ્ટ અને મહત્ત્વપૂર્ણ હશે, આપણા માટે તેને યાદ રાખવું એટલું જ સહજ હશે.

જો કોઈ રોગીની સર્જરી દરમિયાન, મગજના ખુલ્લા ભાગ પર કોઈ ઈલેક્ટ્રોડને ધીરેથી સ્પર્શવામાં આવે તો તેનાથી તેને ઘણી ઘટનાઓ એ રીતે યાદ આવી શકે છે, જાણે તે તેને પૂરી સુગંધ, ધ્વનિ અને દૃશ્યની સાથે યાદ કરી રહ્યો હોય. જો કે આવું માત્ર મગજને સ્પર્શવાથી થાય છે, મનને સ્પર્શવાથી નહીં. મગજ રોગીને બધી જૂની યાદોની અનુભૂતિ કરાવે છે પરંતુ એ દરમિયાન રોગી જાણતો હોય છે અથવા કોઈએ તેને જણાવ્યું હોય છે કે તે આ બધી જૂની યાદોને ફરીથી જીવતો નથી. આ કામ મન

કરી રહ્યું હોય છે. મન એક ઉચ્ચ સમીક્ષક અને દુભાષિયા (Interpreter) ની જેમ હંમેશા કામ કરે છે. કોઈપણ ઈલેક્ટ્રોડ મનને સ્પર્શી શકતું નથી. જે રીતે આપણે પોતાના નાકની અણીને સ્પષ્ટપણે દેખાડી શકીએ છીએ, એ જ રીતે આપણે આપણા મનને વિશેષ સ્થળ પર દેખાડી શકતા નથી.

હવે પાછા સ્મરણ શક્તિ પર આવીએ. તમે જ્યાં બેઠા છો, તેનાથી માઈલો દૂર એક વૃક્ષનું પાંદડું પડે છે. તમને આ ઘટના યાદ પણ નહીં રહે કારણ કે આ ઘટનાનો તમે અનુભવ નથી કર્યો અને આ ઘટના તમારા માટે મહત્ત્વની નથી. જો કે, આપણું મગજ એટલી ઘટનાઓને નોંધે છે, જેની આપણે કલ્પના પણ કરી શકતા નથી.

હમણાં, અત્યારે આ પુસ્તક વાંચતી વખતે પણ તમે ઘણા અનુભવ લઈ રહ્યા છો, જેના વિશે તમે કશું જ જાણતા નથી. તમે એટલી એકાગ્રતાથી પુસ્તક વાંચી રહ્યા છો કે એ અનુભવોથી તમે અજાણ છો. જેમ કે, તમારી આસપાસની સુગંધ અને અવાજો....આંખોના ખૂણેથી દેખાતા દૃશ્યો....તમારા પગના જૂતા, જે કદાચ ખૂબ જ ટાઈટ (તંગ) છે અને તમને કરડી રહ્યા છે....ખુરશી પર બેઠા હોવાની અનુભૂતિ....અને ઓરડાનું તાપમાન....આ બધા અનુભવોનો કોઈ અંત નથી. આ બધી સંવેદનાઓ, આપણે અનુભવીએ છીએ, પણ તેના વિશે આપણે સજાગ નથી હોતા. આ વાત તમને વિરોધાભાસી લાગી શકે છે. પણ સામાન્ય ચેતનાલોપ (General anesthesia) કરેલી એક સ્ત્રીના ઉદાહરણથી આપણે આ વાતને વિસ્તારથી સમજીએ.

ચેતનાલોપનું એક ઉદાહરણ

પોતાની ગર્ભાવસ્થા દરમિયાન એક મહિલા ડૉક્ટરની પાસે ગઈ અને થોડી જ વારમાં ડૉક્ટર સાથે તેને સારી મિત્રતા થઈ ગઈ. ડૉક્ટર પ્રત્યે તે મહિલાનું વલણ મિત્રતાભર્યું અને વિશ્વાસથી ભરપૂર હતું. ડિલિવરી સમયે એ મહિલાને ઈંજેક્શન આપી બેભાન કરવામાં આવી. થોડા સમય પછી તે મહિલાએ એક સ્વસ્થ બાળકને જન્મ આપ્યો. ડિલિવરીના થોડા સમય પછી તે મહિલા હોશમાં આવી. પણ, જ્યારે ડૉક્ટર તે મહિલાને મળવા ગયા ત્યારે તે મહિલા તેમની સાથે ખૂબ શુષ્ક રીતે વર્તી. એ સમયે ડૉક્ટર પ્રત્યે તે મહિલાનું વર્તન ખૂબ જ વિચિત્ર હતું. તે મહિલા પણ પોતાના બદલાયેલા સ્વભાવને અનુભવી રહી હતી. પરંતુ બંનેને એ સમજાતું નહોતું કે અચાનક તેના સ્વભાવમાં આટલું પરિવર્તન કેવી રીતે આવ્યું. તે બંને તેનું કારણ જાણવા ઈચ્છતા હતા એટલે તેમણે નક્કી કર્યું કે તે સંમોહન એટલે કે હિપ્નોસિસના માધ્યમથી અચાનક આવનારા આ પરિવર્તનને જાણવાનો પ્રયત્ન કરશે.

હિપ્નોસિસ દરમિયાન તે મહિલાને સમયમાં પરત ફરવા (Time regression) ની પ્રક્રિયામાંથી પસાર કરવામાં આવી એટલે કે તેને એ બધા અનુભવોને યાદ

કરાવવામાં આવ્યા જે ડૉક્ટર સાથે જોડાયેલા હતા. આ પ્રક્રિયામાં તેમને ખૂબ વધારે આગળ જવું પડ્યું નહીં. એક દિવસ સંમોહન દરમિયાન જ એ મહિલાને ડિલિવરી ઓરડામાં, બેભાન અવસ્થામાં, તેની આસપાસ તેને શું સંભળાતું હતું, તે બધું જ યાદ આવી ગયું. જેમ કે, એ સમયે તેને યાદ આવ્યું કે જ્યારે તે ડિલિવરી ઓરડામાં હતી ત્યારે ડૉક્ટર અને નર્સો વચ્ચે શું વાત થઈ. એ સમયે ડૉક્ટર અને નર્સોએ તેના વિશે મજાકભરી વાતો કરી અને ક્યારેક-ક્યારેક તેની ધીમી ડિલિવરી અંગે મુશ્કેલી પણ વ્યક્ત કરી. એ દરમિયાન તેમના માટે આ મહિલા માત્ર એક વસ્તુ જેવી હતી અને તેના વિશે ગમે તે બોલવા માટે સ્વતંત્ર હતા. વાતચીત દરમિયાન ડૉક્ટર અને નર્સો માટે એ મહિલાની ભાવનાઓની કોઈ કિંમત નહોતી. તે તો તેને બેભાન જ માનતા હતા.

મારો પ્રશ્ન એ છે કે 'શું ખરેખર આપણે ક્યારેય બેભાન થઈ શકીએ છીએ ?' ભલે આપણે પોતાના અનુભવને યાદ કરી શકીએ કે નહીં, પણ એ હંમેશા આપણા મગજમાં ક્યાંક ને ક્યાંક નોંધાતા જતા હોય છે.

શું તેનો અર્થ એ થયો કે તમે જે મેમરી તકનીક શીખવા જઈ રહ્યા છો, તેના દ્વારા તમે દસ વર્ષ પછી પણ આ પાનાનો નંબર યાદ કરી શકશો ? બની શકે છે કે તમે આના પર ધ્યાન ન આપ્યું હોય, પણ તે ક્યાંક ને ક્યાંક તમારી સ્મૃતિમાં નોંધાઈ ગયું છે. કદાચ તે તમારા માટે કોઈ મહત્ત્વનું ન હોય પણ તેના હોવાને તમે નકારી શકતા નથી.

પણ શું તમે એ સુંદર વ્યક્તિનું નામ યાદ કરી શકો છો, જેની સાથે તમારી ગયા અઠવાડિયે ડિનર સમયે મુલાકાત થઈ હતી ? જ્યારે તમે પહેલી વાર તેનું નામ સાંભળ્યું હતું, તો એ પણ પોતાનામાં એક ઘટના હતી. હવે એ ઘટનાને ફરીથી યાદ કરવા માટે, એ ઘટના સાથે સંબંધિત બધી વાતો તમારે તમારા મનની કાલ્પનિક સ્ક્રીન પર ફરીથી નિર્માણ કરવી પડશે. આમ કરવાથી થોડા જ સમયમાં તમને એ નામ ફરીથી સંભળાશે.

ત્રણ આંગળીઓની તકનીક

હવે તમે જ્યાં છો ત્યાં સહજ થઈને બેસો અને પોતાના સ્તર પર જાઓ, સ્ક્રીનનું નિર્માણ કરો અને એ ઘટનાને બનતી અનુભવો. પોતાના મનની કાલ્પનિક સ્ક્રીન પર એ દૃશ્યને ફરીથી રચો અને એ ઘટનાનો અનુભવ કરો. આ આખી પ્રક્રિયામાં પંદરથી વીસ મિનિટ લાગશે. આપણી પાસે એક બીજો ઉપાય છે. તેને તમે કટોકટીના સમયનો ઉપાય પણ કહી શકો છો, તે તમને તરત મનના એ સ્તર સુધી લઈ જશે, જ્યાંથી તમારા માટે આ સૂચનાને યાદ કરવી સહજ બની જશે.

આ પદ્ધતિમાં એક નાનકડું ટ્રિગર તંત્ર (Triggering mechanism) સામેલ છે. જ્યારે તમે સાચા અર્થમાં આ તંત્રને આત્મસાત કરો છો, ત્યારે તેનો વારંવાર પ્રયોગ કરવાથી તમારા માટે તેની ઉપયોગિતા વધે છે. પણ આ ટ્રિગર તંત્રને આત્મસાત કરવા માટે તમારે ઘણા ધ્યાનસત્રોની જરૂર પડશે. ધ્યાનની સાથે તેને સમજવું સહેલું હોય છે. પોતાના એક હાથનો અંગૂઠો અને પહેલી બે આંગળીઓને એકબીજા સાથે જોડો. આમ કરવાથી, તરત તમારું મન એક ઊંડા સ્તર સુધી જવા માટે તૈયાર થઈ જશે. જો તમે અત્યારે જ તેને અજમાવી જોવા ઈચ્છો છો તો જેવા જણાવવામાં આવ્યા છે તેવા પરિણામ નહીં મળે કારણ કે હજુ આ ટ્રિગર તંત્ર બન્યું નથી. એ માટે તમારે અભ્યાસ કરવો પડશે. તે માટે સૌથી પહેલા તમે પોતાના સ્તર પર જાઓ અને પોતાને જણાવો (મનમાં ને મનમાં અથવા જોરથી પુનરાવર્તિત કરીને), 'જ્યારે પણ હું મારી આંગળીઓને આ રીતે જોડું છું – હવે તેને જોડી દો – એક ગંભીર ઉદ્દેશ માટે આ રીતે પોતાની આંગળીઓને જોડતા જ હું મનના એ સ્તરે આવી જઈશ, જ્યાં હું મારી મનવાંછિત ઈચ્છા પૂરી કરી શકીશ.'

આ શબ્દોને ઓછામાં ઓછા એક અઠવાડિયા સુધી રોજે પુનરાવર્તિત કરો. ટૂંક સમયમાં જ એવું થશે કે જેવા તમે અંગૂઠા અને આંગળીઓને એકબીજા સાથે જોડશો તો તમારું મન ધ્યાનના એક ઊંડા સ્તર સુધી આવી જશે. પછી, એક દિવસ તમે કશુંક પણ યાદ કરવા ઈચ્છશો જેમ કે કોઈનું નામ, જે હજારો પ્રયત્ન કરવા છતાં પણ યાદ નહીં આવતું હોય. હવે જરા સહજ થઈને, પોતાને એ અનુભૂતિ કરાવો કે તમારી પાસે એક ટ્રિગર તંત્ર છે, જે તમને તે નામ યાદ અપાવી શકે છે.

કાલ્પનિક સ્ક્રીનની તકનીકથી બાળકોને ફાયદો થયો

ડેનવર સંયુક્ત રાજ્ય, આ અમેરિકાના કોલોરેડો રાજ્યની રાજધાની અને ત્યાંનું સૌથી મોટું શહેર છે. આ શહેરની એક મોટી સ્કૂલમાં ચોથા ધોરણની એક ટીચરે બાળકોને સ્પેલિંગ યાદ રખાવવા માટે મનની કાલ્પનિક સ્ક્રીન અને ત્રણ આંગળીઓવાળી તકનીકની મદદ લીધી. તેના દ્વારા બાળકોને એક અઠવાડિયામાં વીસ શબ્દ યાદ કરાવવામાં આવ્યા. જો કે આ વાતની તપાસ કરવા માટે, તેમણે બાળકોને એક-એક શબ્દ ન પૂછ્યો પરંતુ બાળકોને કહ્યું કે તે આખા અઠવાડિયા દરમિયાન યાદ કરાવવામાં આવેલા બધા શબ્દોને પોતાની નોટબુકમાં લખે. બાળકોએ પોતાના મનની કાલ્પનિક સ્ક્રીન પર પોતાની ટીચરને જોયા, જે તેમને અંગૂઠા અને આંગળીઓને જોડતા શબ્દને યાદ રાખવાની કળા શીખવી રહી હતી. આ રીતે બાળકોએ સ્પેલિંગની સાથે બધા શબ્દોને યાદ કર્યા. ટીચરે કહ્યું કે 'કેટલાક બાળકોએ ખૂબ સ્ફૂર્તિની સાથે ટેસ્ટ પૂરી કરી અને કેટલાક ધીમી ગતિવાળાને પણ બધા શબ્દ લખવામાં માત્ર પંદર મિનિટનો સમય લાગ્યો.'

ટીચરે એ જ તકનીકની મદદથી, બાળકોને બાર સુધીના ઘડિયા પણ યાદ કરાવી દીધા. નવેમ્બર મહિના સુધી બાળકો ઘડિયા મોઢે કરી ચૂક્યા હતા, જ્યારે સામાન્ય રીતે આ રીતે ઘડિયા મોઢે કરવામાં તેમને ધોરણનું આખું વર્ષ લાગી જતું હતું.

પાછલા પ્રકરણમાં, ટેક્સી ચલાવનારો કોલેજનો વિદ્યાર્થી, ટિમ માસ્ટર્સનો ઉલ્લેખ કરવામાં આવ્યો હતો. તેનું કહેવું હતું કે જ્યારે પણ તેને પ્રવાસીઓને લઈને આસપાસના કોઈ એવા શહેરમાં જવાનું થતું જ્યાં તે ઘણા સમય પહેલા ક્યારેક જઈ ચૂક્યો હતો અને તેને ચોક્કસ સ્થળનું સરનામું યાદ આવતું નહોતું, ત્યારે તે હંમેશા આ તકનીકની મદદ લેતો. ટીમના ગ્રાહક પણ જાણી શકતા નહોતા કે નીકળતા પહેલા તેણે ક્યારે ધ્યાન કર્યું. તે પોતાની ત્રણ આંગળીઓ જોડીને, થોડીક ક્ષણોમાં રસ્તો યાદ કરી લેતો હતો.

ન્યૂયોર્ક ઈન્સ્ટિટ્યૂટ ઓફ ટેકનોલોજીમાં અભ્યાસ કરનારો ટીમ, માઈન્ડ કંટ્રોલના વર્ગમાં આવતા પહેલા માત્ર એક વિષયને બાદ કરતા દરેક વિષયમાં બી ગ્રેડ જ મેળવતો હતો. હવે ટીમનું કહેવું છે, 'હું પહેલા કરતાં ક્યાંય વધારે સારું ભણવા લાગ્યો છું. હવે મારી પાસે માત્ર એક વિષયને બાદ કરતાં દરેક વિષયમાં એ ગ્રેડ છે.' હવે અભ્યાસ કરતી વખતે તે સ્પીડ લર્નિંગ (ઝડપી ગતિથી અભ્યાસ) કરે છે. તેના વિશે આપણે પછીના પ્રકરણમાં વિસ્તારથી જાણીશું. તે હંમેશા પોતાની પરીક્ષાઓ દરમિયાન અંગૂઠો અને પહેલી બે આંગળીઓને એકબીજા સાથે જોડી, મનના ઊંડા સ્તર સુધી ઉતરવા માટે તકનીકની મદદ લે છે.

આ ત્રણ આંગળીઓવાળી તકનીકના બીજા પણ ઘણા લાભ છે અને અમે ઘણી રીતે આ તકનીકનો પ્રયોગ કર્યો છે, જેના વિશે તમને આગળ જણાવવામાં આવશે. સદીઓથી તેને બીજા ધ્યાન સાથે સંબંધિત અભ્યાસો સાથે પણ જોડવામાં આવતું રહ્યું છે. હવે પછી તમે જ્યારે પણ કોઈ ધ્યાન મુદ્રામાં બેઠેલા યોગીની તસવીર કે પ્રતિમા જોશો તો તમને ખ્યાલ આવશે કે તેના હાથની ત્રણ આંગળીઓ પણ આ જ રીતે જોડાયેલી છે.

૬
સ્પીડ લર્નિંગ

પાછળના પ્રકરણમાં જણાવવામાં આવેલી સ્મરણ શક્તિ સંબંધિત તકનીકો શીખ્યા પછી, હવે તમે આગળના સ્તર પર જવા માટે તૈયાર છો. આગળનું સ્તર છે – 'સ્પીડ લર્નિંગ એટલે કે ઝડપથી શીખવું.'

તમારી પ્રગતિ કંઈક આ રીતે થશે

સૌથી પહેલા તમે પોતાના ધ્યાનના સ્તરમાં ઉતરવાનું શીખશો, પછી એ સ્તર પર મનની એક કાલ્પનિક સ્ક્રીન તૈયાર કરશો, જે અનેક રીતે ઉપયોગી થશે, જેમ કે કોઈ વસ્તુની જાણકારી યાદ કરવી. પછી એક શોર્ટકટ તરીકે, તમે બાકી બધી તકનીકો ઉપરાંત ત્રણ આંગળીઓવાળી તકનીક પણ શીખશો જેથી કોઈપણ વસ્તુ વિશે ખૂબ ઝડપથી યાદ કરી શકશો. આ શીખ્યા પછી તમારે નવી પદ્ધતિઓથી નવી-નવી જાણકારીઓ મેળવવા માટે તૈયાર રહેવું પડશે, આ રીતે તમારા માટે બધું જ યાદ રાખવું હજુ પણ સરળ થઈ જશે. આ વાત પણ ખૂબ મહત્ત્વ ધરાવે છે કે આ રીતે શીખવું એ ઘણી બધી બાબતોને યાદ રાખવામાં સહાયક થશે એટલું જ નહીં બલકે તમે જે કંઈપણ શીખ્યા, તેની ગતિ અને સમજ, બંને વધારવામાં પણ મદદ મળશે.

શીખવાની બે રીતો છે. આપણે પહેલા સામાન્ય તકનીકથી

શરૂઆત કરીએ. જો કે, આ સામાન્ય તકનીકને પણ સરળ ન કહી શકાય.

ત્રણ આંગળીઓવાળી તકનીકમાં એકવાર કુશળ બન્યા પછી તમે સરળતાથી પોતાના સ્તર સુધી આવીને, એ જ સમયે પોતાના કાર્યને અંજામ આપી શકો છો. તેનો તમે પુસ્તક વાંચતી વખતે કે લેકચર સાંભળતી વખતે પણ પ્રયોગ કરી શકો છો. આ રીતે તમારી એકાગ્રતામાં સુધારો થશે અને તમારા મનમાં સૂચના કે જાણકારી ઊંડાણથી નોંધાશે. એ પછી, તમે બીટા અવસ્થામાં તે જાણકારી સહેલાઈથી યાદ કરી શકશો અને અલ્ફા અવસ્થામાં આવ્યા પછી જાણકારી યાદ રાખવી બીટા અવસ્થા કરતાં પણ સહેલી થઈ જશે. ત્રણ આંગળીઓવાળી તકનીકની સાથે પરીક્ષા આપનારા વિદ્યાર્થીને એવો અનુભવ થઈ શકે છે, જાણે તેનું પુસ્તક તેની સામે ખુલ્લુ જ મૂક્યું હોય. પરીક્ષા આપતી વખતે પણ તે મહિનાઓ પહેલા વર્ગમાં સાંભળેલા પાઠને ફરીથી જેમ હતો તેમ, યથાતથ સંભળાવી શકે છે, જેવું એ સમયે તેના અધ્યાપકે ભણાવ્યું હશે.

બીજી તકનીક એટલી સામાન્ય નથી પણ જો તમે માઈન્ડ કંટ્રોલમાં તેનો અભ્યાસ કર્યો છે તો તમે તેના માટે પણ તૈયાર હશો. આ બીજી તકનીકમાં અલ્ફા સ્તર પર શીખવું અસરકારક હશે અને બીટા સ્તર પર તે શીખેલું જ્ઞાન વધારે પ્રબળ (પાક્કું) કરી શકાય છે. આ માટે તમારે એક ટેપરેકોર્ડરની જરૂર પડશે.

માની લઈએ કે તમારે એક મુશ્કેલ પ્રકરણ યાદ રાખવાનું છે. તમારે આને માત્ર યાદ જ નથી કરવાનું બલકે તેને સમજવાનું પણ છે. પહેલા તબક્કામાં, અલ્ફામાં ન જતા, બાહ્ય જાગૃતિ એટલે કે બીટા અવસ્થામાં જ રહો. આ પ્રકરણને મોટેથી વાંચીને ટેપરેકોર્ડરમાં રેકોર્ડ કરી લો. હવે પોતાના સ્તર પર જાઓ અને રેકોર્ડ કરેલું તે પ્રકરણ ફરીથી સાંભળો. પોતાના જ અવાજમાં આ પ્રકરણ સાંભળતી વખતે પૂર્ણપણે એકાગ્ર થઈ જાઓ.

હવે હું તમને જણાવું છું કે માઈન્ડ કંટ્રોલની આરંભિક અવસ્થામાં શું થાય છે. જે ટેપરેકોર્ડરમાં તમે તે પ્રકરણ પોતાના અવાજમાં રેકોર્ડ કર્યું છે, જો તમે તેનો વધારે ઉપયોગ નથી કર્યો અથવા એ ટેપરેકોર્ડર વિશે તમને વધારે જાણકારી નથી તો પ્લેબેકનું બટન દબાવતા જ તમે અચાનક બીટા અવસ્થામાં જઈ શકો છો. બની શકે છે કે એ ટેપના અવાજથી તમારા માટે ફરીથી અલ્ફા અવસ્થામાં જવાનું મુશ્કેલ થઈ રહ્યું હોય. જ્યાં સુધી તમે પાછા ફરશો, ત્યારે કદાચ એ પ્રકરણનો કેટલોક ભાગ કે આખું પ્રકરણ જ તમે છોડી ચૂક્યા હશો. પરંતુ સતત અભ્યાસ કરતા-કરતા આ સમસ્યા ઓછી થતી જશે. એ માટે તમને કેટલાક ઉપાય આપવામાં આવે છે :

બટન પર પોતાની આંગળી રાખ્યા પછી જ પોતાના સ્તર પર જાઓ. આ રીતે તમારે પોતાની આંખો ખોલીને બટન શોધવાનું નથી. કોઈ એવા માણસની મદદ લો,

જે તમે ઈશારો કરો એટલે પ્લેબેકનું બટન દબાવશે.

અલ્ફામાં ફરી પાછા ફરવા માટે ત્રણ આંગળીઓની તકનીકનો પ્રયોગ કરો.

વાસ્તવમાં આ સમસ્યા જેટલી દેખાય છે તેટલી ગંભીર નથી. આ તમારી પ્રગતિનો સંકેત પણ હોઈ શકે છે. સતત અભ્યાસ કરીને તમે તેમાં નિપુણ થતા જશો અને પછી તમારે અલ્ફા અવસ્થામાં કંઈક જુદો જ અનુભવ થશે. આ તમને બીટા અવસ્થા જેવું જ લાગશે કારણ કે તમે તેને સજાગ રહીને ઉપયોગમાં લાવવાનું શીખી રહ્યા હશો.

અલ્ફા અવસ્થા દરમિયાન માનસિક સ્તર પર પૂર્ણપણે સજાગ અને જાગરૂક રહેવું, એ માઈન્ડ કંટ્રોલનું વિશેષ લક્ષણ છે.

જ્યારે તમે પ્રગતિ કરી રહ્યા હો અને પોતાને અલ્ફા અવસ્થામાં અનુભવતા હો, તો તેનો અર્થ એ છે કે તમે ઊંડા સ્તર સુધી એટલે કે કદાચ થીટા અવસ્થામાં જઈ રહ્યા છો. માઈન્ડ કંટ્રોલ વર્ગોમાં મેં હંમેશા વિદ્યાર્થીઓને આંખો ખુલ્લી રાખી, ઊંડી અવસ્થામાં પ્રભાવક રીતે કાર્ય કરતા જોયા છે. આ અવસ્થામાં તે પૂર્ણપણે જાગૃ ત હોય છે....જેવા અત્યારે તમે છો, એમ જ.... તે એકબીજા સાથે વાતચીત કરે છે....સવાલ-જવાબ પૂછતા રહે છે....અને જોક પણ સંભળાવે છે.

હવે પાછા તમારી ટેપ રેકોર્ડિંગની વાત પર આવીએ છીએ. તેનો વધારે ઉપયોગ થવા માટે થોડો સમય વીતવા દો, બની શકે તો ઘણા દિવસ વીતવા દો. હવે બીટા અવસ્થામાં જઈને રેકોર્ડ કરેલું પ્રકરણ ફરીથી એકવાર વાંચો અને અલ્ફા અવસ્થામાં તેને સાંભળો. આમ કરવાથી તે પ્રકરણ તમારા મનમાં દૃઢ (પાક્કું) થઈ જશે. આ પુસ્તક દ્વારા માઈન્ડ કંટ્રોલનું પ્રશિક્ષણ લેતા તમારી સાથે અન્ય પણ કેટલાક લોકો હશે. સમય બચાવવા માટે તમે બધાને એક-એક પ્રકરણ ટેપરેકોર્ડરમાં રેકોર્ડ કરવા માટે કહી શકો છો અને એક-બીજાને એ રેકોર્ડ કરેલી ટેપનું આદાન-પ્રદાન પણ કરી શકો છો. આ રીત કારગર સાબિત થઈ શકે છે, જો કે જો તમે પોતાના જ અવાજવાળી ટેપ સાંભળો છો, તો તે તમારા માટે વધારે ફાયદાકારક સાબિત થશે.

ઘણા ક્ષેત્રોમાં માઈન્ડ કંટ્રોલના વિદ્યાર્થીઓની સ્પીડ લર્નિંગ અને ત્રણ આંગળીઓવાળી તકનીકથી કિંમતી સમયની બચત થઈ છે. જેમ કે વેચાણ (વિશેષ કરીને વીમો), શૈક્ષણિક અધ્યયન, શિક્ષણ, કાયદો અને અભિનય જેવા ક્ષેત્ર. આ તકનીકથી થયેલા લાભના કેટલાક ઉદાહરણ આ પ્રમાણે છે –

૧) એક સફળ કેનેડિયન જીવન વીમા એજન્ટને હવે પોતાના બધા ગ્રાહકો માટે આંકડાઓથી ભરેલા દસ્તાવેજ બેગમાં રાખીને લઈ જવા પડતા નથી. તે ખૂબ સહેલાઈથી તેમની સંપત્તિ અને ટેક્સ સંબંધિત પ્રશ્નોના જવાબ આપે છે. તેને

તે બધા તથ્ય મોંઢે છે. જેનું શ્રેય તે ત્રણ આંગળીઓવાળી તકનીક અને સ્પીડ લર્નિંગને આપે છે.

૨) ડેટ્રોઈટ (સંયુક્ત રાજ્ય અમેરિકાનું એક મહાનગર) ના એક વકીલે જ્યૂરીની સામે એક ખૂબ જ મુશ્કેલ કેસને મૂકતા પહેલા, તેના બધા તથ્યોને આ જ તકનીકથી યાદ કરી કરી લીધા. સૌથી પહેલા તેણે પોતાની આખી વાતને ટેપરેકોર્ડરમાં રેકોર્ડ કરી લીધી અને કોર્ટમાં જવાની આગલી રાત્રે જ તેણે અલ્ફા અવસ્થામાં જઈને તે રેકોર્ડ કરેલી ટેપ સાંભળી. બીજા દિવસે સવારે ફરીથી એકવાર તેણે તે ટેપ સાંભળી. કોર્ટમાં તે ખૂબ આત્મવિશ્વાસથી જજની સામે ઊભો રહ્યો અને તેમની આંખમાં આંખ પરોવી પોતાની વાત કહેવાનું શરૂ કર્યું. પરિણામે, તે પોતાની નોટ્સ વિના પણ ક્યાંય વધારે શ્રેષ્ઠ અને પ્રભાવક રીતે પોતાની વાત કહી શક્યો અને કોઈએ ધ્યાન જ ન આપ્યું કે તેણે પોતાના જમણા હાથની ત્રણ આંગળીઓથી શું કર્યું હતું.

૩) ન્યૂયોર્કના નાઈટ ક્લબનો એક કોમેડિયન રોજે પોતાની દિનચર્યા બદલે છે. તે ન્યૂઝ પર કમેન્ટ કરે છે. પોતાના શો થી વીસ મિનિટ પહેલાં, તે પોતાની રેકોર્ડ કરેલી ટેપ સાંભળે છે અને તે પછી વીસ મિનિટના હાસ્યથી ભરપૂર શો માટે તૈયાર થઈ જાય છે. 'પહેલા હું એ આશાથી પોતાની આંગળીઓને વાળતો હતો કે શો સારો રહે પણ હવે હું જાણું છું કે ત્રણ આંગળીઓવાળી તકનીક અપનાવ્યા પછી શું થવાનું છે – મારા શ્રોતા ભરપૂર હસવાના છે.'

વિદ્યાર્થીઓ માટે સ્પીડ લર્નિંગ અને ત્રણ આંગળીઓવાળી તકનીક આદર્શ તકનીક છે. કદાચ આ જ કારણ છે કે આજે માઈન્ડ કંટ્રોલને ૨૪ કોલેજો અને વિશ્વવિદ્યાલયો, ૧૬ હાઈ સ્કૂલ અને ૮ ગ્રેડ સ્કૂલોમાં ભણાવવામાં આવે છે. આપણે આ તકનીકો માટે જોસ સિલ્વાનો આભાર માનવો જોઈએ કારણ કે તેની મદદથી હજારો વિદ્યાર્થી ઓછો અભ્યાસ કરવા છતાં પણ ઘણું વધારે શીખી રહ્યા છે.

૭

રચનાત્મક નિદ્રા

સપના જોતી વખતે આપણે કેટલા મુક્ત હોઈએ છીએ ! સમયની પાબંદી, સ્થાનની મર્યાદા, તર્કના નિયમ, વિવેકના અંતરાયો વગેરે બધું જ પૂરું થઈ જાય છે અને આપણે પોતાની જ અસ્થાયી રચનાના સ્વામી બની જઈએ છીએ કારણ કે આપણે જેની રચના કરીએ છીએ, તે આપણી વિશેષ નિર્મિતિ થાય છે. મનોવિશ્લેષણના પ્રવર્તક સિગ્મંડ ફ્રોઈડ એ પણ પોતાના સ્વપ્નોને ખૂબ મહત્ત્વપૂર્ણ ગણ્યા છે. જો તમે કોઈના સ્વપ્નોને સમજી લો, તો તમે એ માણસને પણ સમજી શકો છો.

માઈન્ડ કંટ્રોલમાં આપણે પણ સ્વપ્નોને ગંભીરતાથી લઈએ છીએ પણ આ જરા અલગ રીતે હોય છે કારણ કે આ પ્રશિક્ષણમાં આપણે પોતાના મનનો ઉપયોગ અલગ-અલગ રીતે કરવાનું શીખ્યા છીએ. ફ્રોઈડ એ સ્વપ્નોની વાત કરે છે, જેને આપણે અનાયાસે જ રચી લઈએ છીએ. માઈન્ડ કંટ્રોલમાં આ રીતે વિચારવામાં નથી આવતું. તેની જગ્યાએ આપણી રસ-રુચિ એવા સ્વપ્નો રચવામાં છે, જેનાથી કેટલીક વિશેષ સમસ્યાઓનો ઉકેલ લાવી શકાય. સ્વપ્નોનો વિષય આપણે પહેલેથી જ નક્કી કરી લઈએ છીએ એટલે આપણે તેમની વ્યાખ્યા પણ અલગ રીતે કરીએ છીએ – જેનાથી આપણને ભવ્ય પરિણામો મળે છે. જો કે, આ રીતથી અનાયાસ સ્વપ્ન જોવાનો

અનુભવ સીમિત થઈ જાય છે પરંતુ આનાથી આપણને એક પ્રકારની આઝાદી પણ મળે છે, જેનાથી આપણા જીવન પર આપણું નિયંત્રણ વધી જાય છે.

જ્યારે આપણે પોતાની માનસિકતા એટલે કે પોતાના મનમાં છુપાયેલી વાતોને જાણવા અને સમજવા માટે પહેલેથી પ્રોગ્રામ કરેલા સ્વપ્નની વ્યાખ્યા કરીએ છીએ, તો આપણને પોતાના રોજબરોજના જીવનની સમસ્યાઓના ઉકેલ પણ મળી જાય છે.

અહીં આપણે સ્વપ્નોને વશમાં કરવાના ત્રણ ઉપાય શીખીશું. આ ત્રણ ઉપાયો માટે મનની ધ્યાન અવસ્થા મહત્ત્વની હોય છે.

પહેલો ઉપાય – સ્વપ્નોને યાદ કેવી રીતે કરીએ

પહેલો ઉપાય છે, પોતાના સ્વપ્નોને યાદ કરતા શીખવું. ઘણા લોકો કહે છે કે 'અમે તો સ્વપ્ન જોતાં જ નથી અથવા અમને સ્વપ્ન આવતા જ નથી.' પણ આ સત્ય નથી. વાસ્તવમાં આપણે બધા સ્વપ્ન જોઈએ છીએ, બસ ફેર માત્ર એટલો જ છે કે કોઈને પોતાના સ્વપ્ન યાદ રહે છે અને કોઈને નથી રહેતા. જો આપણી પાસેથી સ્વપ્ન જોવાની ક્ષમતા છીનવી લેવામાં આવે તો થોડા જ દિવસોમાં આપણે ઘણા પ્રકારની માનસિક અને ભાવનાત્મક સમસ્યાઓનો સામનો કરવો પડશે.

મારા સ્વપ્નનો અનુભવ

ઈ.સ.૧૯૪૯માં મેં મારા જીવનની સમસ્યાઓને ઉકેલવા માટે સ્વપ્નોની સંભવિત ઉપયોગિતા વિશે સંશોધન કરવાનું શરૂ કર્યું. તે સમયે મને ખબર નહોતી કે આ શોધ ચોક્કસ કેવું પરિણામ મારી સામે આવશે. મેં પણ દરેકની જેમ એવું સાંભળ્યું હતું કે સ્વપ્નમાં ઘણીવાર આપણને કેટલીક મહત્ત્વની વાતોના સંકેત મળી જાય છે. જૂલિયસ સીઝર નામના એક રોમન રાજકારણીને પોતાના મરવાનો પૂર્વાભાસ સ્વપ્નમાં જ થયો હતો. લિંકનને પણ પોતાની હત્યાનો સંકેત સ્વપ્નથી જ મળ્યો હતો. પણ જો આ બધા સ્વપ્ન સંયોગ માત્ર હતા તો તેનો અર્થ એ જ હતો કે હું નકામો મારો સમય વેડફી રહ્યો હતો.

એક સમયે તો મને ખરેખર એવું લાગવા માંડ્યું કે હું ખરેખર મારો સમય વેડફી રહ્યો છું. હું લગભગ ચાર વર્ષથી સિગ્મંડ ફ્રોઈડ, અલ્ફ્રેડ એડલર અને કાર્લ યુંગ જેવા મનોવૈજ્ઞાનિકોને વાંચતો હતો અને એવું લાગવા માંડ્યું હતું કે હું જેટલું વાંચી રહ્યો છું, એટલું જ ઓછું જાણું છું. રાત્રે બે વાગ્યાની આસપાસ મેં પુસ્તકને એક બાજુએ મૂક્યું અને પથારીમાં આડો પડ્યો. હું આવી નિરર્થક વાતો પર મારો વધારે સમય વેડફવા માંગતો નહોતો, જે વિશે આ દિગ્ગજ એકબીજા સાથે જ સહમત નહોતા. મેં નક્કી કર્યું કે હવે હું મારા ઈલેક્ટ્રોનિક્સના વ્યવસાય પર ધ્યાન આપીશ. હું સતત

મારા કામની ઉપેક્ષા કરી રહ્યો હતો અને હવે પૈસાની ઉણપનો અનુભવ પણ થવા માંડ્યો હતો.

બે કલાક પછી, એક સ્વપ્નથી અચાનક મારી ઊંઘ ઊડી ગઈ. આ મોટાભાગે સ્વપ્નોની એક શ્રેણી નહોતી, માત્ર એક પ્રકાશ હતો. આ સ્વપ્નમાં મેં સૂર્યનો સુંદર સોનેરી પ્રકાશ જોયો અને જ્યારે ઉઠ્યો ત્યારે ઓરડામાં કાળું અંધારું દેખાયું. મેં આંખો બંધ કરી તો ચારેય તરફ ફરીથી એ જ સોનેરી પ્રકાશ દેખાયો અને આંખો ખોલી તો અંધારું દેખાવા લાગ્યું. મેં ફરીથી મારી આંખો બંધ કરી....થોડા સમય પછી આંખો ખોલી, આવું મેં એક-બે વાર ફરીથી કર્યું. દરેક વખતે આંખો ખોલતા જ અંધારું અને બંધ કરતા જ સોનેરી પ્રકાશ દેખાયો. જ્યારે મેં ત્રીજી વાર મારી આંખો બંધ કરી, ત્યારે મને એક આંકડો દેખાયો : ૩-૪-૩. પછી કેટલાક આંકડાનો એક બીજો સેટ દેખાયો : ૩-૭-૩. એ પછી ફરીથી પહેલા અંકોનો સેટ દેખાયો અને એકવાર ફરી બીજા અંકોનો સેટ દેખાયો.

એ સમયે મને આ અંકો કરતા વધારે એ પ્રકાશમાં રસ હતો, જે ધીમે-ધીમે બુઝાતો જતો હતો. એ સમયે મને એવું લાગ્યું, જાણે વીજળીના બલ્બની જેમ એક જ ક્ષણમાં મારું જીવન સમાપ્ત થઈ જશે. હવે અચાનક મને એ અનુભૂતિ થઈ કે હું મરવાનો નથી, તો હું એ પ્રકાશને ફરીથી મેળવવા ઈચ્છતો હતો. આ માટે મેં મારી શ્વાસ લેવાની પદ્ધતિ બદલી, માનસિક સ્તર અને સૂવાની મુદ્રા બદલી પણ કશું થયું નહીં અને જોતજોતામાં માત્ર પાંચેક મિનિટમાં જ તે પ્રકાશ બુઝાઈ ગયો.

તે અંકોનું કશુંક તો મહત્ત્વ હતું. હું રાત્રે સૂતા-સૂતા ટેલિફોન નંબર, ઘરોના સરનામાં અને લાઈસન્સ નંબર વગેરે યાદ કરવાનો પ્રયત્ન કરતો રહ્યો — કંઈક એવું જે એ અંકોને એક અર્થ આપી શકે.

આજે મારી પાસે મારા સપનાંના બધા અર્થ જાણવાની એક પ્રભાવશાળી રીત છે, પણ એ દિવસોમાં, હું મારી શોધની આરંભિક અવસ્થામાં હતો. બીજા દિવસે હું બે કલાકની અધૂરી ઊંઘ સાથે એ અંકોને એવી વસ્તુઓ સાથે જોડવાના પ્રયત્નમાં લાગેલો રહ્યો, જેને હું પહેલેથી જાણતો હતો.

હવે હું કેટલાક એવા સંજોગો વિશે જણાવવા ઈચ્છીશ, જે આ કોયડાને ઉકેલવામાં સહાયક સાબિત થયા અને આખરે માઈન્ડ કંટ્રોલ કોર્સનો એક મહત્ત્વનો હિસ્સો બની ગયા.

હું મારી ઈલેક્ટ્રોનિક્સની દુકાન બંધ કરવાનો જ હતો ત્યાં મારા એક મિત્રએ આવીને કૉફી પીવા જવાનું સૂચન કર્યું. મેં હા પાડ્યા પછી તે દુકાન બંધ કરવાની રાહ જોવા લાગ્યો. ત્યાં જ મારી પત્નીએ આવીને કહ્યું, 'તું જાય જ છે તો મેક્સિકન સાઈડ

પણ જઈ આવજે અને મારા માટે રબિંગ અલ્કોહોલ[1] લઈ આવજે.' ત્યાં પુલ પાસે જ એક શૉપ છે, જ્યાં આ સસ્તું મળે છે.

રસ્તામાં મેં મિત્રને મારા અંકોવાળા સ્વપ્ન વિશે જણાવ્યું અને એ જ દરમિયાન મારા મગજમાં એક વિચાર આવ્યો, 'બની શકે કે તે કોઈ લોટરીનો નંબર હોય.' અમે મેક્સિકન લોટરીના મુખ્યાલયની સામેથી પસાર થયા, પણ ત્યાં સુધીમાં તે લોટરી સેન્ટર બંધ થવાનો સમય થઈ ચૂક્યો હતો. મને લાગ્યું કે કદાચ મારો અંદાજ ખોટો છે. એટલે અમે આગળના ચોકમાં રબિંગ અલ્કોહોલ ખરીદવા માટે ચાલ્યા ગયા.

સેલ્સમેન મને સામાન આપતો હતો ત્યારે એ શોપના બીજા ભાગમાં ઉભેલા મારા મિત્રએ મને પૂછ્યું, 'તું ક્યો નંબર જોતો હતો?' મેં કહ્યું, '૩-૪-૩, ૩-૭-૩.'

તેણે કહ્યું, 'જરા અહીં આવીને જો.'

હું ત્યાં ગયો અને જોયું કે ત્યાં એક અડધી ટિકિટ હતી, જેના પર ૩-૪-૩ લખેલું હતું.

આખા મેક્સિકો રિપબ્લિકમાં, આ નાનકડા શોપની જેમ હજારો દુકાનદારોને દર મહિને પહેલા ત્રણ અંકોની સાથે કેટલીક લોટરી ટિકિટ મળતી હતી. આખા દેશમાં આ માત્ર એક જ શોપ હતી, જેણે ૩-૪-૩ નંબર વેચ્યો હતો અને આ મેક્સિકો સિટીમાં વેચવામાં આવ્યો હતો.

મેં જીવનમાં પહેલી વાર લોટરીની ટિકિટ ખરીદી હતી. થોડા જ અઠવાડિયા પછી મને ખબર પડી કે લોટરીના અડધા ભાગથી મેં દસ હજાર ડૉલર જીતી લીધા છે. મને એ સમયે આ પૈસાની ખૂબ જરૂર હતી. યોગ્ય સમયે પૈસા મળવાથી હું ખૂબ ખુશ હતો. પૈસાના રૂપમાં મળેલી આ ભેટને હું ધ્યાનથી જોતો હતો ત્યારે મેં અનુભવ્યું કે આ ભેટ કરતાં પણ મોટી વાત એ હતી કે મારી શોધ યોગ્ય દિશા તરફ આગળ વધી રહી હતી. મારી શોધ માટે આ ઘટના એક ઠોસ આધાર હતી. મેં કોઈ રીતે તે પરમ પ્રજ્ઞા (ઉચ્ચ બુદ્ધિમત્તા) સાથે સંપર્ક સાધવાનું શીખી લીધું હતું. બની શકે કે મેં પહેલા પણ એવું કર્યું હોય, પણ એ સમયે મને ખબર ન પડી. આ વખતે મને ખબર છે કે હું એ ઉચ્ચ બુદ્ધિમત્તાના સંપર્કમાં છું.

જરા વિચારો કે મારી સાથે આ બધું કેવી રીતે શક્ય બન્યું. એક નિરાશાના પળમાં મેં સપનામાં પ્રકાશ જોયો અને કેટલાક અંક મારી સામે આવ્યા....મનમાં થયું કે મારે એ અંકોને યાદ રાખવા જોઈએ...ફરીથી મિત્ર કોફી માટે બોલાવવા આવ્યો અને થાકેલો હોવા છતાં હું તેની સાથે જવા નીકળ્યો....બરાબર એ જ સમયે

---

[1] શલ્યક સ્પિરીટ– ત્વચા વગેરે સાફ કરવા માટે ઉપયોગમાં લેવાય છે જેનાથી બેક્ટેરિયા ન થાય.

મારી પત્નીએ મારી પાસે એક શોપમાંથી રબિંગ અલ્કોહોલ મંગાવ્યો...જેના કારણે હું એ શોપમાં પહોંચ્યો જ્યાં તે લોટરીની ટિકિટ વેચાઈ રહી હતી....

જેમને આ વાતો માત્ર સંજોગ લાગે છે, તેમને આની સચ્ચાઈ સમજાવવી પણ મુશ્કેલ છે. આગળ માઈન્ડ કંટ્રોલના ચાર અમેરિકન વિદ્યાર્થીઓ મારી શીખવેલી અલગ-અલગ તકનીકોની મદદથી લોટરી જીત્યા, જેની માહિતી આ પ્રમાણે છે. ઈલિનોઈસના રોકફોર્ડ શહેરની રેજીના એમ. ફોરનેકર અને શિકાગોના ડેવિડ સિકિચ, જે ૩-૩ લાખ ડોલરની લોટરી જીત્યા, એ ઉપરાંત શિકાગોના ફ્રાંસેસ મોરોની અને ન્યુયોર્કના જૉન લેમિંગ, જે ૫૦-૫૦ હજારની લોટરી જીત્યા.

માઈન્ડ કંટ્રોલમાં અમને 'સંજોગ' શબ્દ સામે કોઈ જ વાંધો નથી. અમારા માટે આ શબ્દના અર્થ બિલકુલ અલગ છે. જ્યારે પણ કોઈ એવી ઘટના બને છે, જેના વિશે કશું કહી શકાય નહીં અને જો તે કોઈ રચનાત્મક પરિણામ પર પહોંચી જાય છે તો આપણે તેને 'સંજોગ' કહીએ છીએ. જો પરિણામ વિનાશકારી હોય, તો આપણે તેને 'દુર્ઘટના' કહીએ છીએ. માઈન્ડ કંટ્રોલમાં આપણે, સંજોગ કેવી રીતે નિર્માણ કરવાના છે, એ શીખીએ છીએ. પરંતુ આમાં આપણે 'માત્ર એક સંયોગ' શબ્દનો ઉપયોગ નથી કરતા.

મારા લોટરી જીતવાના સ્વપ્નએ મને વિશ્વાસ અપાવ્યો કે કોઈ ને કોઈ એવી ઉચ્ચ પ્રજ્ઞા ચોક્કસ છે અને મારી સાથે સંપર્ક કરવાની ક્ષમતા તેનામાં છે. જ્યારે હું ઊંઘમાં હતો અન મારા જીવનના કાર્યો અંગે ચિંતિત હતો, ત્યારે એ ઉચ્ચ પ્રજ્ઞાએ મારી સાથે સંપર્ક કર્યો. હજારો લોકોને તેમના જીવનની નિરાશા કે સમસ્યાઓ દરમિયાન, કાં તો પોતાના જીવનના મુશ્કેલ સમયમાં, અસામાન્ય રીતોથી તેમના સ્વપ્ના દ્વારા ઘણા પ્રકારની સૂચનાઓ અને જાણકારીઓ પ્રાપ્ત થઈ. આવા ઘણા સ્વપ્નોનું વર્ણન બાઈબલમાં પણ કરવામાં આવ્યું છે. જો કે, તે સમયે મારી સાથે જે થયું, તે બધું કોઈ જાદુ કરતાં ઉતરતું નહોતું.

મારા અભ્યાસ દરમિયાન મેં એ વાંચ્યું કે સિગ્મંડ ફ્રોઈડ અનુસાર ઊંઘની અવસ્થા ટેલિપથી માટે સૌથી અનુકૂળ દશા છે. જો હું મારા સપના વિશે વિચારું છું, તો એ જ કહીશ કે ઉચ્ચ પ્રજ્ઞાથી જાણકારી પ્રાપ્ત કરવા માટે ઊંઘ એક પોષક વાતાવરણ તૈયાર કરે છે. પછી હું એ વિચારવા લાગ્યો કે શું આટલું બધું થવા છતાં પણ હાથ પર હાથ મૂકી બેસવું પડશે અને એ રાહ જોવી પડશે કે કોઈ આપણને ફોન કરશે ? શું આપણે પોતે એ મહાન પ્રજ્ઞા સાથે સંપર્ક સાધવા માટે કોઈ નંબર ડાયલ નથી કરી શકતા ? શું આપણે પોતાના તરફથી કોઈ પહેલ કરી શકતા નથી ? એક ધાર્મિક માણસ હોવાને નાતે, મેં વિચાર્યું કે 'જો આપણે પ્રાર્થનાના માધ્યમથી ઈશ્વર સાથે સંપર્ક કરી શકીએ છીએ, તો એ મહાન પ્રજ્ઞા સુધી જવાનો કોઈને કોઈ માર્ગ

ચોક્કસ કાઢી શકાય છે અને પોતાને તેની સાથે જોડી શકાય છે.' તમે આ પુસ્તકના પંદરમા પ્રકરણમાં આ વિષય પર વિસ્તૃત રીતે વાંચશો, જેમાં મેં પરમાત્મા અને ઉચ્ચ પ્રજ્ઞા ઉપરાંત બીજી પણ ઘણી વાતો વિશે મારા વિચાર મૂક્યા છે.

મારા પ્રયોગોથી એ સ્પષ્ટ થયું કે આપણે ઘણી રીતે એ મહાન પ્રજ્ઞા સાથે સંપર્ક કરી શકીએ છીએ. તેમાંથી જ એક છે, 'પોતાના સ્વપ્નોને વશમાં કરવા.' આ ખૂબ સહેલું છે અને તમે તેને સરળતાથી શીખી શકો છો.

પોતાના સ્વપ્નોને વશમાં કરવા

પોતાના સ્વપ્નોને યાદ રાખવા માટે તમે સોનેરી પ્રકાશના ભરોસે રહી શકો નહીં. પણ જો તમે પોતાને પ્રોગ્રામ કરી લો તો તેની સામૂહિક અસર એ સમયે તમારે કામ આવી શકે છે, જ્યારે તમે સ્વપ્નને યાદ કરવા માટે પોતાના સ્તર પર હો. રાત્રે સૂતાં પહેલા, જ્યારે તમે ધ્યાન કરો છો, ત્યારે એ સમયે પોતાના મનને કહો, 'ઊંઘમાં મને આવનારા સ્વપ્નને હું યાદ કરવા ઈચ્છું છું. હું એક સ્વપ્ન યાદ રાખીશ.' ઊંઘતા પહેલા પોતાના ઓશિકા પાસે કાગળ અને પેન મૂકીને સૂવો. સવારે કે રાત્રે પણ ગમે ત્યારે ઊંઘમાંથી જાગી જાઓ તો પોતાના સ્વપ્નને યાદ કરી, તેને કાગળ પર લખી લો. દરેક રાત્રે આ અભ્યાસ કરવાથી થોડા જ દિવસોમાં તમે આ અભ્યાસમાં કુશળ થઈ જશો. પછી તમને તમારા સ્વપ્ન વધારે સ્પષ્ટતાથી યાદ રહેશે. જ્યારે તમે પોતાના પ્રયોગોમાં થયેલા સુધારાથી સંતુષ્ટ હો, તો તેનો અર્થએ છે કે તમે બીજા તબક્કા માટે તૈયાર છો.

ઊંઘતા પહેલા ધ્યાનના સમયે, પોતાના જીવનની કોઈ એવી સમસ્યા અંગે વિચાર કરો, જેને સૂચના કે સલાહની મદદથી ઉકેલી શકાય છે. તમે ખરેખર એ સમસ્યાનો ઉકેલ ઈચ્છો છો, તેની ખાતરી કરી લો. જો તમે બેહૂદો સવાલ કરશો, તો તમને બેહૂદા જવાબ જ મળશે. હવે પોતાને આ શબ્દોની સાથે પ્રોગ્રામ કરો : હું એક એવું સ્વપ્ન જોવા ઈચ્છું છું, જેમાં આ સમસ્યાને ઉકેલવા માટે આવશ્યક સૂચના કે જાણકારી આપવામાં આવી હોય. હું આવું સ્વપ્ન જોઈને તેને યાદ રાખવા અને સમજવા ઈચ્છું છું.'

જ્યારે તમે ઊંઘીને ઉઠો, ત્યારે એ સ્વપ્નનું વિશ્લેષણ કરો અને એ સ્વપ્નનો અર્થ સમજવાનો પ્રયત્ન કરો.

સમસ્યાનો ઉકેલ લાવનારા સ્વપ્ન

જેમ મેં અગાઉ પણ કહ્યું હતું કે સ્વપ્નોનું વિશ્લેષણ કરવાની આપણી રીત સિગ્મંડ ફ્રોઈડની રીતોથી અલગ છે કારણ કે આપણે જાણી જોઈને એ સ્વપ્નોને રચીએ છીએ. તેથી જો તમે ફ્રોઈડ દ્વારા જણાવવામાં આવેલા સ્વપ્નોના વિશ્લેષણની

રીત જાણો છો, તો તમારે માઈન્ડ કંટ્રોલ અભ્યાસ દરમિયાન તેને ભૂલવી પડશે.

જરા કલ્પના કરો કે સિગ્મંડ ફ્રોઈડ આ સ્વપ્ન વિશે શું કહેતા. એક માણસ સ્વપ્નમાં જુએ છે કે તે એક જંગલમાં જંગલી આદિવાસીઓ દ્વારા ઘેરાયેલો હતો. તે લોકો પોતાના હાથોમાં ભાલા લહેરાવતા તેની તરફ જ આવી રહ્યા હતા. એ બધાના ભાલામાં એક કાણું હતું. અચાનક તે માણસ જાગ્યો, તો એ સ્વપ્નમાં જ તેને પોતાની સમસ્યાનો ઉકેલ મળી ગયો. વાસ્તવમાં તે માણસ એ દિવસોમાં સિલાઈ મશીનની શોધમાં લાગેલો હતો. કપડાંની સિલાઈ માટે સોયમાં દોરો કેવી રીતે પરોવવામાં આવે, તેનો જવાબ તેને સ્વપ્નમાં મળ્યો. સ્વપ્ન દ્વારા તે જાણી ગયો હતો કે જો સોયના ઉપરના ભાગમાં કાણું કરી દોરો પરોવવામાં આવે અને પછી તે કપડાંમાં ભેદીને ઉપર-નીચે કરવામાં આવે, તો તે કપડું સીવી શકાય છે. આ રીતે ભાલામાં દેખાનારા કાણાએ તેની સમસ્યા ઉકેલી નાખી. એ માણસનું નામ ઈલિયસ હૉવે હતું, જેણે વ્યવહારિક દૃષ્ટિએ પહેલી સિલાઈ મશીનની શોધ કરી.

સ્વપ્નોને વશમાં કરવાનું ઉદાહરણ

એક માઈન્ડ કંટ્રોલ વિદ્યાર્થીનો દાવો છે કે સ્વપ્નોને વશમાં કરવાથી, તે પોતાનો જીવ બચાવવા માટે સફળ રહ્યો. તે પોતાની બાઈક પર સાત દિવસના પ્રવાસે જવાનો હતો. પ્રવાસ પર નીકળવાના એક દિવસ પહેલાં, તેણે સ્વપ્નમાં પોતાને પ્રોગ્રામ કર્યો કે જો તેના પ્રવાસમાં કોઈ મુશ્કેલી આવવાની છે, તો તેને પહેલેથી જ ચેતવણી મળી જાય, એક લાંબા પ્રવાસમાં ઘણા બધા અંતરાયોનો સામનો કરવો પડે તે પહેલાં. હંમેશા લાંબા પ્રવાસોમાં કંઈ ને કંઈ થતું રહે છે, જેમ કે ટાયર પંચર થવું, ઈંધણમાં કચરો આવી જવો કે પછી જેમ ગઈ વખતે તેના પ્રવાસ દરમિયાન અચાનક બરફ પડવા માંડ્યો હતો.

તેણે સ્વપ્નમાં જોયું કે તે એક મિત્રના ઘરે હતો. તેને ખાવા માટે કાચી સ્ટ્રિંગ બીન્સ પીરસવામાં આવી હતી, જ્યારે બાકી બધા લોકો સ્વાદિષ્ટ વ્યંજન ખાઈ રહ્યા હતા. તેને સમજાતું નહોતું કે તેનો અર્થ શું હતો ? કદાચ તેણે આ પ્રવાસમાં બીન્સ ન ખાવી જોઈએ....જો કે કાચી સ્ટ્રિંગ બીન્સ ખાવામાં કોઈ જોખમ નહોતું, પણ તેને આમેય કાચી બીન્સ ભાવતી નહોતી. પછી બીજો શું અર્થ હોઈ શકે છે, તે વિચારમાં પડી ગયો. કદાચ તેને તેના મિત્રના ઘરમાં રહેવાની તક નહીં મળે પરંતુ તેમની દોસ્તી તો પાક્કી હતી અને આમેય બાઈક પ્રવાસમાં તેને કોઈ લેવા-દેવા નહોતી.

ખેર, બે દિવસ પછી તે સવાર-સવારમાં ન્યૂયોર્કના હાઈવે પર હતો. તે સવાર ખૂબ ખુશનુમા હતી અને રસ્તા પર વાહનવ્યવહાર પણ વધારે નહોતો. એટલે ગાડી ચલાવવામાં તેને ખૂબ મઝા આવતી હતી. તેની આગળ માત્ર એક નાનો ટ્રક જતો હતો.

જ્યારે તે આ ટ્રકની નજીક આવ્યો ત્યારે તેણે જોયું કે તેમાં કાચી બીન્સ ભરેલી હતી. તેને તરત પોતાનું સ્વપ્ન યાદ આવ્યું અને તેણે પોતાની બાઈકની ગતિ ૬૫માંથી ૨૫ કરી લીધી. આગળ જતાં જ્યારે તે ૧૫ માઈલ પ્રતિ કલાકની ઝડપે એક વળાંક પર પોતાની બાઈક ચલાવતો હતો, ત્યારે અચાનક રસ્તા પર પડેલી કેટલીક બીન્સ પર બાઈકનું પાછળનું પૈડું લપસી ગયું. જો તેની બાઈકની ગતિ વધારે હોત, તો તેમાં તેનો જીવ પણ જઈ શકતો હતો.

તમે જે સ્વપ્ન જોવા ઈચ્છો છો, તેની વ્યાખ્યા તમે પોતે જ કરી શકો છો. જો તમે પહેલેથી યોગ્ય પ્રોગ્રામિંગ કરી રાખ્યું હશે, તો તમને તમારા સ્વપ્નોના બધા અર્થ કોઈ ને કોઈ રૂપમાં અર્થાત કોઈ સંકેત કે અંતઃપ્રેરણાથી આપોઆપ જ સમજાઈ જશે. સામાન્ય રીતે આ જ સંકેત આપણા અંતર્મનનો આપણી સાથે સંવાદ સ્થાપિત કરવાનો એક માર્ગ હોય છે. સતત અભ્યાસ કરી તમે આ સંકેતોને સમજવામાં કુશળ થતા જશો અને બધા અર્થને નવા-નવા રૂપમાં સમજીશું.

આપણા માઈન્ડ કંટ્રોલ સત્રમાં જે શબ્દોનો ઉપયોગ કરવામાં આવે છે, મેં તમને પોતાનું પ્રોગ્રામિંગ કરવા માટે એ જ શબ્દોનો ઉપયોગ કરવાની સલાહ આપી છે. જો કે, બીજા શબ્દ પણ કામ લાગી શકે છે, પણ જો તમે માઈન્ડ કંટ્રોલ સત્રમાં અભ્યાસ કરેલો છે, તો તમારા માટે આની સાથે જોડાવવું સહેલું હશે અને તમે અલ્ફા અવસ્થામાં, યોગ્ય શબ્દોની સાથે ઘણું સારું પ્રોગ્રામિગ કરી શકશો.

જો તમે સ્વપ્નોને વશમાં કરવાના અભ્યાસ દરમિયાન ધીરજ રાખો અને સતત અભ્યાસ કરતા રહેશો, તો તમે તમારા સૌથી અણમોલ માનસિક ખજાનાને આગળ લાવી શકશો. આ પ્રશિક્ષણથી તમે કોઈ લોટરીને જીતવાની અપેક્ષા રાખી શકતા નથી કારણ કે લોટરી વસ્તુ જ એવી છે કે તેમાં કેટલાક લોકોની જ જીત થાય છે. પરંતુ આપણા જીવનમાં એવું નથી હોતું. પોતાના જીવનમાં તમે એટલું બધું જીતી શકો છો, જેટલું લોટરી જીતવા છતાં પણ તમને ન મળતું.

૮

પોતાના શબ્દોમાં છુપાયેલી તાકાત

આ પુસ્તકના પરિચયમાં તમને કહેવામાં આવ્યું હતું કે તેમાં આપવામાં આવેલો કોઈપણ પ્રયોગ પુસ્તકને પહેલી વાર વાંચતી વખતે ન કરશો. પરંતુ આ બાબતમાં આગળ આપવામાં આવેલો પ્રયોગ એક અપવાદ છે. તમે તેનો અભ્યાસ કરી શકો છો. આમ કરવા માટે તમારે તમારી સંપૂર્ણ કલ્પનાશક્તિનો ઉપયોગ કરવો પડશે.

આવો, જુઓ કે તમારે શું કરવાનું છે

ધારી લો કે તમે તમારા રસોડામાં, પોતાના હાથમાં લીંબુ લઈને ઊભા છો, જેને તમે હમણાં જ ફ્રિજમાંથી બહાર કાઢ્યું છે. તે તમારા હાથોમાં ઠંડકની અનુભૂતિ આપી રહ્યું છે. હવે એ લીંબુને ધ્યાનથી જુઓ, તેનું નિરીક્ષણ કરો. તે બહારથી પીળા રંગનું છે અને તેના બંને છેડે બે લીલા ટપકાં દેખાય છે. તેને એકવાર હળવેથી દબાવીને તેની મજબૂતી અને વજનને પણ અનુભવો.

હવે આ લીંબુને તમારા નાકની પાસે લાવી તેની સુગંધ લો. લીંબુની સુગંધ જબરદસ્ત હોય છે, હેં ને ? હવે આ લીંબુને અડધું કાપી, પછી ફરીથી તેની સુગંધ લો. હવે તમને તેની તે ખાસ સુગંધ હજુ વધારે તીવ્રતાથી અનુભવાશે. એ પછી લીંબુના આ અડધા

ટુકડાને તમારા દાંતોથી દબાવો અને તેના રસને પોતાના મોં માં ચારેય તરફ જવા દો. તેનો સ્વાદ પણ સૌથી અલગ હોય છે, લાગે છે ને ?

જો તમે તમારી કલ્પનાનો યોગ્ય રીતે ઉપયોગ કર્યો હશે, તો અત્યાર સુધી તમારા મોં માં પાણી આવી ગયું હશે.

આવો, તેના આશયને વિસ્તૃત રીતે જાણીએ

તમે જોયું કે માત્ર કેટલાક શબ્દોએ જ તમારી સ્વાદ ગ્રંથિઓને ઉત્તેજિત કરી દીધી. જો કે તેની કોઈ અસલી અસર નથી થતી. આ તો તમારી કલ્પનાનો પ્રભાવ હતો. જ્યારે તમે લીંબુ વિશે એ શબ્દોને વાંચ્યા તો આપોઆપ મગજને કહ્યું કે, 'તમારા હાથમાં એક લીંબુ છે.' જ્યારે વાસ્તવમાં તમારા હાથમાં કોઈ લીંબુ નહોતું. પરંતુ તમારા મગજે આ વાતને ગંભીરતાથી લીધી અને તમારી સ્વાદ ગ્રંથિઓને કહ્યું કે, 'આ માણસ લીંબુનો રસ ચાખવા જઈ રહ્યો છે, તેનો સ્વાદ લેવા માટે તૈયાર રહો.' સ્વાદ ગ્રંથિઓએ તમારા મગજની વાત સાંભળી અને તમારા મોંમાં પાણી આવી ગયું.

આપણામાંથી મોટાભાગના લોકો એમ જ વિચારે છે કે આપણે જે શબ્દોનો ઉપયોગ કરીએ છીએ, તેનો કોઈ ને કોઈ અર્થ હોય છે જ, જે સારો અથવા ખરાબ, બંને હોઈ શકે છે. એ જ રીતે આ અર્થ સાચો કે ખોટો, નબળો કે તાકાતવર પણ હોઈ શકે છે. એમાં કોઈ બેમત નથી કે શબ્દોનો એક અર્થ ચોક્કસ હોય છે, પરંતુ એક હકીકત એ પણ છે કે શબ્દોથી હકીકત માત્ર ઝલકતી નથી બલકે એ હકીકતનું નિર્માણ પણ થાય છે. બરાબર એ જ રીતે જેમ તમારી સ્વાદ ગ્રંથિઓએ મોં ની અંદર લીંબુનો રસ હોવાની હકીકતનું નિર્માણ કર્યું. એવું નથી કે મગજ આપણા મન વિશે બધું જ જાણી લે છે. મગજ સૂચનાઓ ગ્રહણ કરે છે અને તેનો સંગ્રહ કરે છે. તે આપણા શરીરનું નિયંત્રક જ હોય છે. તેથી જો તમે તેને કહેશો કે 'હું લીંબુ ખાઈ રહ્યો છું.' તો તે પોતાનું કામ તરત શરૂ કરી દે છે.

નકારાત્મક શબ્દોની અસર

માઈન્ડ કંટ્રોલમાં આપણે જેને 'મેન્ટલ હાઉસ ક્લિનિંગ' એટલે કે મનરૂપી ઘરની સફાઈ, એવું કહીએ છીએ, હવે તે કરવાનો સમય આવી ગયો છે. તેના માટે કોઈ અભ્યાસની આવશ્યક્તા નથી. પોતાના મગજને ઉત્તેજિત કરનારા શબ્દોની પસંદગી કરતી વખતે સાવધાન રહેવાનો દૃઢ સંકલ્પ આપણે કરવાનો છે.

આપણે જે પ્રયોગ કર્યો, તેનાથી કોઈ નુકસાન નહોતું જો કે, તેનો કોઈ ફાયદો પણ નહોતો, પણ જ્યારે આપણે પોતાના શબ્દોની પસંદગી કરીએ છીએ, તો એ આપણા માટે લાભકારક કે હાનિકારક, બંને હોઈ શકે છે.

ભોજન કરતી વખતે ઘણા બાળકો એક રમત રમે છે. તે પોતાના ભોજનનું વર્ણન ખૂબ ખરાબ રીતે કરે છે. જેમ કે તે કહેશે, 'આ માખણ કેટલું ગંદુ દેખાય છે, આટલો ગંદો રંગ તો પહેલા ક્યારેય જોયો નથી.' આ રમતનો ઉદ્દેશ એ દેખાડો કરવાનો હોય છે કે 'આપણને માખણને જોઈને ઊલટી નથી આવતી.' પણ સાંભળનારને અણગમો ચોક્કસ થઈ જશે. હંમેશા આ રીત કામ કરી જાય છે, પરંતુ સાંભળનારની ભૂખ મરી જાય છે.

મોટા થઈ ગયા પછી પણ આપણે બધા આ જ રમત રમીએ છીએ. આપણે નકારાત્મક શબ્દોની સાથે જીવન પ્રત્યે પોતાની ભૂખ કે લાલસાને નબળી કરી નાખીએ છીએ. નકારાત્મક શબ્દોને વારંવાર પુનરાવર્તિત કરવાથી તે હજુ વધારે શક્તિશાળી બની જાય છે અને જીવનમાં પણ નકારાત્મકતા લઈને આવે છે. આ રીતે આપણી જીવવાની આશા ઘટવા લાગે છે.

'તમે કેમ છો ?' આ પ્રશ્ન માટે લોકોના જવાબ કંઈક આવા હશે –

.......'બસ ઠીક જ છું, કોઈ ફરિયાદ નથી.'

......'જેવો પણ છું, ફરિયાદ કરવાથી શું ફાયદો.'

......'ઠીક જ છું, હાલત બહુ ખરાબ પણ નથી.'

જો તમે આવા શબ્દો કહેશો તો જરા વિચારો કે તમારા મગજને શું સંદેશ મળશે ? આ શબ્દોનો મગજ શું અર્થ કાઢશે ?

'વાસણ માંજવા પણ કોઈ માથાના દુખાવાથી ઓછું નથી....આ ચેકબુક બેલેન્સ કરવી પણ એક માથાનો દુખાવો છે.....ફલાણી ઋતુમાં ખૂબ નબળાઈ અનુભવાય છે.....' આવા શબ્દોને વારંવાર પુનરાવર્તિત કરવાથી આપણને શું મળવાનું છે ? હવે મને એ વાતનો વિશ્વાસ બેસી ગયો છે કે ઘણા બધા ડૉક્ટર્સને તેમની આવકનો એક મોટો હિસ્સો આવા નકારાત્મક શબ્દોથી જ મળે છે. યાદ રાખો, મગજ પોતાની જાતે કશું જ નક્કી નથી કરતું. તમારી વાતો સાંભળી તે અનુમાન લગાવશે કે 'તમે માથાનો દુખાવો મેળવવા ઈચ્છો છો' અને પછી તે તમને માથાના દુખાવાનું સિગ્નલ મોકલવાનું શરૂ કરી દેશે.

નિઃશંક, જ્યારે આપણે પીડાની વાત કરીએ છીએ, તો એ જ સમયે આપણને કોઈ શારીરિક તકલીફ શરૂ નથી થતી. હંમેશા સ્વસ્થ રહેવું, તે આપણા શરીરની પ્રાકૃતિક અવસ્થા છે. આપણું શરીર પોતાની રોગ-પ્રતિરોધક ક્ષમતાની સાથે સારી રીતે કામ કરે છે. પણ જ્યારે આપણે વારંવાર નકારાત્મક શબ્દોનું પુનરાવર્તન કરીએ છીએ, તો તે પોતાનું કામ ભૂલીને, આપણને તે બિમારી મોકલી દે છે, જેના વિશે આપણે હંમેશા વાત કરતા રહીએ છીએ.

આપણા આ શબ્દોને બે વાતોથી શક્તિ મળે છે : આપણા મનનું સ્તર અને આપણી કહેલી વાતની સાથે આપણું ભાવનાત્મક જોડાણ.

'હે ભગવાન, કેટલી પીડા થઈ રહી છે.' જો તમે પૂરા વિશ્વાસની સાથે આ શબ્દનો ઉપયોગ કરશો તો પીડાને લાગશે કે તમે તેનું સ્વાગત કરી રહ્યા છો. એ જ રીતે જો તમે કહો છે કે 'મારું તો દરેક કામ બગડી જાય છે, કોઈ પણ કામ સારું નથી થતું.' તો યાદ રાખો કે તમારા શબ્દોનું ઊંડાણ તમારા કામને બગાડવામાં મોડું નહીં કરે.

માઈન્ડ કંટ્રોલ આપણને આપણી આ આદતોથી બચવા માટે જરૂરી સુરક્ષા પ્રદાન કરે છે. અલ્ફા અને થીટા અવસ્થા દરમિયાન આપણા શબ્દોની શક્તિ ખૂબ વધી જાય છે. પાછલા પ્રકરણોમાં આપણે જોયું કે કઈ રીતે તમે પોતાના સ્વપ્નોને સામાન્ય શબ્દો દ્વારા પ્રોગ્રામ કરતા, ત્રણ આંગળીઓવાળી તકનીકને એ શક્તિમાં બદલી શકો છો, જે તમને અલ્ફા અવસ્થામાં લઈ જાય છે.

એક સકારાત્મક વાક્યની શક્તિ

મેં ક્યારેય ડૉક્ટર ઈમીલ કૂઈની હાંસી નથી ઉડાવી, જ્યારે આજકાલ ઘણા લોકો એવું કરે છે. વાસ્તવમાં ડૉ.ઈમીલ કૂઈ પોતાના એક વાક્ય માટે જાણીતા છે, તે વાક્ય છે – 'Day by day, in every way, I am getting better and better.' 'દિન-પ્રતિદિન, દરેક રીતે હું શ્રેષ્ઠમાં શ્રેષ્ઠ થતો જઈ રહ્યો છું.' પરંતુ લોકોને આ વાક્ય એક જોક જેવું લાગે છે, જેનાથી હસી-મજાક કરી શકાય છે. પરંતુ આ એક વાક્યમાં એટલી શક્તિ છે કે તેને વારંવાર પુનરાવર્તિત કરવાથી ગંભીર બીમારીઓથી પીડિત રોગી પણ સ્વાસ્થ્ય લાભ મેળવી ચૂક્યા છે. આ પરિણામોને જોતા નિશ્ચિત જ આ શબ્દ કોઈ મજાક નથી, આ શબ્દોનું હું સમ્માન કરું છું. ડૉક્ટર કૂઈ પ્રત્યે મને આદર અને કૃતજ્ઞતા છે. હું તેમના Self-Mastery Through autosuggestion (New York – Samuel Weiser, 1974) આ પુસ્તકમાંથી ઘણું બધું શીખ્યો છું.

ફ્રાંસના ટ્રોયસમાં જન્મેલા ડૉક્ટર કૂઈએ એ જ શહેરમાં લગભગ ત્રીસ વર્ષ સુધી એક કેમિસ્ટ તરીકે કામ કર્યું. સંમોહન પર પ્રયોગ અને અભ્યાસ કર્યા પછી, તેમણે પોતાની સાઈકોથેરેપી (મનોરોગ ચિકિત્સા) વિકસિત કરી, જે આત્મ સૂચન પર આધારિત હતી. ઈ.સ.૧૯૧૦માં, તેમણે નૈંસીમાં એક નિઃશુલ્ક હોસ્પિટલ ખોલી, જ્યાં તેમણે હજારો દર્દીઓને સાજા કર્યા જેમાંથી ઘણા સંધિવા, માથાનો ગંભીર દુખાવો, દમ, લકવા, અલ્સર, ટ્યુમર અને તોતડાપણા જેવા રોગોના શિકાર હતા. ડૉક્ટર કૂઈ હંમેશા કહેતા કે 'મેં ક્યારેય કોઈનો ઈલાજ નથી કર્યો બલકે મારા દર્દીઓને શીખવ્યું કે તે પોતાનો ઈલાજ જાતે કેવી રીતે કરે.' તેમાં કોઈ શંકા નથી કે લોકોની બીમારીઓ દૂર થઈ, જેના લેખિત પ્રમાણ પણ ઉપલબ્ધ છે. પરંતુ ૧૯૨૬માં

ડૉક્ટર કૂઈના મૃત્યુ પછી તેમની સારવારની પદ્ધતિ ક્યાંય લુપ્ત થઈ ગઈ. શું આ પદ્ધતિ એટલી મુશ્કેલ હતી કે માત્ર કેટલાક વિશેષજ્ઞ જ તેને અપનાવી શકે. બની શકે કે આ પદ્ધતિ આજે પણ જીવિત હોય અને પોતાનું કામ કરતી હોય. વાસ્તવમાં તેમની સારવારની પદ્ધતિ એટલી સરળ છે કે કોઈપણ તેને શીખી શકે છે. તેનો સાર માઈન્ડ કંટ્રોલમાં છુપાયેલો છે.

આના બે બુનિયાદી નિયમો છે :

૧) એક વારમાં આપણે માત્ર એક જ બાબત વિશે વિચારી શકીએ છીએ.

૨) જ્યારે આપણે કોઈ વિચાર પર ધ્યાન કેન્દ્રિત કરીએ છીએ, તો તે સાચું થઈ જાય છે કારણ કે આપણું શરીર તેને ક્રિયામાં બદલી નાખે છે.

જાણતા-અજાણતાં થયેલા નકારાત્મક વિચારને કારણે જો તમારા શરીરની સ્વસ્થ થવાની પ્રક્રિયામાં અંતરાય આવી રહ્યો હોય અને તમે ફરીથી સ્વાસ્થ્ય પામવા ઈચ્છતા હો તો ડૉ.ઈમીલ કૂઈનું આ વાક્ય વીસ વાર પુનરાવર્તિત કરો – 'Day by day, in every way, I am getting better and better.' આ વાક્યને દિવસમાં બે વાર પુનરાવર્તિત કરવાથી ઘણા લાભ થાય છે. આ જ ડૉ.ઈમીલ કૂઈની સારવાર કરવાની પદ્ધતિ છે.

મારું પોતાનું સંશોધન પણ એ જ કહે છે કે ધ્યાનના સ્તરો દરમિયાન શબ્દોની તાકાત હજી પણ વધી જાય છે. મેં પોતે આ પદ્ધતિમાં થોડા ફેરફાર કર્યા છે. અલ્ફા અને થીટાના સ્તર પર આવ્યા પછી આપણે કહીએ છીએ, 'દરરોજ, દરેક રીતે, હું શ્રેષ્ઠ....શ્રેષ્ઠ અને શ્રેષ્ઠ થઈ રહ્યો છું.' ધ્યાન દરમિયાન આપણે એકવાર જ આવું કહીએ છીએ. આપણે એક બીજું વાક્ય પણ કહીએ છીએ, જે ડૉ.કૂઈની વાતથી જ પ્રભાવિત છે – 'નકારાત્મક વિચાર અને નકારાત્મક સૂચન મનના કોઈપણ સ્તરે મને પ્રભાવિત કરતા નથી.'

એક સૈનિકનું ઉદાહરણ

માત્ર આ બે વાક્યોના ઉચ્ચારણથી જીવનમાં પ્રભાવશાળી પરિણામ આવતા જણાય છે. અહીં હું એક સૈનિકના અનુભવનો ઉલ્લેખ કરવા ઈચ્છીશ. જ્યારે તેણે માઈન્ડ કંટ્રોલનું પ્રશિક્ષણ શરૂ કર્યું, ત્યારે અચાનક કોર્સના પહેલા જ દિવસે તેને ડ્યુટી માટે ઈંડોચાઈના બોર્ડર પર મોકલી દેવામાં આવ્યો હતો. આ પ્રશિક્ષણનો માત્ર એક દિવસ તેણે પૂરો કર્યો હતો. તે એક દિવસમાં એ સૈનિકને ધ્યાન કરવાનું અને ઉપરોક્ત બે વાક્યોને પુનરાવર્તિત કરવાનું જ યાદ રહ્યું.

તે સૈનિકે એક શરાબી અને ક્રોધી સ્વભાવના સેના અધિકારીને આધીન રહી કામ કરવાનું હતું, જે નવા સૈનિકો પર વિશેષ રોફ ઝાડતો હતો. પણ થોડા

જ અઠવાડિયામાં, ખૂબ ઉધરસને કારણે તે સૈનિકની ઊંઘ ઊડી જતી. તે પછી તેને દમના હુમલા પણ આવવા માંડ્યા. જ્યારે પહેલા ક્યારેય તેને આવું કશું જ થયું નહોતું. મેડિકલ પરીક્ષણ પછી જાણવા મળ્યું તે તેનું આરોગ્ય સંપૂર્ણપણે સારું હતું. પણ આ દરમિયાન તેનો થાક પણ વધ્યો અને કામની બાબતે તેનો કાર્ય-દેખાવ બગડવા લાગ્યો. પરિણામસ્વરૂપે સેના અધિકારીની નજરોમાં તે સૈનિક હજુ વધારે ખોટો સાબિત થઈ ગયો.

વિપરીત પરિસ્થિતિને કારણે તેમની યુનિટના અન્ય સાથી નશાના રવાડે ચઢી ગયા હતા પણ તેણે એવું કશું જ ન કર્યું. એ સૈનિકે માઈન્ડ કંટ્રોલમાં શીખવવામાં આવેલા ધ્યાન અને એ બે પ્રેરક વાક્યોનો અભ્યાસ કરવાનું શરૂ કર્યું. સંજોગવશાત દિવસમાં ત્રણ વાર ધ્યાન કરવું તેના માટે શક્ય બનતું ગયું. તે સૈનિક કહે છે, 'ત્રણ જ દિવસમાં મેં એ સેના અધિકારીનો સામનો કરવા માટે જરૂરી પ્રતિરોધક ક્ષમતા પ્રાપ્ત કરી લીધી. તેણે મને જે કોઈ કામ બતાવ્યા, તે બધા મેં પૂરા કર્યા. પણ તેની કોઈપણ નકારાત્મક વાતની મારા પર અસર થતી નહોતી. તે ઉપરાંત માત્ર એક અઠવાડિયામાં જ દમ અને ઉધરસમાં પણ મને રાહત થઈ ગઈ.'

મને જો કોઈ માઈન્ડ કંટ્રોલના વિદ્યાર્થી પાસેથી આ સાંભળવા મળતું, તો મને આનંદ થતો કારણ કે મને સફળતાના પ્રસંગો સાંભળવા ગમે છે, પરંતુ હું તેનાથી વધારે પ્રભાવિત નથી થતો. અમારી પાસે આત્મ-ચિકિત્સા એટલે કે આરોગ્ય મેળવવાની ઘણી અસરકારક રીતો છે. આગળ આવનારા પ્રકરણમાં, હું તમને તેને માહિતી આપવા ઈચ્છીશ. આ સૈનિકના અનુભવની સૌથી રસપ્રદ વાત એ છે કે તે માઈન્ડ કંટ્રોલ પ્રશિક્ષણની કોઈપણ તકનીક કે રીત જાણતો નહોતો. પરંતુ કોર્સના પહેલા જ દિવસથી તે જે બે વાક્ય શીખ્યો, તેના પર અભ્યાસ કરી તેણે પોતાની સમસ્યાઓનો ઉકેલ આણ્યો.

એક નર્સનો અદ્‌ભુત પ્રયોગ

માઈન્ડ કંટ્રોલમાં ધ્યાનના જે સ્તરો પર આપણે જઈએ છીએ, તેના કરતાં પણ વધારે ઊંડા સ્તર પર જઈને, શબ્દ હજુ વધારે શક્તિશાળી બની જાય છે. માઈન્ડ કંટ્રોલની લેક્ચરર અને સારવાર દરમિયાન બેહોશીની દવા આપનારી ઓક્લાહોમાની એક નર્સ શ્રીમતી જીન મેબ્રેએ આ જ્ઞાનના ઉપયોગથી દર્દીઓને સારા કરવા માટે એક અદ્‌ભુત પ્રયોગ કર્યો. જેવો દર્દી બેહોશીની હાલતમાં સરી જતો, તે તેના કાનમાં ધીરેથી ઝડપથી સ્વસ્થ થવા માટે સૂચનાઓ આપતા. કેટલાક કિસ્સાઓમાં તો તે આ રીતે દર્દીઓનો જીવ બચાવવામાં પણ સફળ રહ્યા.

એક સર્જરી દરમિયાન, સર્જનને એવું લાગતું હતું કે રોગીના શરીરમાં ઘણું લોહી વહી જવાનું છે. પરંતુ સર્જન ત્યારે આશ્ચર્યચકિત થઈ ગયા જ્યારે તેમણે જોયું

કે સર્જરીમાં દર્દીના શરીરમાંથી ખૂબ જ ઓછું લોહી વહ્યું છે. આ ચમત્કાર શ્રીમતી જીન મેબ્રેની સૂચનાઓથી થયો. દર્દીના શરીર પર પહેલો ચીરો લગાવતા પહેલા અને તેના પછી દર દસ મિનિટે તે દર્દીને કહેતી, 'પોતાના શરીરને કહો કે વધારે લોહી ન વહાવે.'

એક અન્ય ઓપરેશન દરમિયાન શ્રીમતી જીન મેબ્રેએ એક દર્દીને બેહોશીની દવા આપ્યા પછી તેના કાનમાં કહ્યું, 'જ્યારે તું ઉઠીશ ત્યારે તને લાગશે કે તારા જીવનમાં દરેક જણ તને પ્રેમ કરે છે અને તું પોતે પણ પોતાની જાતને ખૂબ પ્રેમ કરે છે.' વાસ્તવમાં આ દર્દી પોતાના સર્જન માટે ચિંતાનું કારણ બની હતી. તે હંમેશા તણાવમાં રહેનારી અને ફરિયાદ કરનારી મહિલા હતી. તેને પોતાનું દરેક દુઃખ અને પીડા અપશુકન જેવા લાગતા હતા. આ કારણે તેના સ્વાસ્થ્યમાં ખૂબ ધીમી ગતિએ સુધારો થતો હતો. બેહોશીની દવાની અસર પૂરી થઈ ગયા પછી, જ્યારે તે ભાનમાં આવી, ત્યારે જાણે તેનું જીવન જ બદલાઈ ગયું હતું. તેના ચહેરા પર એક નવો જ ભાવ હતો. ત્રણ મહિના પછી જ તેના સર્જને શ્રીમતી જીનને જણાવ્યું કે હવે તે દર્દી પૂર્ણપણે બદલાઈ ગઈ છે. તે તણાવથી મુક્ત થઈ ગઈ છે અને ભરપૂર આશાવાદી બની ગઈ છે. ઓપરેશન પછી હવે તેના સ્વાસ્થ્યમાં ખૂબ ઝડપથી સુધારો થઈ રહ્યો છે.

શ્રીમતી જીન મેબ્રેના કાર્યથી માઈન્ડ કંટ્રોલમાં શીખવવામાં આવેલી ત્રણ બાબતો વિશે જાણવા મળે છે.

પહેલી વાત એ છે કે મનના ઊંડા સ્તર પર શબ્દોમાં અસામાન્ય શક્તિ હોય છે. બીજી વાત – મનનું આપણા શરીર પર આપણી અપેક્ષા કરતાં પણ વધારે નિયંત્રણ હોય છે અને ત્રીજી વાત – મન શરીર પર પહેલા કરતાં ઘણી વધારે અસર કરે છે અને જેવું મેં પ્રકરણ -૫ માં પહેલા જણાવ્યું, આપણે હંમેશા સજાગ રહેવા લાગીએ છીએ.

કોણ જાણે કેટલા માતા-પિતા એવા હશે, જે પોતાના સૂતેલા બાળકના ઓરડામાં અચાનક જઈને તેની પથારી અને ચાદર સરખી કરીને પાછા આવી જતા હશે. જો તે પોતાના સૂતેલા બાળકના માથા પર હાથ ફેરવી થોડા પ્રેમાળ અને સકારાત્મક શબ્દ તેના કાનમાં બોલી શકે, તો બાળકને આખો દિવસ શાંત અને સુરક્ષિતપણું અનુભવવામાં મદદ મળશે.

માઈન્ડ કંટ્રોલના ઘણા વિદ્યાર્થીઓએ પોતાના આરોગ્યમાં સુધારો થવાની વાત કરી છે. ઘણા લોકોના જીવનમાં તો કોર્સ પૂરો થતાં પહેલા જ સકારાત્મક પરિણામ દેખાયા. એકવાર તો હું આ જ કારણે મૂંઝવણમાં મૂકાઈ ગયો હતો. મારા જ વિસ્તારના કેટલાક બીમાર લોકોએ પોતાના ડૉક્ટરોને કહ્યું કે, 'મારી પાસે આવ્યા પછી તેમના ઘણા બધા રોગ સારા થવા લાગ્યા અને તેમને ડૉક્ટર પાસે જવાની જરૂર

ન પડી.' આ સાંભળી આ ડૉક્ટરોએ જિલ્લાના પ્રતિનિધિ (District Attorney) પાસે મારી ફરિયાદ પણ કરી નાખી. પરંતુ પૂરી તપાસ પછી એ સાબિત થયું કે માઈન્ડ કંટ્રોલમાં કોઈ પ્રકારની દવા આપવામાં આવતી નથી.

સદ્નસીબે બીજાના આરોગ્યમાં સુધારો લાવવા માઈન્ડ કંટ્રોલ ગેરકાયદેસર નહોતું. જો એવું હોત તો આજે માઈન્ડ કંટ્રોલ સંસ્થાનું નામોનિશાન પણ ન બચતું.

૯

કલ્પનાશક્તિ

પોતાના લક્ષ્ય સુધી પહોંચવા માટે સંકલ્પ શક્તિને એક દુશ્મનની જરૂર હોય છે, જેને તેણે હરાવવાની હોય છે. તે આકરી મહેનત કરવાનો પ્રયત્ન તો કરે છે પણ મુશ્કેલ સમય આવતા તે નબળી થઈ જાય છે. કલ્પના શક્તિ, ખરાબ આદતોથી છુટકારો મેળવવાનો એક સહજ ઉપાય છે. કલ્પના સીધા લક્ષ્ય પર પ્રહાર કરે છે અને તેને જે જઈએ છે, તે પ્રાપ્ત કરી લે છે.

આ જ કારણ છે કે મેં શરૂઆતના પ્રકરણોમાં મનના ઊંડા સ્તર પર જીવનના સત્યની કલ્પના કરવાની વાત પર ભાર મૂક્યો હતો. જો તમે તમારા વિશ્વાસ, ઈચ્છા અને સંભાવનાની સાથે પોતાની કલ્પના શક્તિને પણ લક્ષ્ય પ્રાપ્ત કરવા માટે પ્રોત્સાહિત કરો છો અને તેને પોતાનું અંતિમ લક્ષ્ય જોવા માટે પ્રશિક્ષિત કરો છો, તો તમને તમારું લક્ષ્ય પ્રાપ્ત કરવામાં વાર નહીં લાગે. પછી તમે તમારું લક્ષ્ય તમારી કલ્પનામાં જોઈ શકો છો, તેનો અનુભવ કરી શકો છો, તેને સાંભળી શકો છો, તેના સ્પર્શને અનુભવી શકો છો અને તેનો સ્વાદ પણ લઈ શકો છો.

ડૉ.ઈમીલ કૂઈ લખે છે, ‘જ્યારે સંકલ્પ અને કલ્પના શક્તિમાં સંઘર્ષ થાય છે, ત્યારે હંમેશા કલ્પનાની જ જીત થાય છે.’

જો તમે પોતાની ખરાબ આદતોને છોડવા ઈચ્છો છો, તો કદાચ તમે પોતાની જાતને જ છેતરી રહ્યા છો. કારણ કે જો તમે ખરેખર ખરાબ આદતોને છોડવા ઈચ્છો છો તો તે આદતો ક્યારની છૂટી ગઈ હોત. ખરાબ આદતોને છોડવાની ઈચ્છા રાખવાને બદલે તેને છોડ્યા પછી થનારા ફાયદા મેળવવાની ઈચ્છા તીવ્ર હોવી જોઈએ કારણ કે લાભની ઈચ્છાને તીવ્ર કર્યા પછી તમે આપોઆપ ખરાબ આદતોથી મુક્ત થઈ જશો.

જો તમે તમારી કોઈ ખરાબ આદત વિશે વારંવાર વિચારતા રહો અને તેને છોડવાનો સંકલ્પ કરતા રહો, તો બની શકે કે તમારી ખરાબ આદત હજુ વધારે મજબૂત થઈ જશે અને તમે તેની જાળમાં ગૂંચવાઈ જશો. એટલે કે તમે સૂવાનું નક્કી કર્યું હોય અને આ જ સંકલ્પ તમને સૂવા ન દે.

હવે જોઈએ કે અમે કોઈ ખરાબ આદત છોડવામાં તમારી મદદ કેવી રીતે કરી શકીએ છીએ. ઉદાહરણ તરીકે 'જરૂર કરતાં વધારે ખાવું અને સિગરેટ પીવી' આ આદતોથી માઈન્ડ કંટ્રોલના વિદ્યાર્થી સફળતાપૂર્વક મુક્ત થઈ ચૂક્યા છે.

માઈન્ડ કંટ્રોલ દ્વારા પોતાના શરીરનું વજન ઓછું કરવું

જો તમારે વજન ઘટાડવું હોય તો સૌથી પહેલા બાહ્ય સ્તર પર સમસ્યાને જાણવી પડશે.

તમારી સમસ્યા શું છે, વધારે ખાવું કે વ્યાયામ ન કરવો કે પછી આ બંને તમારી જ સમસ્યાઓ છે ?

બની શકે કે તમે વધારે નહીં પણ ખોટા પ્રકારનું ભોજન કરો છો. કદાચ તમારી સમસ્યાનો ઉકેલ પોતાના માટે યોગ્ય ડાયટ પસંદ કરવાનો હોય. આ વિશે તમારા ડૉક્ટર જ તમને યોગ્ય સૂચન આપી શકે છે.

હવે આગળનો પ્રશ્ન - તમારે વજન શા માટે ઘટાડવું છે ? શું વધતા વજનથી તમારા આરોગ્ય પર અસર થઈ રહી છે અથવા તમને લાગે છે કે વજન ઓછું થયા પછી તમે હજુ વધારે સુંદર લાગવા માંડશો ? વજન ઓછું કરવા માટે આ બંને કારણ યોગ્ય છે પરંતુ વજન ઘટાડતા પહેલા તમારે એ જાણવું પડશે કે વજન ઘટાડવાથી તમને શું ફાયદો થવાનો છે.

જો તમે પહેલેથી જ, સંયમિત માત્રામાં યોગ્ય પ્રકારનું ભોજન કરો છો, તેની સાથે જ તમે રોજે વ્યાયામ પણ કરો છો અને તમારું વજન થોડું જ વધારે છે, તો મારી સલાહ એ જ છે કે એ જ વજનની સાથે તમે પોતાને સ્વીકારી લો. જ્યાં સુધી તમારા ડૉક્ટર તમને વજન ઓછું કરવા માટે કહેતા નથી, ત્યાં સુધી તમારે વજન ઘટાડવાની જરૂર નથી. આ દરમિયાન માઈન્ડ કંટ્રોલ પ્રશિક્ષણથી તમે પોતાના જીવનની અનાવશ્યક ચિંતાઓ અને અગત્યની સમસ્યાઓ પર કાર્ય કરી શકો છો.

જો તમને પૂરો વિશ્વાસ છે કે તમારે વજન ઓછું કરવાનું જ છે અને તમારી પાસે આવું કરવાનું કોઈ વ્યાજબી કારણ પણ હોય, તો વજન ઘટાડવા માટે પ્રયત્ન શરૂ કરતા પહેલા તેનાથી થનારા ફાયદા ગણી લો. પરંતુ આ ફાયદો માત્ર ઉપરના સ્તરે થનારા લાભ ન હોવા જોઈએ, જેમ કે સારા દેખાવું અને વધારે ચુસ્ત અનુભવવું. એ બધા ફાયદાઓનું વિશ્લેષણ કરો જેનાથી તમારા આરોગ્યમાં વધારો થતો હોય. જો બની શકે તો આ કલ્પનામાં તમારી ઈંદ્રિયોના અનુભવને પણ સામેલ કરો :

દૃશ્ય : પોતાની કોઈ એવી જૂની તસવીર શોધો, જેમાં તમે ખૂબ પાતળા અને નાજુક હતા, જેવા હવે તમારે બનવું છે.

સ્પર્શ : કલ્પના કરો કે જ્યારે તમે પાતળા હશો તો તમારા હાથ, જાંઘ અને પેટનો સ્પર્શ કેટલો મુલાયમ હશે.

સ્વાદ : એ નવા આહારના સ્વાદ વિશે વિચારો, જેને તમે તમારા ડાયટમાં સામેલ કરશો.

ગંધ : પોતાના ડાયટમાં સામેલ આહારની ગંધની કલ્પના કરો.

શ્રવણ : કલ્પના કરો કે તમારા નજીકના લોકો તમારું વજન ઓછું કરવાની સફળતાને જોઈને તમારી પ્રશંસા કરી રહ્યા છે.

માત્ર આ પાંચ ઈંદ્રિયોના માધ્યમથી કલ્પના કરવી એટલું જ પૂરતું નથી. તેના માટે તમારી ભાવનાઓનું પણ એટલું જ મહત્ત્વ છે.

કલ્પના કરો કે જ્યારે તમે પોતાનું વજન ઓછું કરી લેશો, તો તમને અંદરથી કેટલો આનંદનો અનુભવ થશે અને તમારામાં કેટલો આત્મવિશ્વાસ જાગૃત થશે.

આ બધી વાતોને ધ્યાનમાં રાખતા, તમે પોતાના સ્તર પર જાઓ, પોતાના મનની કાલ્પનિક સ્ક્રીન પર જુઓ કે આ સમયે તમે કેવા દેખાઓ છો. પછી આ તસવીરને પોતાના મનની સ્ક્રીન પરથી ખસેડી લો અને ડાબી (એટલે કે ભવિષ્ય) તરફથી એક નવી તસવીર સ્ક્રીન પર આવવા દો. આ તસવીર તમારી કોઈ જૂની તસવીર જેવી હોય અથવા તમે તમારો ડાયટ સફળ થયા પછી જેવા દેખાવા ઈચ્છો છો, એવી આ તસવીર હોય.

જ્યારે પણ તમે નવા દૃષ્ટિકોણથી પોતાને જુઓ છો, તો વિસ્તારથી જુઓ કે પાતળા થયા પછી તમે કેવું અનુભવશો. જેમ કે, જ્યારે તમે તમારા જૂતાંની દોરી (શૂ લેસ) બાંધવા માટે વળશો, તો તમને કેવું લાગશે....સીડીઓ ચઢતી વખતે તમે કેવું અનુભવશો....નાની સાઈઝના કપડાં પહેરવાથી તમને કેવો અનુભવ થશે....સમુદ્રના કિનારે બાથ સૂટ પહેરીને ફરતી વખતે તમને કેવું લાગશે.....

તમારે જેટલો સમય લાગશે, તેટલો સમય કાઢીને આ બધી વાતોનો અનુભવ કરો. આ માટે પોતાની પાંચેય ઈંદ્રિયોની મદદ લો. એક સમયે માત્ર એક જ ઈંદ્રિય વિશે વિચારો અને કલ્પના કરો કે એ ઈંદ્રિયથી તમને કેવો અનુભવ મળી રહ્યો છે. જ્યારે તમે પોતાના આ લક્ષ્યને પામી લેશો તો કેવું અનુભવશો, તેનો પણ અનુભવ કરો.

હવે માનસિક સ્તર પર પોતાના નવા ડાયટ વિશે વિચારો. માત્ર ખાવા વિશે જ નહીં, બલકે તમે કેટલું ભોજન આરોગવાના છો, એ પણ વિચારો. ભોજનની વચ્ચે લેવામાં આવતા નાસ્તાની પણ વિસ્તૃત કલ્પના કરો, જેમ કે કાચું ગાજર કે કોઈપણ હળવો ખોરાક તમે પોતાના માટે પસંદ કરો. પોતાને કહો કે, 'માત્ર આ જ ભોજન મારા શરીર માટે પૂરતું છે. આ ખાધા પછી મને આખો દિવસ, વચ્ચે-વચ્ચે ભૂખ હેરાન કરશે નહીં.'

અહીં તમારું ધ્યાન પૂરું થાય છે. દિવસમાં બે વાર તમારે આ અભ્યાસ કરવાનો છે.

જરા ધ્યાન આપો કે ધ્યાન દરમિયાન તમારા મનમાં એ પ્રકારના ભોજનનો કોઈ વિચાર પણ આવ્યો નહીં, જે તમારે ખાવાનું નથી. કેટલાક પદાર્થ તમને ખૂબ ભાવે છે, એટલે તમે તેને વધારે ખાઓ છો. પરંતુ એ પદાર્થો વિશે વિચારવા માત્રથી જ તમારી કલ્પના શક્તિ ખોટી દિશામાં કામ કરવા લાગશે.

હોલીવુડની પ્રસિદ્ધ એક્ટ્રેસ એલેક્સિસ સ્મિથે સેન જોસ મર્કરી ન્યૂઝ (૧૩ ઓક્ટોબર, ૧૯૪૭) સાથે વાતચીત દરમિયાન કહ્યું, 'જ્યારે તમે ડાયટિંગ પર હો છો, ત્યારે તેની સાથે તમારા વિચાર પણ સકારાત્મક હોવા જોઈએ. તે સમયે એમ ન વિચારો કે તમે શું-શું ખાવાનું છોડી રહ્યા છો પરંતુ એ જુઓ કે તેનાથી તમે શું મેળવવાના છો.' એલેક્સિસ સ્મિથને હંમેશા કહેવામાં આવે છે કે તે વોર્નર બ્રધર્સની જૂની ફિલ્મોની તુલનામાં હવે વધારે આકર્ષક દેખાય છે. તેનો પૂરો શ્રેય તે માઈન્ડ કંટ્રોલને જ આપે છે. તે કહે છે કે 'માઈન્ડ કંટ્રોલથી થયેલો સૌથી મોટો લાભ એ છે કે હું પોતાને પહેલા કરતાં વધારે સંતુલિત અને નિયંત્રિત રાખું છું.'

પોતાનું વજન ઘટાડવાની યોજનામાં તમારે પોતાના માટે કોઈ વ્યાજબી લક્ષ્ય બનાવીને રાખવું પડશે, નહીં તો તમે તમારી આ યોજનાની વિશ્વસનીયતા ગુમાવી દેશો. કોઈ એવી છબી મગજમાં જરૂર રાખો, જેને તમે પ્રાપ્ત કરી શકો. કોઈ એવું લક્ષ્ય ન રાખો, જેને મેળવવું અશક્ય હોય. ઉદાહરણ તરીકે જો તમારું વજન સામાન્ય કરતાં પચાસ પાઉન્ડ વધારે છે, તો તર્ક એ જ કહે છે કે તમે આવતા અઠવાડિયા સુધી ઓડ્રી હેપબર્ન કે માર્ક સ્પિટ જેવા દેખાઈ શકતા નથી. એવી કલ્પના કરવાથી તમને કોઈ પરિણામ નહીં મળે.

તમારી આહાર અંગેની આદતો સુધારવાના શરૂઆતના દિવસોમાં તમને વારંવાર કેન્ડી જેવી સ્વાદિષ્ટ વસ્તુઓ ખાવાનું સુખ યાદ આવશે. વ્યસ્ત દિનચર્યાને કારણે ક્યારેક તમને ધ્યાન કરવાનો સમય જ ન મળે, તો એક ઊંડો શ્વાસ લઈ, ત્રણ આગંળીઓને એક સાથે જોડી લો અને પોતાને એ જ શબ્દ યાદ અપાવો, જે તમે ધ્યાન દરમિયાન કહ્યા હતા. તમે પોતાને કહો કે 'મારા શરીરને જેટલા ભોજનની આવશ્યક્તા છે, એટલું ભોજન મને મારા ડાયટથી મળી રહ્યું છે. એટલે મને વધારે ભૂખનો અનુભવ નથી થતો.' સમયાંતરે પોતાની જૂની અને નાજુક શરીરવાળી તસવીર પર નજર નાખજો, તમારું વજન ઓછું કરવાની યોજનાને સફળ બનાવવામાં મદદરૂપ સાબિત થશે.

જ્યારે તમે ઘણા ક્ષેત્રોમાં માઈન્ડ કંટ્રોલના ઉપયોગથી સફળતા પ્રાપ્ત કરશો, ત્યારે તમારી માનસિક અવસ્થામાં પણ સુધારો થશે, જે તમારા શરીરના વધારે સારા કાર્યમાં મહત્ત્વપૂર્ણ રીતે યોગદાન આપશે. પોતાના મન પર થોડુંક દબાણ નાખવાથી તમે પોતાનું મનવાંછિત વજન મેળવી શકશો. તેના કેટલાક ઉદાહરણ અહીં આપવામાં આવ્યા છે. આ તકનીકમાં ઘણી અલગ-અલગ પદ્ધતિઓનો ઉપયોગ કરી શકાય છે. ધ્યાન દરમિયાન પણ તે તમારા મગજમાં આવી શકે છે.

૧) ઓમાહા, અમેરિકાના નેબ્રાસ્કા રાજ્યનું સૌથી મોટું શહેર છે. ત્યાંની એક ફેક્ટરીમાં કામ કરનારા એક કર્મચારીએ ધ્યાન દરમિયાન પોતાને કહ્યું, 'હું એ જ ભોજન કરવાની ઈચ્છા રાખીશ, જે મારા આરોગ્ય માટે સારું હશે.' અચાનક તેણે જોયું કે તેને સલાડ અને સૂપ સારા લાગવા માંડ્યા અને તે વધારે કેલરીવાળું ભોજન ટાળવા લાગ્યો. પરિણામે તે માત્ર ચાર મહિનામાં જ ચાલીસ પાઉન્ડ વજન ઘટાડવામાં સફળ રહ્યો.

૨) એમ્સ, સંયુક્ત રાજ્ય અમેરિકાના આયોવા રાજ્યના મધ્ય ભાગમાં આવેલું એક શહેર છે. ત્યાં એક મહિલાએ પણ માઈન્ડ કંટ્રોલની આ જ તકનીક અપનાવી. થોડા જ દિવસો પહેલા તેણે પોતાના બાળકો અને સંબંધીઓ માટે ત્રણ-ત્રણ ડોનેટ્સ ખરીદ્યા હતા. પરંતુ પોતાના માટે ડોનટ્સ લેવાનું જ ભૂલી ગઈ. તેણે કહ્યું, 'હું પોતાને ભૂલી જ ગઈ હતી અને આનંદથી તે રડવા લાગી કારણ કે આનાથી મને જાણવા મળ્યું કે મારા જીવનમાં માઈન્ડ કંટ્રોલની તકનીક કામ કરી રહી છે.'

૩) આયોવા રાજ્યના જ મેસન શહેરના એક ખેડૂતે પોતાના માટે ૧૫૦ ડૉલરનો એક સૂટ ખરીદ્યો. પણ એ સૂટનું ફિટિંગ બરાબર નહોતું. જ્યારે તેણે તે સૂટ પહેર્યો ત્યારે તેનું પેન્ટ અને જેકેટના બટન બંધ જ થતા નહોતા. તેણે કહ્યું, 'સેલ્સમેનને લાગતું હતું કે હું કોઈ ગાંડો માણસ છું.' હવે તે સૂટને પાછો આપી

શકતો નહોતો એટલે તેણે મનની કાલ્પનિક સ્ક્રીનની તકનીક પર ચાર મહિના સુધી કામ કર્યું. પરિણામ સ્વરૂપે તે ખેડૂત પોતાના શરીરનું પિસ્તાળીસ પાઉન્ડ વજન ઘટાડવામાં સફળ રહ્યો. તે કહે છે કે, 'આ સૂટ પહેરીને મને એવું લાગી રહ્યું છે કે કદાચ દરજીએ તે સૂટ મારા માટે જ બનાવ્યો હતો.'

૪) જો કે બધા પરિણામ જોરદાર નથી આવતા અને આવવા પણ ન જોઈએ. પણ ડેનવરમાં રહેનારા કૈરોલીન ડિ સૈંડ્રી અને જિમ વિલિયમ્સે પ્રયોગ તરીકે એક કાર્યક્રમ શરૂ કર્યો. આ બંને પણ કોલોરાડો શહેરમાં માઈન્ડ કંટ્રોલ કાર્યક્રમોના મુખ્ય પ્રભારી (Incharge) હતા. તેમનો કાર્યક્રમ એ દેખાડતો હતો કે માઈન્ડ કંટ્રોલ તકનીકો એ લોકો માટે કેટલી પ્રભાવક છે, જે સાચા અર્થમાં પોતાનું વજન ઘટાડવા ઈચ્છતા હોય.

તેમણે ૨૫ માઈન્ડ કંટ્રોલ વિદ્યાર્થીઓની સાથે એક કાર્યશાળા આયોજિત કરી હતી. આ કાર્યશાળામાં બધાને એક મહિના સુધી, અઠવાડિયામાં માત્ર એકવાર મળવાનું હતું. કાર્યશાળાની દરેક બેઠકમાં ૧૫ વિદ્યાર્થી જ નિયમિત રીતે હાજર હતા, તેમણે સરેરાશ ૪ ટકા પાઉન્ડથી વધારે વજન ઘટાડ્યું. તેનો અર્થ જ આ કાર્યશાળામાં તે બધા પોતાનું વજન ઘટાડવામાં સફળ રહ્યા.

એક મહિના પછી જોયું કે ૧૫માંથી ૭ લોકોએ પોતાનું વજન હજુ ઓછું કરી લીધું, જ્યારે બાકીના ૮ નું વજન એટલું જ રહ્યું, વધ્યું નહીં.

કાર્યશાળાના બધા વિદ્યાર્થીઓ માટે આ અનુભવ ખૂબ જ આનંદદાયક રહ્યો. કૈરોલીને કહ્યું કે 'તેમને ભૂખે હેરાન પણ ન કર્યા અને કોઈ બેચેનીનો અનુભવ પણ ન થયો. તેમણે માઈન્ડ કંટ્રોલમાં શીખવવામાં આવેલા દરેક હુનરનો સફળતાપૂર્વક પોતાના જીવનમાં ઉપયોગ કર્યો અને બીજાને પણ પ્રોત્સાહિત કર્યા.

આ કાર્યશાળામાં લોકોનું જેટલું વજન ઓછું થયું, તે વજન ઓછું કરનારા કોઈ અન્ય સફળ કોર્સ કરતા ઉતરતા નહોતા. કૈરોલીન આ પહેલા આવા જ એક કોર્સમાં દોઢ વર્ષ સુધી લેક્ચરર તરીકે કામ કરી ચૂકી હતી. તેની સાથે જ તે ડેનવરના સ્વીડિશ મેડિકલ સેન્ટરમાં આસિસ્ટન્ટ ફૂડ ડાયરેક્ટરના પદ પર પણ રહી ચૂકી હતી. તેમને યોગ્ય પોષક આહાર અને વજન નિયંત્રણ વિશે પૂર્ણ જાણકારી હતી.

ધૂમ્રપાનની લતથી છુટકારો મેળવવા માટે માઈન્ડ કંટ્રોલ

વજન ઓછું કરવાની આવી કાર્યશાળાને કૈરોલીન આગળ પણ ચાલુ રાખવા ઈચ્છે છે અને ધૂમ્રપાન કરનારાઓ માટે એક અન્ય કાર્યશાળા શરૂ કરવા ઈચ્છે છે.

સિગરેટ પીવી એક ખરાબ લત છે. જો તમે પણ તેના શિકાર છો તો તેને શક્ય તેટલી ઝડપથી છોડવાનો પ્રયત્ન કરો. જે રીતે આપણે વજન ઓછું કરવા માટે

પ્રશિક્ષણ મેળવ્યું, એ જ રીતે સિગરેટની ખરાબ લતને છોડવા માટે પણ આપણે માઈન્ડ કંટ્રોલ પ્રશિક્ષણનો ઉપયોગ કરવાના છીએ. આ માટે જે નવી સૂચનાઓ આપવામાં આવશે, તેનું પાલન કરવા માટે પોતાના શરીરને પૂરતો સમય આપવાનો છે.

તમારે સિગરેટની લત શા માટે છોડવી જોઈએ, તેની બાહ્ય સ્તર પર સમીક્ષા કરવાની આવશ્યકતા જ નથી. તેનાથી થનારા નુકસાન વિશે તો તમે પહેલેથી જ જાણો છો. બસ, તમારે સિગરેટ છોડવાથી થનારા ફાયદાઓની સૂચિ બનાવવી પડશે અને તે ફાયદા એવા જ હોવા જોઈએ કે તમે તેના માટે આ લતને છોડવા માટે પણ તૈયાર થઈ જાઓ.

સિગરેટની લતથી છૂટકારો મેળવવાથી તમારી અંદરની જીવન શક્તિ વધશે, ઈંદ્રિયો પહેલા કરતાં વધારે તેજ થશે અને તમે જીવનનો ભરપૂર આનંદ લઈ શકશો. સિગરેટ પીનારા લોકો આ વાતને મારા કરતાં વધારે સારી રીતે સમજે છે કારણ કે મેં ક્યારેય સિગરેટ પીધી નથી. તમે પોતે સમજી શકો છો કે તમને સિગરેટ છોડવાથી ક્યા ફાયદા થશે.

પોતાના સ્તર સુધી જાઓ અને મનની કાલ્પનિક સ્ક્રીન પર પોતાને એ સમયે જુઓ, જ્યારે તમે દિવસની પહેલી સિગરેટ પીઓ છો. કલ્પના કરો કે તે સમયે, એ એક કલાક દરમિયાન તમે સિગરેટ પીવા સિવાય બીજું ક્યું કામ કરો છો. જેમ કે જો તમે તમારા દિવસની પહેલી સિગરેટ ૭.૩૦ થી ૮.૩૦ આ સમયમાં પીઓ છો, તો પોતાને કહો, 'રોજે સવારે ૭.૩૦ થી ૮.૩૦ સુધી આ એક કલાક દરમિયાન હું સિગરેટથી દૂર રહીશ. હું આવું સરળતાથી કરી શકીશ.'

આ અભ્યાસને ત્યાં સુધી ચાલુ રાખો, જ્યાં સુધી તમે બાહ્ય રીતે પૂર્ણપણે સહજ ન થઈ જાઓ. આ અભ્યાસથી તમે પોતાના દિવસનો ૭.૩૦ થી ૮.૩૦, આ પહેલો કલાક સફળતાપૂર્વક સિગરેટ પીવાનું છોડી દેશો. હવે આગળના કલાક માટે પણ એવું જ કરો....પછી બીજા કલાક....અને પછી ત્રીજા કલાકમાં પણ પીવામાં આવતી સિગરેટને એક સમય મર્યાદામાં લાવીને છોડતા જાઓ. તમારે આ કાર્ય ધીરે-ધીરે કરવું પડશે. નહીં તો ઉતાવળમાં તમારા જ શરીરને કષ્ટ થશે. યાદ રાખો કે સિગરેટ પીવાની આદત તમારા શરીરને નહીં બલકે તમારા મન દ્વારા પડી હતી. તેથી કલ્પના શક્તિનો ઉપયોગ કરી સૌથી પહેલા પોતાના મનને આ કામ કરવા દો.

તમને કેટલાક ઉપાય બતાવવામાં આવી રહ્યા છે, જેની મદદથી તમે ઝડપથી આ આદતથી મુક્ત થઈ શકશો.

ઝડપથી બ્રાન્ડ બદલો :

આખા દિવસમાં જ્યારે પણ તમે સિગરેટ લેવા ઈચ્છો તો પોતાને સવાલ કરો કે 'શું વાસ્તવમાં મારે આની જરૂર છે ?' જેટલી વાર તમે પોતાને આ પ્રશ્ન પૂછશો, દરેક વખતે તમને આનો જવાબ 'ના' માં જ મળશે. એટલે જ્યાં સુધી તમને સાચા અર્થમાં સિગરેટની જરૂર ન હોય, ત્યાં સુધી રાહ જુઓ.

આખા દિવસમાં જે સમય દરમિયાન તમે ધૂમ્રપાન કરવાનું છોડી દીધું છે, જો તે સમયે તમને સિગરેટ પીવાની ઈચ્છા જાગે તો એક ઊંડો શ્વાસ લો. પછી પોતાની ત્રણ આંગળીઓને એકસાથે લાવી, એ જ શબ્દ પુનરાવર્તિત કરો જે તમે ધ્યાનના સમયે કહ્યા હતા, 'આ સમયે હું ધૂમ્રપાન નહીં કરું.' તમારે પોતાને એ યાદ અપાવવું પડશે કે તમે એ સમયે સિગરેટથી દૂર રહેવાનો સંકલ્પ લીધો હતો.

ધૂમ્રપાનથી મુક્તિ મેળવવાની આ બુનિયાદી પદ્ધતિમાં તમે બીજી તકનીકોને પણ સામેલ કરી શકો છો. જેમ કે ૮ વર્ષથી, રોજે દોઢ પેકેટ સિગરેટ પીનારી ઓમાહાની એક વ્યક્તિએ અલ્ફા અવસ્થામાં એ બધી સિગરેટ્સનું માનસિક ચિત્રણ કર્યું, જે તે પી ચૂક્યો હતો. કલ્પનામાં તેની આંખોની સામે બુઝાવેલી સિગરેટોનો મોટો ઢગલો આવી ગયો, જેને તેણે સળગાવી દીધો.

એ પછી તેણે ભવિષ્યમાં પીવામાં આવનારી બધી સિગરેટોનું માનસિક ચિત્રણ કર્યું અને વિચાર્યું કે તે તેને પણ સળગાવી રહ્યો છે. તે પહેલા પણ ઘણી વાર સિગરેટ છોડવાનો નિષ્ફળ પ્રયત્ન કરી ચૂક્યો હતો, પણ આ વખતે માત્ર એકવાર ધ્યાન કર્યા પછી, તે પોતાની આ ટેવને છોડવામાં સફળ રહ્યો. સિગરેટ છોડ્યા પછી તેણે અનુભવ્યું કે તેને કોઈ તલપ ન લાગી, વધારે ભોજન ખાવાની ઈચ્છા પણ ન થઈ અને બીજા કોઈ દુષ્પ્રભાવ પણ થયા નહીં.

મારી પાસે આવા ઘણા લોકોના અનુભવ નોંધાયેલા છે, જે આ તકનીકોની મદદથી વજન ઘટાડવામાં સફળ રહ્યા હોય. પરંતુ અફસોસ એ વાતનો છે કે આવા લોકો અપેક્ષા કરતાં ઘણા ઓછા છે, જેમણે આ રીતે સિગરેટની ટેવમાંથી છુટકારો મેળવ્યો છે. જો કે હું એવા ઘણા વિદ્યાર્થીઓને જાણું છું, જેમણે આ તકનીકો દ્વારા સિગરેટની આદતમાંથી મુક્તિ મેળવી છે અથવા પછી સિગરેટ પીવાનું ઘણું ઓછું કરી દીધું છે. હું તમને આ લોકો વિશે એટલા માટે જણાવી રહ્યો છું, જેથી તમે પણ માઈન્ડ કંટ્રોલનો ભાગ બની આ ટેવથી છુટકારો મેળવી શકો.

૧૦
આરોગ્યમાં સુધારા માટે મનનો પ્રયોગ

મારો લગભગ અડધો સમય દેશ-વિદેશના પ્રવાસોમાં વીતે છે, જયાં હું માઈન્ડ કંટ્રોલના વિદ્યાર્થીઓના સમૂહોને સંબોધિત કરવા જઉં છું. દર વર્ષે હું એવા હજારો લોકોને મળું છું, જે મને સ્વયં ચિકિત્સા (સેલ્ફ-હીલિંગ) ના અનુભવો સંભળાવે છે. હવે આ બધું મારા માટે સામાન્ય બની ગયું છે પરંતુ બીજા દૃષ્ટિકોણથી જોઈએ તો મને આ વાતનું આશ્ચર્ય પણ થાય છે.

આપણા શરીર પર નિયંત્રણ ધરાવનારું છે 'મન'. તેના પર નિયંત્રણ મેળવવામાં અત્યાર સુધી કેટલાક લોકો જ સફળ થયા છે. જો કે ઘણા લોકો માનસિક ઉપચાર પદ્ધતિને વિચિત્ર અને ગોપનીય માને છે પરંતુ સ્વાસ્થ મેળવવા માટે બજારમાં મળનારી નુકસાનદાયક અને દુષ્પ્રભાવો ધરાવતી દવાઓ કરતાં વધારે વિચિત્ર અને ગોપનીય બીજું શું હોઈ શકે ? માનસિક ઉપચાર પદ્ધતિ દ્વારા મોટામાં મોટી બીમારીને સારી કરવાના મારા આજ સુધીના અનુભવમાં મેં તેની સાથે જોડાયેલા કોઈ દુષ્પ્રભાવ વિશે સાંભળ્યું પણ નથી અને પોતે એવું કશું જોયું પણ નથી.

ચિકિત્સા સંશોધન (મેડિકલ રિસર્ચ) થી દિવસે ને દિવસે મન અને શરીર વિશેના સંબંધોનો ખુલાસો થઈ રહ્યો છે. એવી ઘણા પ્રકારની શોધોથી એ પરિણામ મળ્યું છે કે મન રહસ્યમયી રીતે એક

શક્તિશાળી ભૂમિકા ભજવે છે.

માઈન્ડ કંટ્રોલમાં આપણે હજુ પણ નવી વાતો શીખી રહ્યા છીએ એટલે તેને પરિપૂર્ણ કહી શકાય નહીં. પરંતુ જો માઈન્ડ કંટ્રોલ પરિપૂર્ણ હોત તો મને વિશ્વાસ છે કે આપણા બધાનું શરીર પૂર્ણપણે સ્વસ્થ હોત. જો કે આ એક અનિવાર્ય સત્ય છે કે જો આપણે પોતાના શરીરની બીમારીઓ સામે લડવા માટે, પોતાના મનની શક્તિઓને મજબૂત કરી તો દરેક બીમારીનો સામનો કરી શકાય છે. પછી તો ડૉ.ઈમીલ કૂઈના સરળ એવા ઉપાય પણ કામ લાગે છે. માઈન્ડ કંટ્રોલના પ્રશિક્ષણથી ડૉ.ઈમીલ કૂઈના ઉપાય હજુ વધારે પ્રભાવક રીતે કામ કરે છે.

જ્યારે તમે પોતાની શારીરિક બીમારીના ઈલાજ માટે સેલ્ફ હીલિંગ કે સ્વ-આરોગ્યમાં પૂરી મહારત પ્રાપ્ત કરી લેશો તો તમારે અન્ય ચિકિત્સા સુવિધાઓની ખૂબ ઓછી મદદ લેવાની જરૂર પડશે. જો કે આજે માઈન્ડ કંટ્રોલનો વિકાસ જે સ્તર પર છે અને તેના પ્રશિક્ષણથી તમે જે વિકાસ કર્યો છે અથવા જે મહારત પ્રાપ્ત કરી છે, એ દૃષ્ટિએ દેશના ડૉક્ટર્સને કસમયે સેવાનિવૃત્ત (રિટાયર) ન કરી શકાય. સામાન્ય રીતે તમારે પોતાના સ્વાસ્થ્ય માટે તેમની પાસેથી સલાહ લેતા રહેવું જોઈએ અને એ જ રીતે ચાલવું જોઈએ. જે ઝડપથી તમારા સ્વાસ્થ્યમાં સુધારો થઈ રહ્યો છે અને તમે બીમારીથી મુક્ત થઈ રહ્યા છો, તેના રિપોર્ટ્સ જોઈને તમે તમારા ડૉક્ટરને આશ્ચર્યમાં મૂકી શકો છો. એક દિવસ તે આ વિચારીને ચોક્કસ આશ્ચર્યમાં પડી જશે કે આખરે તમે કઈ ઉપચાર પદ્ધતિનો અભ્યાસ કરી રહ્યા છો, જે તમને આટલી ઝડપથી પરિણામ આપી રહી છે.

ઘણા વિદ્યાર્થીઓએ જણાવ્યું કે તે કટોકટીના સમયે, જ્યારે ખૂબ રક્તસ્રાવ કે પીડા થઈ રહી હોય, ત્યારે તે માઈન્ડ કંટ્રોલમાં શીખવવામાં આવેલી ઉપચાર પદ્ધતિનો લાભ લે છે. ઉદાહરણ તરીકે શ્રીમતી ડોનાલ્ડ વિલ્ડોવસ્કી પોતાના પતિની સાથે એક સંમેલન યાત્રામાં ભાગ લેવા માટે ટેક્સાસના પ્રવાસે હતી. નોરવિચના કનેક્ટીકટ બુલેટિન (સામયિક) અનુસાર, તેમણે સ્વિમિંગ પૂલમાં કૂદકો માર્યો, તેનાથી તેમના કાનના પડદા ફાટી ગયા અને ખૂબ રક્તસ્રાવ થવા લાગ્યો.

ત્યારે તેમના પતિ પણ સંમેલન યાત્રામાં વ્યસ્ત હતા અને પ્રવાસ દરમિયાન વચ્ચેથી જ પોતાના પતિને બોલાવવા કે તેમના કાર્યમાં અંતરાય ઊભો કરવો, શ્રીમતી ડોનાલ્ડને યોગ્ય લાગતું નહોતું. પછી તેમણે માઈન્ડ કંટ્રોલની તકનીક યાદ કરી અને ધ્યાનમાં બેસીને, થોડા સમય પછી શ્રીમતી ડોનાલ્ડ અલ્ફા અવસ્થામાં ગઈ. તેમણે પોતાનું સંપૂર્ણ ધ્યાન પોતાના કાન પર કેન્દ્રિત કર્યું....કાનમાંથી વહેનારા રક્તસ્રાવ અને પીડાને સંબોધિત કરતા તેમણે કહ્યું, 'જાઓ, જાઓ, જાઓ ' પીડા તે જ ક્ષણે સમાપ્ત થઈ ગઈ અને રક્તસ્રાવ પણ બંધ થઈ ગયો. જ્યારે હું ડૉક્ટરની પાસે ગઈ, ત્યારે તે આ જાદુને જોઈ આશ્ચર્યમાં પડી ગયા.

સેલ્ફ હીલિંગના છ પગલાં

બીમારીથી મુક્ત થવા માટે જો તમે પણ સેલ્ફ હીલિંગ કરવા ઈચ્છો છો, તો તમારે આ છ સરળ પગલાં ઉઠાવવા પડશે :

૧) પહેલા પગલાંની શરૂઆત બીટા અવસ્થામાં કરો. પોતાની જાતને એક સ્નેહી (સહુને પ્રેમ કરનારો) અને ક્ષમાશીલ વ્યક્તિ તરીકે અનુભવો. 'મારે બધાને પ્રેમ કરવો છે', એ જ વિચાર કરો. આવા માણસ બનવા માટે સંભવતઃ તમારે તમારા મનની શુદ્ધિની આવશ્યક્તા પડશે. એ માટે પ્રકરણ આઠ જુઓ.

૨) બીજા પગલામાં તમે પોતાના સ્તર પર જાઓ. સેલ્ફ હીલિંગ માટે પોતાના સ્તર પર જવું, પોતે જ એક મોટું પગલું છે. જેમ કે મેં પહેલા પણ કહ્યું, આ સ્તર પર મનની નકારાત્મકતા, અપરાધ બોધ અને ગુસ્સો પ્રભાવહીન થતો જાય છે અને શરીર કુદરત પ્રમાણે ચાલવા તૈયાર થઈ જાય છે. અર્થાત શરીર પોતાને સ્વસ્થ, ચુસ્ત કરવાનું શરૂ કરી દે છે. બની શકે કે તમારી અંદર ગુસ્સો અને અપરાધ બોધની સાચી ભાવનાઓ હોય, પરંતુ આપણે હંમેશા એમ જ જોયું છે કે માણસની અંદર એવી ભાવનાઓ માત્ર બાહ્ય સ્તર પર કે બીટા અવસ્થામાં જ આવે છે. માઈન્ડ કંટ્રોલના અભ્યાસથી આ બધી ભાવનાઓ દૂર થઈ જશે.

૩) ત્રીજા પગલામાં માનસિક સ્તર પર પોતાની સાથે પહેલા પગલાં વિશે વાત કરો. આમાં તમારે એ ઈચ્છા પ્રગટ કરવી પડશે કે તમે પોતાના મનની શુદ્ધિ કરવા ઈચ્છો છો જેથી સકારાત્મક શબ્દોનો ઉપયોગ કરી શકો અને સકારાત્મક વિચાર જ કરી શકો. સાથે જ એક સ્નેહી અને ક્ષમાશીલ માણસ બનવાની ઈચ્છા પણ જાહેર કરો.

૪) ચોથા પગલામાં મનમાં ને મનમાં એ બીમારી વિશે વિચારો, જેનાથી તમને તકલીફ થઈ રહી છે. પોતાના મનની કાલ્પનિક સ્ક્રીન પર એ બીમારીને જુઓ અને અનુભવો. તમારે આવું થોડા સમય સુધી જ કરવાનું છે કારણ કે તેનો ઉદ્દેશ, પોતાને સ્વસ્થ કરવાની તમારી ઉર્જા પર ધ્યાન કેન્દ્રિત કરવાનો છે, જ્યાં તેની વાસ્તવમાં આવશ્યક્તા છે.

૫) પાંચમા પગલા પર પોતાની બીમારીની છબીને તરત મિટાવી દો અને અનુભવ કરો કે તમે પૂર્ણપણે સ્વસ્થ થઈ ગયા છો. સંપૂર્ણ સ્વાસ્થ્યમાં હોવાની સ્વંત્રતા અને તેનાથી થનારી પ્રસન્નતાને અનુભવો. આ પ્રસન્ન છબીને મનમાં જાળવી રાખો, તેના પર જ ધ્યાન આપો, તેનો આનંદ લો અને એ વિશ્વાસ રાખો કે તમે તેને મેળવવા માટે હકદાર છો. એ જાણી લો કે આ સ્વસ્થ અવસ્થામાં પ્રકૃતિની તમારી પાસેથી જે આશાઓ અને ઉદ્દેશ છે, તેની સાથે તમે પૂર્ણપણે એકરૂપ થયા છો.

૬) એકવાર ફરીથી પોતાના મનની શુદ્ધિ પર ધ્યાન આપો અને અંતે પોતાની જાતને કહો કે 'દરરોજ, દરેક રીતે, હું પહેલાં કરતાં સારી/સારો અને વધારે સારી/સારો થઈ રહી/રહ્યો છું.'

હવે કદાચ તમારા મનમાં પ્રશ્ન ઊભો થયો હશે કે આમાં કેટલો સમય લાગશે અને કેટલી વાર કરવું જોઈએ? મારો અનુભવ કહે છે કે 'આ છ પગલાંને પૂરા કરવા માટે ૧૫ મિનિટનો સમય પૂરતો થઈ રહેશે.' આખા દિવસમાં જ્યારે પણ તમને ઈચ્છા હોય, તમે આ અભ્યાસ કરી શકો છો. પરંતુ દિવસમાં ઓછામાં ઓછું એકવાર આ અભ્યાસને ચોક્કસ કરો. તેમાં અતિ વાળી કોઈ વાત નથી. એક દિવસમાં તમે ઘણીવાર આ અભ્યાસ કરી શકો છો. તેની કોઈ ખરાબ અસર નહીં થાય.

જો કે એક બાબત વિશે હું તમને સજાગ કરવા ઈચ્છીશ. તમે સાંભળ્યું હશે કે ધ્યાન કરવું સારી વાત છે પરંતુ ધ્યાનના મામલામાં એટલું અતિ ન કરો કે સંસારથી વિરક્ત થઈને, પોતાની જાતમાં જ સમેટાઈને રહી જાઓ. આ સાચું છે કે નહીં, ખબર નથી. જો કે આવું ધ્યાનના અન્ય વિષયો વિશે કહેવામાં આવે છે, માઈન્ડ કંટ્રોલ માટે નહીં. માઈન્ડ કંટ્રોલમાં અમે સંસારથી વિરક્ત થવા પર નહીં પરંતુ સંસારમાં સામેલ થવા પર ભાર મૂકીએ છીએ. અમે ઈચ્છીએ છીએ કે સમસ્યાઓને વણજોઈ ન કરવામાં આવે અને દરેક સમસ્યાનો ઉકેલ શોધવામાં આવે. આ રીતે તમે સંસાર સાથે જોડાયેલા રહો છો.

એકવાર ફરીથી સેલ્ફ હીલિંગની વાત પર પાછા આવીએ : પહેલા પગલાંની કોઈ મર્યાદા નથી. બીટા, અલ્ફા અને થીટા અવસ્થામાં તેનો અભ્યાસ અને અનુભવ કરો. આખા દિવસમાં ક્યારેય એવું લાગે કે તમે સેલ્ફ હીલિંગનું પહેલું પગલું ભૂલી રહ્યા છો તો તરત ત્રણ આંગળીઓ વાળી તકનીકનો પણ ઉપયોગ કરો.

અમારા ઘણા બધા માઈન્ડ કંટ્રોલ કેન્દ્રો પર વિદ્યાર્થીઓ માટે ન્યૂઝલેટર એટલે કે અખબાર પણ પ્રકાશિત થાય છે. તેમાં વિદ્યાર્થી માઈન્ડ કંટ્રોલથી તેમને ક્યા-ક્યા ફાયદા થયા છે, તેની સંપૂર્ણ જાણકારી આપે છે. જેમ કે, તેમણે પોતાનો માથાનો દુખાવો, દમ, થાક અને ઉચ્ચ રક્તદબાણ જેવા રોગોથી કેવી રીતે છુટકારો મેળવ્યો, તેના બધા અનુભવ એ ન્યૂઝલેટરમાં આપવામાં આવ્યા છે. એમાંથી એક અનુભવ હું અહીં જણાવું છું. મેં તેની પસંદગી એટલા માટે કરી કારણ કે આ અનુભવ જણાવનારો પોતે એક ડૉક્ટર છે.

પોતાને આરોગ્ય પ્રદાન કરવાના કેટલાક ઉદાહરણ

એક ડૉક્ટરનો અનુભવ

અગિયાર વર્ષની ઉંમરે જ મને માઈગ્રેનની તકલીફ શરૂ થઈ. શરૂઆતમાં તકલીફ ઓછી થતી હતી અને સહેલાઈથી કાબૂમાં પણ આવી જતી હતી. પરંતુ

વધતી ઉંમરની સાથે તકલીફ પણ વધવા લાગી. જ્યારે પણ પીડા શરૂ થતી, ત્યારે ત્રણથી ચાર દિવસ સુધી રહેતી. પછી મને 'ક્લસ્ટર' નો માથાનો દુખાવો શરૂ થયો એટલે કે દર બે દિવસ પછી મને પીડાનો હુમલો થતો. આવો માથાનો દુખાવો ખૂબ જ ભયંકર હોય છે.....હંમેશા ચહેરા અને માથાના એક ભાગમાં ભયંકર પીડા થાય છે. એવું લાગે છે કે આંખો હમણાં જ બહાર આવી જશે. પીડા એટલી તીવ્ર હોય છે કે પેટમાં પણ કંઈક અમળાતું હોય તેવું લાગે છે. ઘણીવાર કોઈ પીડાની દવાથી થોડો-ઘણો આરામ મળે છે, પણ તેને બરાબર એ જ સમયે લેવાની હોય છે, જ્યારે પીડા શરૂ થઈ હોય. પીડા તીવ્ર થયા પછી કોઈ દવા આરામ નથી આપતી. માત્ર સમય જ દવા બને છે. મારી હાલત તો એવી થઈ ગઈ હતી કે દર ચાર કલાક પછી દવા લેવી પડતી હતી અને છતાં પણ આરામનું કોઈ નામોનિશાન નહોતું.

આખરે હું માથાના દુખાવાના એક વિશેષજ્ઞ પાસે ગયો. તેમણે મારા શરીરના ઘણા બધા ટેસ્ટ કરાવ્યા જેથી એ જાણવા મળે કે મને ક્યાંક કોઈ શારીરિક કે ન્યૂરો (મગજ) સંબંધિત બીમારી તો નથી ને. તેમણે કેટલીક દવાઓ લખી આપી, પરંતુ તેના સેવન છતાં મારો માથાનો દુખાવો મટ્યો નહીં.

હું પોતે એક ડૉક્ટર છું પરંતુ મારી જ બીમારીનો ઈલાજ કરી શકતો નથી. મારી એક નિયમિત પેશન્ટ માઈન્ડ કંટ્રોલની વિદ્યાર્થીની હતી, તે મને છેલ્લા એક વર્ષથી પોતાની સાથે માઈન્ડ કંટ્રોલ પ્રશિક્ષણમાં ભાગ લેવા માટે કહેતી હતી, પણ હું તેને હંમેશા એમ જ કહેતો હતો કે 'મને આ વાતો પર વિશ્વાસ નથી.' પછી એક દિવસ જ્યારે તેણે મને સતત ચાર દિવસ પછી પણ તીવ્ર માથાના દુખાવા સાથે જોયો ત્યારે તેણે કહ્યું, 'શું હજુ પણ તમે મારી વાત નહીં માનો ? આવતા અઠવાડિયે જ માઈન્ડ કંટ્રોલ પ્રશિક્ષણનો નવો કોર્સ શરૂ થવાનો છે. મને લાગે છે કે તમારે મારી સાથે આ કોર્સમાં આવવું જોઈએ.'

તેના ભારપૂર્વક કહેવાથી મેં કોર્સમાં પોતાનું નામ લખાવી દીધું અને પૂરી પ્રામાણિકતાથી દરરોજ ત્યાં જવા લાગ્યો. મેં અનુભવ્યું કે જ્યાં સુધી કોર્સ ચાલતો હતો. એ આખા અઠવાડિયા દરમિયાન મારા માથામાં દુખાવો ન થયો. પણ કોર્સ પૂરો કર્યાના એક અઠવાડિયા પછી ફરીથી એવો જ ભયંકર માથાનો દુખાવો ઉપડ્યો. આ જ તે તક હતી, જ્યારે હું એ જોઈ શકતો હતો કે મને આ કોર્સથી કોઈ ફાયદો થયો છે કે નહીં. એટલે મેં માઈન્ડ કંટ્રોલનું એક ચક્ર એટલે કે અભ્યાસ પૂરો કર્યો અને મારા માટે આશ્ચર્ય હતું કે માથાનો દુખાવો મટી ગયો.... એવું લાગ્યું કે જાણે જાદુ જ થઈ ગયો હોય, પરંતુ થોડી જ વારમાં પીડા હજુ વધારે તીવ્રતાથી શરૂ થઈ ગઈ. પણ આ વખતે મેં હાર માની નહીં અને એકવાર ફરીથી માઈન્ડ કંટ્રોલનું એક ચક્ર પૂરું કર્યું અને ગણતરી કરી. આનાથી થોડા સમય માટે તો પીડાથી આરામ મળ્યો પરંતુ તે ફરીથી શરૂ થઈ ગઈ. આ રીતે મેં માઈન્ડ કંટ્રોલના દસ ચક્ર પૂરા કર્યા પણ માથાનો

દુખાવો મટ્યો નહીં પરંતુ તેનાથી હું નિરાશ ન થયો. કારણ કે આ વખતે મેં કોઈ દવા લીધા વિના માત્ર માઈન્ડ કંટ્રોલની તકનીક પ્રમાણે જ પોતાની સારવાર શરૂ કરી. મેં વિશ્વાસની સાથે પોતાની જાતને કહ્યું કે આ તકનીકથી મારો માથાનો દુખાવો મટી જશે.' અને પછી થોડા જ સમયમાં માથાનો દુખાવો ખરેખર મટી ગયો.

થોડા સમય સુધી માથામાં પીડા ન થઈ. પરંતુ ફરીથી જ્યારે માથાનો દુખાવો થવા માંડ્યો ત્યારે માઈન્ડ કંટ્રોલમાં જણાવવામાં આવેલી તકનીક પ્રમાણે માત્ર ત્રણ વાર અભ્યાસ કરવાથી જ મને પીડામાં રાહત મળી ગઈ. આ રીતે ત્રણ મહિના સુધી પીડાનું થવાનું-મટવાનું ચાલુ રહ્યું. જો કે હું માઈન્ડ કંટ્રોલનો અભ્યાસ કરતો હતો એટલે મને દવાની જરૂર અનુભવાઈ નહીં. મારા માટે માઈન્ડ કંટ્રોલ ખરેખર કારગર સાબિત થયું.'

એક નનનું ઉદાહરણ

હવે પછીનું ઉદાહરણ ડેટ્રોઈટ સ્થિત મિશિગનની એક નન, સિસ્ટર બાર્બરા બર્ન્સનું છે. મેં તેની પસંદગી એટલા માટે કરી કારણ કે બાર્બરા બર્ન્સને પોતાના માટે કારગર તકનીક પસંદ કરતા આવડતી હતી.

તે છેલ્લા ૨૭ વર્ષોથી ચશ્મા પહેરતી હતી કારણ કે તેમની દૂરની દૃષ્ટિ નબળી હતી. જ્યારે નંબર વધવા લાગ્યો ત્યારે તેમના લેન્સ બદલવામાં આવ્યા, જેનાથી તેમની આંખોની અંતર માપવાની ક્ષમતા ઓછી થઈ ગઈ. હવે તેમને બાયફોકલ ચશ્માની જરૂર પડવા લાગી. જુલાઈ ૧૯૭૪માં, તેમણે પોતાની આંખોની સમસ્યા માટે માઈન્ડ કંટ્રોલની તકનીકનો ઉપયોગ કરવાનો નિર્ણય લીધો. માઈન્ડ કંટ્રોલનો કોર્સ તેમણે પહેલા જ પૂર્ણ કર્યો હતો એટલે તેમાં જણાવવામાં આવેલી તકનીકો તેમને યાદ હતી. તેમણે ઊંડા ધ્યાનમાં જઈને પોતાને કહ્યું, 'જ્યારે પણ હું મારી પાંપણો ઝબકાવું છું તો તે વધારે સારી રીતે ફોકસ કરવા લાગે છે, જાણે કોઈ કેમેરાનો લેન્સ હોય.' દરેક ધ્યાન દરમિયાન, તે આ જ વાતનું પુનરાવર્તન કરવા લાગી. માત્ર બે જ અઠવાડિયામાં તેમની દૃષ્ટિમાં સુધારો દેખાવા લાગ્યો અને હવે તે ચશ્મા વિના પણ કામ ચલાવી શકતી હતી. જો કે કશુંક વાંચવા માટે તેમને હજુ પણ ચશ્માની જરૂર પડતી હતી. તેમણે એક ઓપ્ટામેસ્ટ્રિસ્ટ ડૉ.રિચર્ડ વ્લોડિગાની સલાહ લીધી, જે પોતે માઈન્ડ કંટ્રોલના વિદ્યાર્થી રહી ચૂક્યા હતા. ડૉકટરે જણાવ્યું કે 'તમારી આંખનો કૉર્નિયા (આંખોનો તે ભાગ જેના પર બહારનો પ્રકાશ પડે છે) પોતાના સ્થાનેથી થોડો ખસી ગયો છે.' ડૉકટર સાથી બીજી મુલાકાત થાય તે પહેલા જ સિસ્ટર બાર્બરાએ થોડા સમય સુધી પોતાના ધ્યાન દરમિયાન પોતાની જાતને પોતાની આંખનો કૉર્નિયા સારો થવા વિશે નિર્દેશ આપ્યા અને પછી ડૉકટર પાસે પોતાની આંખોની તપાસ કરાવવા ગયા.

અમે અહીં એ પત્રનો એક ભાગ પ્રકાશિત કરી રહ્યા છીએ, જે સિસ્ટર બાર્બરા બર્ન્સની તપાસ પછી ડૉક્ટર વ્લોડિગાએ અમને લખ્યો હતો.

'મેં પહેલી વાર ૨૦ ઓગસ્ટ, ૧૯૭૪ના રોજ સિસ્ટર બાર્બરા બર્ન્સની આંખોની તપાસ કરી હતી. તે પછી ફરીથી ૨૬ ઓગસ્ટ, ૧૯૭૫ના રોજ તેમની આંખોની તપાસ કરી. લગભગ એક વર્ષથી તેમણે ચશ્મા પહેર્યા નહોતા.

આ દરમિયાન સિસ્ટર બાર્બરાની આંખોની સમસ્યા ખૂબ જ ઓછી થઈ ગઈ હતી. હવે તે ચશ્મા વિના દૂરની વસ્તુઓ જોઈ શકતા હતા. એટલે તેમને ચશ્મા પહેરવાની જરૂર જ ન રહી.

નિઃશંક કે માઈગ્રેનથી પીડિત ડૉક્ટર અને આ સિસ્ટર બાર્બરાને કોઈ એવી જીવલેણ બીમારી નહોતી, જેના પ્રત્યે આપણા મનમાં બાળપણથી જ બીક પેસાડી દેવામાં આવે છે. શું માઈન્ડ કંટ્રોલ કોઈ જીવલેણ બીમારીને મટાડવામાં મદદ કરી શકે છે કે આપણે દવા લઈને સારા થવાની રાહ જોવી જોઈએ ? આવો, હવે વિશ્વના સૌથી ભયંકર રોગોમાંથી એક, કેન્સરની વાત કરીએ.

કેન્સર અને માઈન્ડ કંટ્રોલ

તમે અમેરિકાના પ્રસિદ્ધ ડૉ.ઓ કૉર્લ સાઈમન્ટનના કાર્ય વિશે વાંચ્યું હશે. તે રેડિયોલોજી અને ઓન્કોલોજીમાં વિશેષજ્ઞ હતા. કેન્સર વિશેષજ્ઞ મેરીલીન ફર્ગ્યુસને પોતાના પુસ્તક 'ધ બ્રેન રિવોલ્યુશન' માં અને જાન્યુઆરી ૧૯૭૬માં ગ્રેસ હાલ્સેલે પોતાની 'નિવારણ પત્રિકા' (Prevention Magazine) માં ડૉ.ઓ કૉર્લ સાઈમન્ટન વિશે એક લેખ પ્રકાશિત કર્યો હતો, જેનું શીર્ષક હતું, 'માઈન્ડ ઓવર કેન્સર'. ડૉક્ટર સાઈમન્ટન પોતે માઈન્ડ કંટ્રોલની તકનીકોનું પ્રશિક્ષણ લઈ ચૂક્યા હતા અને તેમણે કેન્સરની સારવારમાં આમાંથી ઘણી તકનીકોને સામેલ કરી હતી.

જ્યારે તેમને સેન ફ્રાંસિસ્કોની પાસે સ્થિત ટ્રેવિસ એયરફોર્સ બેઝમાં રેડિએશન થેરેપીના ઈન્ચાર્જ બનાવીને મોકલવામાં આવ્યા, ત્યારે તેમણે એક જાણીતા-માનીતા તથ્યનું અધ્યયન કર્યું : કેટલાક એવા રોગીઓનું આપોઆપ જ કેન્સર મુક્ત થઈ જવું, જેમણે તેના માટે કોઈ દવા નથી લીધી. તેને 'સ્પોન્ટેનિયસ રીમિશન' કે 'ત્વરિત સુધારો' ના નામે ઓળખવામાં આવે છે. દુનિયામાં જેટલા પણ કેન્સરના રોગી છે, તેમાં આ રીતે સ્વસ્થ થનારાની સંખ્યા ખૂબ જ ઓછી છે. ડૉ.સાઈમન્ટન જાણવા ઈચ્છતા હતા કે તેમના સ્વસ્થ થવા પાછળ શું કારણ છે.

તેમણે જોયું કે રોગીઓમાં એક વાત સમાન હતી. તે બધા આશાવાદી, સકારાત્મક અને દૃઢ સંકલ્પનાવાળા લોકો હતા.

૧૯૭૪માં બોસ્ટનમાં આયોજિત માઈન્ડ કંટ્રોલના સંમેલનમાં તેમણે કહ્યું,

'કેન્સર વિશે સંશોધન કરનારાઓ અનુસાર, કેન્સરના વિકાસમાં ઓળખી શકાય તેવું સૌથી મોટું ભાવનાત્મક કારણ એ છે કે દર્દીના બીમારીના નિદાન પહેલા ૬ થી ૧૮ મહિનાની વચ્ચે ભારે નુકસાન થાય છે.'

માઈન્ડ કંટ્રોલના સ્વતંત્ર સંશોધકોના ઘણા દીર્ઘકાલીન અભ્યાસો દ્વારા પણ આ સ્પષ્ટ થયું છે. અમે જોયું કે માત્ર તે હાનિ જ સૌથી મોટું કારણ નથી હોતી, વાસ્તવમાં એ હાનિમાંથી વ્યક્તિ કેવી રીતે બહાર આવી, એ વાત સૌથી વધારે અર્થપૂર્ણ છે.

મોટાભાગે દર્દીનું નુકસાન એટલું તીવ્ર હોય છે કે તેના મનમાં અસહાયતા અને નિરાશાની ભાવના જન્મે છે. જેનાથી એવું લાગવા માંડે છે કે તેમની રોગ પ્રતિરોધક ક્ષમતા ઘટી ગઈ છે. આનાથી કેન્સરનું જોખમ હજુ વધી જાય છે.

ટ્રેવિસ એયરફોર્સ બેસમાં થયેલા એક બીજા અભ્યાસનો અહેવાલ, જર્નલ ઓફ ટ્રાંસપર્સનલ સાઈકોલોજીમાં પ્રકાશિત થયો. આ અભ્યાસમાં ડૉ.સાઈમન્ટન એ પાંચ શ્રેણીઓમાં ૧૫૨ કેન્સર દર્દીઓનું પરીક્ષણ કર્યું અને તેમના દૃષ્ટિકોણને ખૂબ નકારાત્મકથી ખૂબ સકારાત્મકની શ્રેણીમાં વિભાજિત કર્યો. એ પછી તેમણે થેરેપી એટલે કે સારવાર અંગે દરેક દર્દીની પ્રતિક્રિયાને ખૂબ સારાથી ખરાબની શ્રેણીમાં માપી. તેમાં ૨૦ દર્દીઓના સારવારના પરિણામ શ્રેષ્ઠ રહ્યા. જો કે એ ૨૦માંથી ૧૪ દર્દીઓની હાલત એટલી ગંભીર હતી કે તે આગલા પાંચ વર્ષ સુધી જીવતા રહેશે, તેની શક્યતા પણ માત્ર ૫૦ ટકા જ હતી. પરંતુ સકારાત્મક દૃષ્ટિકોણથી જ તેમણે પોતાના જીવનમાં સંતુલન જાળવી રાખ્યું અને તેના સારા પરિણામ તેમને મળ્યા. બીજી તરફ અન્ય ૨૨ દર્દીઓના સારવારના પરિણામ સારા ન રહ્યા કારણ કે તેમાંથી કોઈનો ય દૃષ્ટિકોણ સકારાત્મક નહોતો.

જ્યારે સકારાત્મક વિચાર ધરાવનારા કેટલાક અન્ય રોગી પોત-પોતાના ઘરે પાછા ફર્યા, ત્યારે તેમના વર્તનમાં પરિવર્તન આવી ચૂક્યું હતું. ડૉક્ટરોએ જોયું કે સકારાત્મક વિચારસરણીને કારણે તેમની બીમારી પણ ઝડપથી સારી થઈ રહી હતી. તેનાથી સ્પષ્ટ થતું હતું કે તેમના કિસ્સામાં રોગની ગંભીરતાને બદલે, તેમના સકારાત્મક વિચારોએ વધારે મહત્ત્વની ભૂમિકા ભજવી છે.'

'જર્નલ'ના સંપાદકે મેનિન્જર ફાઉન્ડેશનના ડૉ.એલ્મર ગ્રીનનું ઉદાહરણ આપતા કહ્યું, 'કાર્લ અને સ્ટીફેન સાઈમન્ટન, દર્દીની કલ્પનાશક્તિ અને પારંપરિક રેડિયોલોજીનો મેળ કરી, કેન્સરની સારવારમાં ઉલ્લેખનીય પરિણામો મેળવી રહ્યા છે.'

બોસ્ટનમાં આપવામાં આવેલા પોતાના ભાષણમાં ડૉ.સાઈમન્ટન એ અમેરિકન કેન્સર સોસાયટીના પ્રેસીડેન્ટ યૂગેન પેંડરગ્રાસ દ્વારા ૧૯૫૯માં કહેલી વાતને ટાંકી કે 'આ વાતના મજબૂત પુરાવા મળ્યા છે કે કોઈપણ બીમારી દરમિયાન ભાવનાત્મક

નિરાશા કે તણાવનો એ બીમારી પર ઘણો પ્રભાવ પડે છે. હું આશા કરું છું કે આપણે પોતાની એ માનસિક ઉર્જા કે યોગ્યતાનો વિસ્તાર કરી શકીએ, જે કોઈપણ રોગને વધારવા કે અટકાવવાની ક્ષમતા ધરાવે છે.'

ડૉ.સાઈમન્ટન હવે ફોર્ટ વોર્થમાં કેન્સર કાઉન્સિલિંગ અને રિસર્ચ સેન્ટરના મેડિકલ ડાયરેક્ટર છે. જ્યાં તે પોતાના સાથી થેરેપિસ્ટ સ્ફીફેન મેથ્યૂ-સાઈમન્ટનની સાથે મળીને દર્દીઓને પોતાના ઉપચારમાં માનસિક સ્તર પર શું-શું કરવું જોઈએ તેનું સંપૂર્ણ પ્રશિક્ષણ આપે છે.

મેં તેની શરૂઆત આ વિચાર સાથે કરી હતી કે 'કોઈનો રોગ કેટલો જલદી મટશે કે તે પોતાના રોગની પ્રગતિને કેટલો પ્રભાવિત કરશે, એ દર્દીના માનસિક દૃષ્ટિકોણથી નક્કી થાય છે.' જેમ-જેમ મારી આ વિશેની જાણકારી વધી, મેં જોયું કે માઈન્ડ કંટ્રોલ, બાયોફીડબેક અને ધ્યાને મને એ શીખવવામાં મદદ કરી કે દર્દી પોતાના રોગની સારવાર સાથે પોતે કેવી રીતે જોડાઈ શકે છે. દરેક દર્દીને ભાવનાત્મક સ્તર પર વધારે સક્ષમ બનાવવા માટે આ જ તે સૌથી મહત્ત્વપૂર્ણ સાધન છે.

રોગીઓને પ્રશિક્ષિત કરવા માટે ડૉ.સાઈમન્ટન જે પગલાં ઉઠાવે છે, તેમાંથી સૌથી પહેલા પગલાં તરીકે તે દર્દીના ભયને દૂર કરવાનો પૂરો પ્રયત્ન કરે છે. આ પ્રશિક્ષણ શરૂ થયા પછી એ વાત સમજાઈ જાય છે કે કેન્સરની કોશિકાઓ આપણા શરીરમાં સતત બનતી રહે છે. આપણા બધાના શરીરમાં કેન્સરની કોશિકાઓ હોય જ છે, જે આખો વખત શરીરમાં ઝેરી પદાર્થનો વિકાસ કરતી રહે છે. આપણું શરીર તેમને ઓળખી નષ્ટ કરતું રહે છે અને આ ક્રમ સતત ચાલુ રહે છે. આપણે આપણા શરીરમાં બની રહેલી બધી કેન્સર કોશિકાઓથી એકસાથે છુટકારો મેળવી શકતા નથી કારણ કે તે સમયાંતરે શરીરમાં બનતી જ રહે છે. મહત્ત્વ તો એ વાતનું છે કે દર્દી પોતાના શરીરને ફરીથી એ યોગ્ય બનાવી લે કે તે શરીરની પ્રતિક્રિયાઓને પોતે સંભાળી શકે અને તેના પર જીત મેળવી શકે.

ડૉક્ટર સાઈમન્ટન પછી શ્રીમતી સાઈમન્ટને પોતાની વાત મૂકતા કહ્યું, 'મોટાભાગના લોકો.....કેન્સર કોશિકાઓને એવી અસુંદર, ઉતરતી કક્ષાની અને બેહૂદી બાબત તરીકે જુએ છે, જે વાસ્તવમાં ખૂબ તાકતવર હોય છે. લોકોને એવું લાગે છે કે એકવાર આપણા શરીરમાં આ કોશિકાઓ આવી જાય, તો તે પછી શરીર કશું કરી શકતું નથી. જ્યારે કેન્સર કોશિકા બસ એક એવી સામાન્ય કોશિકા છે, જે ખરાબ થઈ ગઈ છે. આપણી ભાષામાં આપણે તેને એક મૂર્ખ કોશિકા કહી શકીએ છીએ કારણ કે તે એટલી ઝડપથી વધે છે કે ઘણીવાર તે પોતાનો રક્ત પુરવઠો (Blood supply) ઘટાડી, ભૂખી રહી જાય છે. તે ખૂબ નબળી છે. તમે તેને કાપી શકો છો, રેડિએશન કે કીમોથેરેપી પણ આપી શકો છો. નબળી થયા પછી આ કોશિકા ફરીથી સશક્ત કે સ્વસ્થ બનતી નથી, તે મૃત થઈ જાય છે.

હવે જરા એક સ્વસ્થ કોશિકાની સાથે કેન્સર કોશિકાની તુલના કરીએ. આપણે જાણીએ છીએ કે જો આપણી આંગળી કપાઈ જાય અને તે ઘા પર તમે એક બેંડેજ ન લગાવો તો પણ તમારો ઘા ધીરે-ધીરે ભરાઈ જશે. આપણે જાણીએ છીએ કે સામાન્ય પેશી[1] કોઈપણ તકલીફમાં પોતાની સારવાર સ્વયં કરે છે અને સારી થઈ જાય છે. તે ક્યારેય પોતાના રક્ત પુરવઠાને ઓછો કરતી નથી. જરા વિચારો, અને સારી થઈ જાય છે. તે ક્યારેય પોતાના રક્ત પુરવઠાને ઓછો કરતી નથી. જરા ધ્યાનથી વિચારો કે આમ છતાં આપણે આપણા મનમાં આ બાબતોની કેવી છબી બનાવી રાખી છે. આપણે જોઈ શકીએ છીએ કે પહેલા આપણા મનમાં આ બીમારી પ્રત્યે કેવા વિચાર હતા અને હવે આપણે માત્ર પોતાના મનના ભયને કારણે જ આવી બીમારીઓને કેટલી બળશાળી બનાવી દઈએ છીએ.

રિલેક્સેશન અને માનસિક ચિત્રણ (Visualization) ની તકનીકોને રેડિયેશન થેરેપીમાં ઉપયોગ કરવાના સંદર્ભમાં શ્રીમતી સાઈમન્ટને કહ્યું, ‘કદાચ માનસિક ચિત્રણની તકનીક આપણા માટે મૂલ્યવાન સાધનોમાંથી એક છે.

આપણે દર્દીઓને ત્રણ પ્રકારના કામ કરવાનું કહીએ છીએ. આપણે તેમને કહીએ છીએ કે તે પોતાના મનમાં પોતાની બીમારીની પ્રતિમાને જુએ....બીમારીમાં થઈ રહેલી સારવારનું કાલ્પનિક ચિત્ર જુએ....અને પોતાના શરીરની રોગ પ્રતિરોધક ક્ષમતાને પોતાની જાતે જ વધતી જુએ.

અમારા સામૂહિક સત્રો દરમિયાન, આપણે શું-શું મેળવવા ઈચ્છીએ છીએ, તેની આપણે કલ્પના કરીએ છીએ અને તેના વિશે ચર્ચા પણ કરીએ છીએ. આપણા વિશ્વાસ કરતા પહેલા જ તે કલ્પના આપણી આંખોની સામે આવી જાય છે. આ રીતે કલ્પના કરી કોઈ ચિત્ર આંખોની સામે જોવું ખૂબ મહત્ત્વનું છે.

જે મુખ્ય બાબતો વિશે આપણે હંમેશા વાત કરીએ છીએ, તેમાંથી એક છે ‘ધ્યાન’. તમે કેટલી વાર ધ્યાન કરો છો ? અને ધ્યાનમાં તમે શું કરો છો ? એ મહત્ત્વનું હોય છે.

---

[1] પેશી- કોઈ જીવના શરીરમાં કોશિકાઓના એવા સમૂહને પેશી કહે છે, જેની ઉત્પત્તિ એક સમાન હોય તથા તે એક વિશેષ કાર્ય કરતી હોય.

૧૧

પ્રેમીઓ માટે એક પરિચયાત્મક અભ્યાસ

માઈન્ડ કંટ્રોલ ગ્રુપની સામે પોતાની વાત મૂકતા, શ્રીમતી સાઈમન્ટને જીવનના અનેક તણાવો વિશે જણાવ્યું કે જો આ તણાવોને યોગ્ય રીતે નિયંત્રિત કરવામાં ન આવે તો તે આપણા શરીરમાં બીમારી પેદા કરી શકે છે.

તેમણે કહ્યું, 'આપણા દર્દીઓમાં એવા લોકોની સંખ્યા નહીંવત્ છે, જેમના લગ્ન સફળ રહ્યા હોય. જ્યારે સુખદ વૈવાહિક જીવનવાળો કોઈ કેન્સર દર્દી અમારી પાસે આવે છે, ત્યારે અમને તેની સારવાર કરવામાં સરળતા રહે છે કારણ કે તેની પાસે જીવિત રહેવાનું મુખ્ય કારણ હોય છે – તેનું વૈવાહિક જીવન અને જીવનસાથી.'

કોઈ લગ્ન સુખદ કેવી રીતે બને છે આ પ્રશ્નનો જવાબ મારી પાસે નથી. જો હું મારા લગ્ન વિશે જણાવું, તો મારી પત્ની પૉલા સાથે મારું દાંમપત્ય જીવન ખૂબ જ સુખદ અને ઉત્તમ રહ્યું. ૩૬ વર્ષોથી અમારો સંબંધ પ્રેમથી સંપન્ન અને ખૂબ જ રસપ્રદ છે. પરંતુ હું ચોક્કસપણે મારા સફળ વૈવાહિક જીવનનું કારણ જણાવી શકતો નથી કારણ કે હું પોતે પણ એ સમજી શકતો નથી કે પૉલાની સાથે મારું લગ્ન જીવન આટલું સુખી કેવી રીતે છે. એવું લાગે છે કે કદાચ આ જ વાતે અમારા લગ્નને સુખદ બનાવ્યું હશે. મારા સુખી દાંમપત્ય

જીવનનું ઉદાહરણ હું એટલા માટે જણાવી રહ્યો છું કારણ કે લગ્નનો કોઈ જ દુઃખદ અનુભવ મને થયો નથી. લગ્નના દુઃખદ અનુભવોથી કેવી રીતે બચવું જોઈએ અથવા આવી મુશ્કેલ સ્થિતિમાં કોઈએ શું કરવું જોઈએ, એ વિશે હું કોઈ વ્યક્તિને કોઈ જ સૂચના આપી શકું તેમ નથી.

જો કે જો કોઈ પતિ-પત્ની પોતાના દાંમપત્ય જીવનને સંપન્ન અને સમૃદ્ધ બનાવવા ઈચ્છે, તો હું એવા કેટલાક ઉપાય ચોક્કસ જણાવવા ઈચ્છીશ, જેને તે અપનાવી શકે છે.

પોતાના દાંમપત્ય જીવનમાં સુધારો કેવી રીતે લાવશો

બની શકે કે તમે સૌથી પહેલા મારી પાસે પતિ-પત્નીની વચ્ચે શારીરિક સંબંધો વિશે જાણવા ઈચ્છો. કારણ કે ઘણા લોકો એમ માને છે કે એક સફળ લગ્નમાં સૌથી મહત્ત્વપૂર્ણ હોય છે, પતિ-પત્નીની વચ્ચે શારીરિક સંબંધ હોવો. લગ્ન પછી શારીરિક સંબંધ એટલે કે સેક્સને હું એક સારા લગ્નના પરિણામરૂપે જોઉં છું. પણ તેના વિશે પછી ચર્ચા થશે.

મારી દૃષ્ટિએ, કોઈપણ લગ્નની સર્વશ્રેષ્ઠ આધારશિલા છે, પતિ-પત્નીની વચ્ચેની ઘનિષ્ઠતા (Intimacy). પરંતુ પતિ-પત્ની ઘનિષ્ઠતાના નામ પર એક-બીજાની વૈયક્તિક વાતો પર આક્રમણ ન કરે. વાસ્તવમાં પતિ-પત્નીની વચ્ચે એવી ઘનિષ્ઠતા હોવી જોઈએ, જેમાં એક-બીજા પ્રત્યે ઊંડી આંતરિક સમજ હોય અને એક-બીજાનો સ્વીકાર હોય.

હવે હું તમને કેટલાક સૂચન કરીશ, જે કદાચ તમને વિચિત્ર લાગે પરંતુ આનાથી પહેલા હું તમને તેની પૃષ્ઠભૂમિ જણાવવા ઈચ્છીશ. અમે માઈન્ડ કંટ્રોલ કોર્સના અંતમાં 'ઉન્નત પ્રસન્નતાના અનુભવ'ની વાત કરી છે. તે ઉપરાંત એક બીજી વાત અમારી સામે આવી છે, જે ખૂબ જ સૂક્ષ્મ છે પરંતુ ઊંડાણ સુધી અનુભવ આપનારી છે. માઈન્ડ કંટ્રોલમાં આવેલા વિદ્યાર્થી આ કોર્સ પૂરો થવાના થોડા સમય પહેલા એકબીજાની વચ્ચે ઘનિષ્ઠતા કે નજીક આવવાની ભાવનાનો અનુભવ કરે છે. એક-બીજા પ્રત્યે તેમના મનમાં ઊંડી અને પ્રેમભરી મિત્રતાની ભાવના હોય છે. જ્યારે કોર્સમાં પહેલી વાર આવતી વખતે તે એ અજાણી વ્યક્તિઓ જેવા હતા, જેમના માર્ગ ભૂલથી પણ એકબીજાને મળવાની શક્યતા નથી. કોર્સ પૂરો થયા પછી પણ તે પોત-પોતાના માર્ગે ચાલનારા છે. જો કે ભવિષ્યમાં જો આ વિદ્યાર્થી એકબીજાને ફરીથી મળે છે તો તેમની વચ્ચે ફરીથી આવી જ ઘનિષ્ઠતા કે નજદીકી જગાડી શકાય છે.

આ વાત એ તથ્યથી સામે આવે છે કે તે એકસાથે આજીવન ચાલનારા ઊંડા અનુભવોમાંથી પસાર થાય છે. યુદ્ધના તીવ્ર અનુભવો પછી ઘણા સિપાઈઓના

મનમાં એકબીજા પ્રત્યે જોડાઈ રહેવાની ભાવના હોય છે. એ જ રીતે એ અજાણી વ્યક્તિઓને પણ કંઈક એવો જ અનુભવ થઈ શકે છે, જે કોઈ દિવસ એકબીજા સથે એક લિફ્ટમાં ફસાઈ ગયા હોય.

મારી વાતને સમજવા માટે આ માત્ર એક નાનકડું ઉદાહરણ છે. સામાન્ય રીતે આવી બાબતોમાં બસ નાની-નાની વાતોને જ સહેલાઈથી સમજી શકાય છે.

આ ઉપરાંત બીજું પણ કશુંક છે, જેને હું જણાવવાનો પ્રયત્ન કરીશ. ઊંડા અને દીર્ઘકાલીન ધ્યાન દરમિયાન માનવીનું મન એકબીજા સાથે સંપર્ક બનાવે છે. એ સમયે આપણું મન પૂરી સંવેદનાની સાથે ગ્રહણશીલ હોય છે. તેથી તે બીજા કોઈને એ રીતે સ્પર્શ કરે છે, જાણે પોતાનું સમગ્ર જીવન એકસાથે વીતાવેલા લોકો એકબીજાને સ્પર્શતા હોય. અચાનક થયેલી ઘનિષ્ઠતા મોટાભાગે જૂઠ્ઠી હોય છે, જેનાથી ઘણીવાર આપણને અસુવિધાનો અનુભવ થાય છે. આવી ઘનિષ્ઠતા લાંબા સમય સુધી ટકતી નથી. પરંતુ તેનો અનુભવ તો દીર્ઘકાલીન હોય છે અને તે આપણા મનના ઊંડાણ સુધી અનુભવાય છે.

જો કે આ એક સૂક્ષ્મ સ્તર પર અનુભવ કરવાની ભાવના છે. માઈન્ડ કંટ્રોલનો કોઈ વિદ્યાર્થી આ સંદર્ભમાં કશું જ ન કહે તો આશ્ચર્ય ન પામશો. જ્યારે તમે પોતે તેને મનની ઘનિષ્ઠતા વિશે જણાવશો તો તે તમને કહેશે, 'અરે હા, આવી ઘનિષ્ઠતાને અમે અનુભવી છે. તે ખૂબ સુંદર અનુભવ હતો.'

માઈન્ડ કંટ્રોલના પ્રશિક્ષણમાં તેને 'બાય પ્રોડક્ટ (by-product) એટલે ઉપ-ઉત્પાદ' કહેવાય છે. ખાસ કરીને આ પરિણામ મેળવવા માટે આ કોર્સને બનાવવામાં આવ્યો નથી. જો કે આ એક વિચિત્ર પ્રશ્ન છે કે એક પતિ-પત્ની એકબીજા સાથે વર્ષો સુધી રહ્યા પછી, એકબીજા સાથે સહજ આત્મીયતાથી જે સ્તર પર આવે છે, શું તેને માઈન્ડ કંટ્રોલની તકનીકોના માધ્યમથી શીખી શકાય છે ? વાસ્તવમાં તેના પરિણામ અમારા વિદ્યાર્થી દ્વારા વર્ગમાં અનુભવેલા પરિણામો કરતાં ક્યાંય ઊંડા હશે. હવે જાણીએ કે તેના માટે તમારે શું કરવાનું છે -

૧) પોતાના મનમાં કોઈ એવું સ્થાન પસંદ કરો, જ્યાં તમે બંને સૌથી વધારે સહજ અને આનંદનો અનુભવ કરો છો. ઉદાહરણ માટે કોઈ એવું સ્થાન, જ્યાં તમે એકસાથે રજાઓ માણી હોય અથવા પછી જ્યાં તમે પોતાના જીવનની સુખદ યાદો એકબીજા સાથે વહેંચી હોય. જો કે આ કોઈ એવું સ્થાન પણ હોઈ શકે છે, જ્યાં તમે પહેલા ક્યારેય ન ગયા હો પણ તમે બંને ત્યાં જઈને એકબીજા માટે ખાસ બનાવી શકો છો. બસ કોઈ એવું સ્થાન પસંદ ન કરશો, જ્યાં બંનેમાંથી કોઈ એક જ ગયું હોય. આ રીતે તમારા બંનેના અનુભવની સમરૂપતા ફેલાઈ જશે અને વહેંચવાની ભાવના ઓછી થઈ જશે.

૨) હવે પસંદ કરેલી જગ્યાએ, એકબીજાની નજીક અને પોતાનો ચહેરો બિલકુલ એકબીજાની સામે રાખી, આરામથી બેસો. પછી શાંત ભાવે આંખો મીંચી લો.

૩) તમારા બંનેમાંથી કોઈ એક જણે પોતાના સાથીને આગળ આપવામાં આવેલી સૂચનાઓ પ્રમાણે કહેવાનું છે કે 'હું ધીરે-ધીરે દસથી એક સુધી ઊંધી ગણતરી ગણીશ અને દરેક ગણતરીની સાથે તમે ધીરે-ધીરે મનની સહજ ધ્યાન અવસ્થામાં ઊંડાણ સુધી જતા અનુભવ કરશો/કરીશ. દસ-નવ- અનુભવ કરો કે તમે હજુ વધારે ઊંડાણમાં જઈ રહ્યા/રહી છો......આઠ-સાત-છ – હજુ વધારે ઊંડાણમાં જઈ રહ્યા /રહી છો....પાંચ-ચાર – આના કરતાં પણ વધારે ઊંડા અનુભવમાં તમે જઈ રહ્યા/રહી છો.....ત્રણ-બે-એક – હવે તમે બિલકુલ શાંત છો અને મનની ઊંડી સુખદ અવસ્થામાં છો....તમારી મદદથી હવે હું પણ એ સુખદ અવસ્થામાં આવી રહ્યો/રહી છું.

૪) હવે તમારો સાથી તમને આ જ સૂચનાઓ આપશે. 'હું ધીરે-ધીરે દસથી એક સુધી ઊંધી ગણતરી ગણીશ અને દરેક ગણતરીની સાથે તમે ધીરે-ધીરે મનની સહજ ધ્યાન અવસ્થામાં ઊંડાણ સુધી જતા અનુભવ કરશો/કરીશ. દસ-નવ – અનુભવ કરો કે તમે મારી સાથે ઊંડાણમાં જઈ રહ્યા/રહી છો....આઠ-સાત-છ – વધારે ઊંડાણમાં જઈ રહ્યા/રહી છો...પાંચ -ચાર – આના કરતાં પણ વધારે ઊંડાણ અને નિકટતા તમે અનુભવી રહ્યા/રહી છો....ત્રણ-બે-એક – હવે અમે બંને શાંત છીએ અને મનની ઊંડી સુખદ અવસ્થામાં આવ્યા છીએ. તેની આગળનો વધારે ઊંડો અનુભવ અમે બંને એક સાથે લઈએ છીએ.

૫) પહેલો સાથી કહેશે, 'ઠીક છે, ચાલો આપણે મળીને હજુ વધારે ઊંડાણમાં ઉતરીએ. આપણે એકસાથે એવા સ્થળ પર જઈએ છીએ, જ્યાં ખૂબ શાંતિ હોય અને ત્યાંનો અનુભવ લઈએ છીએ. આપણે તેનો જેટલો વધારે અનુભવ કરીશું, એટલી જ ઊંડી અવસ્થામાં જઈશું. હવે આકાશ તરફ ધ્યાનથી જુઓ....'

૬) 'હંમમ....એકાદ-બે વાદળોને બાદ કરતા આકાશ એકદમ સાફ છે.' તમે બંને જે દૃશ્ય જોઈ રહ્યા છો, તેનું એકબીજાને વિસ્તારપૂર્વક વર્ણન કરશો. જાણે તે દૃશ્ય જોતી વખતના સમયનું તાપમાન, રંગ, ધ્વનિ અને અન્ય બધા સુખદ વિવરણોનો અનુભવ તમે બંને એકસાથે પરંતુ ધીરે-ધીરે કરશો.

૭) જ્યારે તમે બંને ઊંડા સ્તર પર હો, ત્યારે કોઈ ઉતાવળ ન કરો. પોતાની આ શાંત અવસ્થાનો પૂરો અનુભવ લો. તમારા બંનેમાંથી એક સાથી પોતાના બીજા સાથીને કહેશે, 'હું મારા જીવનમાં તને હંમેશા ખુશ રાખવા ઈચ્છું છું કારણ કે તારા ખુશ રહેવાથી જ મને આનંદ થશે.'

૮) હવે બીજો સાથી પહેલા સાથીને કહેશે, 'હું પણ તને હંમેશા ખુશ રાખવા ઈચ્છું છું. તો જ મારા જીવનમાં પણ આનંદ આવશે.'

૯) હવે થોડો સમય કશું જ બોલ્યા વિના, એમ જ વીતી જવા દો. એકબીજાની વચ્ચે થનારા આ મૌન સંવાદને જેટલો ઈચ્છો, તેટલો સમય આપો અને પછી જાગો. કેટલાક લોકો આ મૌન સંવાદનો અનુભવ એકબીજાની આંખોમાં જોઈ વધારે ઊંડાણથી અનુભવી શકે છે. નિયમિત ધ્યાન કરનારા સાધક માટે, અલ્ફા કે થીટા અવસ્થામાં રહીને, પોતાની આંખો ખુલ્લી રાખીને પણ આ અનુભવ લેવો સહજ શક્ય છે. પરંતુ જો તમે આમ કરવામાં સહજતા ન અનુભવો, તો જબરદસ્તી આવું કરવાનો પ્રયત્ન ન કરશો.

આ અનુભવને માત્ર વાંચીને કે તેની કલ્પના કરીને, તેનું મહત્ત્વ સમજી શકાશે નહીં કારણ કે વાસ્તવમાં આ વધારે શક્તિશાળી અનુભવ છે. પહેલી વાર જ્યારે તમે આ અનુભવ લેવાનો પ્રયત્ન કરશો, તે સમયે તમને તેની શક્તિ પર વિશ્વાસ થઈ જશે. બની શકે છે કે આમાં થોડું-ઘણું મનવાંછિત પરિવર્તન લાવી તમે તેને પોતાના જીવનનું અભિન્ન અંગ બનાવી લો.

સાવધ રહો : જો તમે આ અનુભવનો ખોટો પ્રયોગ કર્યો તો તેની સુંદરતા ચાલી જશે. જો બંનેમાંથી એક પણ તેના ઉદ્દેશને ન સમજે અને તેનો સ્વીકાર કરવાની ના પાડે, તો તેમની વચ્ચેની ઘનિષ્ઠતા અથવા તેમનામાં વધનારી નજદીકીના સ્તરમાં ઘટાડો થઈ શકે છે. હું તેનો અભ્યાસ કરવાની સલાહ એ લોકોને જ આપીશ, જે એક-બીજાની સાથે ખૂબ ઊંડો અને પોતીકાપણાનો ભરપૂર સંબંધ ઈચ્છતા હોય અને લાંબા સમય સુધી એકસાથે રહેવા માટે વચનબદ્ધ થવા ઈચ્છતા હોય.

દરેક વ્યક્તિનું એક આભામંડળ હોય છે, જેને કેટલાક લોકો શરીરની આસપાસ રહેલા ઉર્જા ક્ષેત્ર તરીકે જોઈ શકે છે. આપણે પણ આ આભામંડળને જોવાનું પ્રશિક્ષણ મેળવી શકીએ છીએ. વાસ્તવમાં માઈન્ડ કંટ્રોલ પ્રશિક્ષણના અનેક વિદ્યાર્થી જણાવે છે કે આ પ્રશિક્ષણ લીધા પછી તે પોતાના અને બીજાના આભામંડળને જોઈ શકે છે. દરેકના આભામંડળમાં દરેકની ફિંગરપ્રિન્ટ્સ (આંગળીઓની છાપ) જેટલો જ ફરક હોય છે.

જ્યારે લોકો શારીરિક રીતે એક-બીજાની નજીક આવે છે, ત્યારે તેમના ઉર્જા ક્ષેત્ર એકબીજામાં ભળી જાય છે. તેમના આકાર, ઊંડાણ, રંગ અને સ્પંદનોમાં ફેર પડી જાય છે. આવો અનુભવ ત્યારે જ થાય છે, જ્યારે બે જણ એક પથારીમાં સાથે હોય, બલકે ભીડથી ભરેલી બસો અને થિયેટરોમાં પણ આવો અનુભવ લોકોને થાય છે. એકબીજા સાથે જેટલો વધારે સંપર્ક થશે, આભામંડળમાં આવનારું પરિવર્તન પણ એટલું જ દીર્ઘકાલીન હશે.

પતિ-પત્નીની બાબતમાં આ એક સકારાત્મક પરિવર્તન હોય છે કારણ કે તેમના આભામંડળ એકબીજા સાથે એકબીજાના પૂરક બની જાય છે. પરંતુ જો તે લાંબા સમય સુધી શારીરિક રીતે એકબીજાથી દૂર રહે, તો આ પૂરી પ્રક્રિયા વિપરીત થવાની શક્યતા પણ વધી જાય છે. જો લગ્નને લાંબા સમય સુધી ટકાવી રાખવા હોય તો પતિ-પત્નીનું એકબીજાથી દૂર-દૂર રહેવું યોગ્ય નહીં ગણાય. બંનેનું શારીરિક સ્તર પર નજીક હોવું આવશ્યક છે. હું એ જ સલાહ આપીશ કે પતિ-પત્ની સૂવા માટે ડબલ બેડનો ઉપયોગ કરે.

હવે સેક્સની વાત કરીએ, સેક્સ માત્ર એક અનુભવ નથી. તેમાં શક્યતાઓનું એક આખું વિશ્વ છુપાયેલું હોય છે. ધ્યાન રહે કે હું પદ્ધતિઓ કે મુદ્રાઓની વાત નથી કરતો. મારો સંદર્ભ અનુભવો સાથે છે. હું એ જ જણાવવા ઈચ્છીશ કે મનના વિવિધ ઊંડાણો અને ગહનતાઓ (તીવ્રતા) ની વચ્ચે અનુભવનું સ્તર ખૂબ જ મહત્ત્વનું હોય છે. જે રીતે ક્ષણિક આનંદ અને લાંબા સમય સુધી ટકનારા આનંદ વચ્ચે ફેર હોય છે, એ જ રીતે આ ઊંડાણો અને ગહનતાઓની વચ્ચે પણ મહત્ત્વનો ફેર જોવા મળે છે.

ઘણા દંપતી સેક્સની રીતો જણાવનારા પુસ્તકો વાંચી, વિભિન્ન મુદ્રાઓમાં સેક્સ કરે છે અને એવું માની લે છે કે તેમના સુખદ લગ્નજીવન માટે આ કરવું પૂરતું છે. તે દરેક પગલાં પર ખૂબ ધ્યાન આપે છે કારણ કે તાર્કિક રીતે એ જ તેમને પછીના પગલા સુધી લઈ જાય છે, જે બીટાના ઉપરના સ્તર પર લેવામાં આવતો એક ગહન અનુભવ પણ હોઈ શકે છે. આ અનુભવમાં પોતે પણ વહી જવું અથવા એ અનુભવને જેવો છે, તેવો જ અનુભવવો મહત્ત્વપૂર્ણ છે. તે સમયે તમારું મન પણ તણાવરહિત હોય તે જરૂરી છે.

માનસિક સ્તર પર મળનરી વધારે સંવેદનશીલતા કોઈપણ લગ્નજીવનને સમૃદ્ધ અને વધારે સારું બનાવી શકે છે. જો લગ્નનો સંબંધ જૂનો અને સુખદ છે, તો પ્રશિક્ષણ વિના પણ પતિ-પત્નીની વચ્ચે ઊંડી માનસિક સ્તરની સમજ વિકસિત થઈ શકે છે. તો પછી રાહ કોની જુઓ છો ?

૧૨

તમે ઈએસપીનો અભ્યાસ કરી શકો છો

શું ઈએસપી એક વાસ્તવિકતા છે ? આજકાલના બધા જાણકાર લોકો આ વાત સાથે સહમત છે કે વાસ્તવમાં ઈએસપી છે. કદાચ આંકડા પણ એ જ સાબિત કરે છે કે આ જાણકારી આપણને પાંચ ઈંદ્રિયોથી પર, બીજી કોઈક જગ્યાએથી પ્રાપ્ત થાય છે. આ જાણકારી અતીત, વર્તમાન કે ભવિષ્યની પણ હોઈ શકે છે અને જે સ્રોતથી જાણકારી આવી રહી છે, તે તમારી આસપાસ કે તમારાથી ખૂબ દૂર, ગમે ત્યાં સ્થિત હોઈ શકે છે. ઈએસપીમાં ઈંદ્રિયોથી પર જાણકારી આપનારી જે શક્તિ છે, તેના માટે સમય, સ્થળ કે ફેરાડે કેજેસ[1] (Faraday Cages) કોઈ અંતરાય ઊભું કરી શકતા નથી.

ઈએસપીનો અર્થ છે, 'એક્સ્ટ્રા સેંસરી પરસેપ્શન' (Extrasensory perception) એટલે કે અતિ સંવેદનાત્મક અનુભૂતિ. જો કે મને આ શબ્દ ગમતો નથી. ઈએસપી એટલે કે આપણી ઈંદ્રિયોથી ક્યાંક બહાર કે દૂર થનારી અનુભૂતિ છે. તેનો અર્થ આપણી પાંચેય ઈંદ્રિયોથી પર કોઈ અન્ય ઈંદ્રિયનું હોવું અસ્વીકાર કરવું. જ્યારે તેનું અસ્તિત્વ તો હોય જ છે, કારણ કે આપણે હંમેશા ઈંદ્રિયોના પ્રયોગ વિના પણ જાણકારી મેળવી શકીએ છીએ. તેથી

[1] ચારેય તરફથી ઘેરાયેલું એક પાત્ર કે આવરણ, જે બહારના વિદ્યુત ક્ષેત્રને અંદર આવતા અટકાવે છે અને અંદરના વિદ્યુત ક્ષેત્રને બહાર જતું અટકાવે છે.

ઈએસપીમાં કશું જ એક્સ્ટ્રા સેંસરી (Extrasensory) નથી.

હવે 'પરસેપ્શન એટલે કે અનુભૂતિ' વિશે સમજીએ. આ શબ્દ માત્ર એ જ પ્રયોગો માટે યોગ્ય હોઈ શકે છે, જે ડ્યૂક વિશ્વવિદ્યાલયમાં જે.બી.રાઈને કર્યા છે. તેમના પ્રયોગો દરમિયાન કેટલાક જાણકાર લોકોએ નિશ્ચિત કાર્ડને ઓળખી આ વિષય સાથે સંબંધિત બધી શંકાઓનું સમાધાન કર્યું. કારણ કે માઈન્ડ કંટ્રોલમાં આપણે કોઈ વસ્તુનો માત્ર અનુભવ નથી કરતા બલકે આપણે જે જાણકારી જોઈતી હોય તેના માટે આપણે સજાગ હોઈએ છીએ અને તેના પર આપણું પૂર્ણ ધ્યાન કેન્દ્રિત હોય છે. તેથી માઈન્ડ કંટ્રોલમાં આપણે જે રીતે કાર્ય કરીએ છીએ, તેના માટે 'અનુભૂતિ' શબ્દ એટલો અર્થપૂર્ણ નથી. તેથી માઈન્ડ કંટ્રોલમાં આપણે ઈએસપીને 'ઈફેક્ટિવ સેંસરી પ્રોજેક્શન' (Effective Sensory Projection) સંવેદનાત્મક પ્રક્ષેપણ એવું કહીએ છીએ. જો કે આ શબ્દ એક સરખા છે પરંતુ તમે તેના અર્થને વધારે સારી રીતે સમજો.

ઈએસપીનો અનુભવ મેળવવા માટે, માઈન્ડ કંટ્રોલના વિદ્યાર્થી 'નો કાર્ડ ગેસિંગ એકસરસાઈઝ' એટલે કે કાર્ડ વિનાનું અનુમાન કરવાનો અભ્યાસ કરે છે. જેનો ઉદ્દેશ એ જોવાનો હોય છે કે લોકો સાઈકિક[2] (Psychic એટલે કે અતેંદ્રિય સંવેદી) છે કે નહીં. જ્યારે આપણે પહેલેથી જાણીએ છીએ કે આ માનસિક શક્તિ બધાની અંદર જોવા મળે છે અને તેથી આપણું લક્ષ્ય તેનાથી પણ ઊંચુ હોય છે. આપણે લોકોને રોજબરોજના જીવનની ઘણી વાતો કરવા માટે આ જ માનસિક શક્તિના સહયોગથી પ્રશિક્ષિત કરીએ છીએ. આ પ્રશિક્ષણમાં તે એક પ્રકારના આધ્યાત્મિક રસનો અનુભવ કરતા, પોતાના જીવનને એ ઊંડા સ્તર સુધી લઈ જાય છે, જ્યાં તેમનું વિશ્વ પહેલા જેવું નથી રહેતું પરંતુ પૂર્ણપણે બદલાઈ જાય છે. તેના માટે ચાલીસ કલાકોના નિર્દેશો અને અભ્યાસની જરૂર હોય છે.

અમે નિયમિત અને વિશ્વસનીય સ્તરે લોકોને તેમની માનસિક શક્તિનો ઉપયોગ કરવાનું પ્રશિક્ષણ આપીએ છીએ. અત્યાર સુધી ૫ લાખ કરતાં પણ વધારે લોકોને આ પ્રશિક્ષણ અપાઈ ચૂક્યું છે.

જ્યાં સુધી તમે આ પુસ્તકની બધી પદ્ધતિઓમાં નિપુણતા પ્રાપ્ત કરશો, ત્યાં સુધી તમે ઈએસપીનો અભ્યાસ કરવા માટે તૈયાર થઈ ચૂક્યા હશો. તમે મનના ઊંડા સ્તરો સુધી ગયા પછી પણ પૂર્ણપણે સજાગ રહી શકો છો અને કલ્પના કરતા તમે એ વસ્તુ કે ઘટનાનો જે અહેસાસ તમારી પાંચેય ઈંદ્રિય તમને અનુભવ કરાવે છે, બિલકુલ એવો જ અનુભવ તમે કલ્પનામાં અનુભવો છો. સાઈકિક કે માનસિક

---

[2] સાઈકિક એટલે એવી વ્યક્તિ જે સામાન્ય ઈંદ્રિયોથી છુપાયેલી જાણકારીને ઈએસપીની મદદથી જાણી શકે છે. મોટાભાગે ટેલીપથી કે ક્લેરવોયન્સ જેવી તકનીકોનો ઉપયોગ થાય છે જેની વ્યાખ્યા સામાન્ય કુદરતી કાનૂનમાં જોવા મળતી નથી.

દુનિયામાં પ્રવેશ કરવાના આ જ બે માર્ગ છે.

માઈન્ડ કંટ્રોલ વર્ગોમાં, બીજા દિવસના અંત સુધી વિદ્યાર્થી એ સ્તર સુધી પહોંચી જાય છે કે તે સાઈકિક માનસિક સ્તર પર કામ કરી શકે. ત્રીજા દિવસ સુધી તે સાચા અર્થમાં સાઈકિક માનસિક સ્તર પર કાર્ય કરવા લાગે છે. તેનો અર્થ એ છે કે હવે તે પોતાની આંતરિક જાગૃતિને પોતાના શરીરની બહાર પ્રગટ કરી શકે છે.

કાલ્પનિક છબીનો અભ્યાસ

આની શરૂઆત તે કાલ્પનિક છબીના અભ્યાસથી કરે છે. ઊંડા ધ્યાનની વચ્ચે તે કલ્પના કરે છે કે તે પોતાના જ ઘરની સામે ઊભા છે. પછી તે પોતાની આસપાસના વાતાવરણ પર બારીકીથી ધ્યાન આપતા ઘરમાં પ્રવેશ કરે છે અને પોતાના બેઠક ખંડની દક્ષિણ દીવાલ તરફ મોં કરીને ઊભા થઈ જાય છે. રાત્રે જ્યારે આખા ઓરડામાં પ્રકાશ છવાઈ જાય છે અને દિવસે, બારીમાંથી સૂરજના કિરણો ઓરડામાં આવે છે ત્યારે ઓરડો કેવો લાગે છે, તેની તે કલ્પના કરે છે. બંને સમયે તે ઓરડો કેવો દેખાયો, તેનો તે બારીકાઈથી અભ્યાસ કરે છે અને બધી વાતોને યાદ રાખે છે. તે પછી તે દક્ષિણ દીવાલને અડતા, કલ્પના કરી તે દીવાલમાં પ્રવેશ કરે છે. બની શકે કે તમને આ બધી વાતો વિચિત્ર લાગે પરંતુ એ લોકો માટે આ બધું બિલકુલ સ્વાભાવિક હોય છે, જે 'કલ્પના (Visualization) કેવી રીતે કરવી જોઈએ' એ વિષયમાં ઊંડુ પ્રશિક્ષણ મેળવી ચૂક્યા હોય.

દીવાલની અંદર, તે એવી જગ્યાએ હોય છે, જ્યાં તે પહેલા ક્યારેય ગયા ન હોય. આ નવા પરિવેશનો અનુભવ કરવા માટે તે પ્રકાશ અને ગંધની મદદ લે છે અને ત્યાંના તાપમાનનો અનુભવ કરે છે. તે દીવાલને સ્પર્શતા, તેની અંદરના ભાગને ખખડાવે છે અને તેની ઠોસ સામગ્રીની મજબૂતીનું પરીક્ષણ કરે છે. તે પછી તે દીવાલમાંથી બહાર આવે છે અને તેની સામે મોં કરીને ઊભા રહી જાય છે. પછી તે દીવાલના રંગને કાળા, વાદળી, લીલા અને લાલ ભાગમાં બદલી-બદલીને જુએ છે અને પછી તેને તેના મૂળ રંગમાં પાછી લઈ આવે છે. આ પછી તે એક ખુરશી ઉઠાવે છે, જે આ આયામમાં બિલકુલ ભારહીન હોય છે. તે એના પર ધ્યાન આપે છે અને પછી તેને બદલાયેલા રંગની સાથે જુએ છે. એવી જ બારીકાઈની સાથે તે એક તરબૂચ, લીંબુ, સંતરા, ત્રણ કેળા, ત્રણ ગાજર અને સલાડના પાનને જુએ છે.

જ્યારે આ સત્ર પૂરું થઈ જાય છે ત્યાં સુધીમાં પહેલું અને અગત્યનું કામ પૂર્ણ થઈ ચૂક્યું હોય છે કે હવે તેમના તાર્કિક મનને પાછળ મૂકી, તેમના કાલ્પનિક મનના હાથમાં કંટ્રોલ આપી દેવામાં આવે છે. આ પ્રકારની અભ્યાસ પદ્ધતિ, જેનું હમણાં મેં વર્ણન કર્યું, તેમાં લોકોનું તાર્કિક મન વારંવાર ઉઠીને તેમને કહે છે, 'હવે તું એમ ન કહીશ કે તું કોઈ દીવાલની અંદર છું અથવા પછી કોઈ અજાણી જગ્યાએ છું. તું જાણે

છે કે આવું થઈ શકતું નથી કારણ કે અત્યારે તું વર્ગમાં બેઠો છે.'

પરંતુ અત્યાર સુધી માનસિક ચિત્રણ (Visualization) ના માધ્યમથી મજબૂત થતું જતું કલ્પનાશીલ મન, તાર્કિક મનની વાતને વણજોઈ અને વણસાંભળી કરી શકે છે. જ્યારે કલ્પના શક્તિ હજુ વધારે મજબૂત થઈ જાય છે, તો આપણી માનસિક (સાઈકિક) ક્ષમતા પણ તીવ્ર થવા લાગે છે. આ ક્ષમતાને ધારણ કરનારું આપણું કલ્પનાશીલ મન જ હોય છે.

આગળના સત્રમાં અમે વિદ્યાર્થીઓને સ્ટીલ, તાંબુ, પીત્તળ કે કાંસુ વગેરે ધાતુઓના ક્યૂબ કે નળાકાર (Cylinders) આપીએ છીએ. જેમાં તેમણે માનસિક રીતે પોતાને પ્રગટ કરવાની હોય છે. પહેલાના અભ્યાસમાં દીવાલની અંદર જઈને વિદ્યાર્થીઓએ જે-જે વાતો કરી હતી, તે જ બધી વાતો તેમણે ક્યૂબ કે નળાકારની સાથે પણ કરવાની હોય છે. અર્થાત તેમણે કલ્પના કરી પોતાની જાતને ક્યૂબ કે નળાકારની અંદર જોવાનું છે અને ત્યાંનો પ્રકાશ, રંગ, ગંધ, તાપમાન અને તેની મજબૂતીનું પરીક્ષણ કરવાનું છે. આ બધા અનુભવ તેમણે ઝડપથી લેવાના છે જેથી તાર્કિક બુદ્ધિ વચ્ચે ન આવી જાય.

એ જ રીતે આ અભ્યાસ સામાન્ય વસ્તુઓથી માંડી, વધારે જટિલ વસ્તુઓની સાથે કરતા આગળ વધવાનું હોય છે. અત્યાર સુધી વિદ્યાર્થીઓએ નિર્જીવ વસ્તુઓની સાથે જ આ અભ્યાસ કર્યો છે પરંતુ હવે આ અભ્યાસ જીવિત પદાર્થોની સાથે પણ કરીને જોવાના છે. સૌથી પહેલા તે એક ફળદાર વૃક્ષની સાથે અભ્યાસ કરીને જુએ છે. કલ્પના કરી તે પોતે આ વૃક્ષની અંદર જાય છે અને ત્યાંની બધી વાતોનો અનુભવ કરે છે. જેમ કે ચારેય ઋતુમાં આ વૃક્ષ કેવું હશે, તેનો રંગ કેવી રીતે બદલાતો હશે, આ બધી વાતો તે પોતાના મનની કાલ્પનિક સ્ક્રીન પર જુએ છે. પછી તે કલ્પના કરી એ વૃક્ષના પાંદડા અને ફળોની અંદર જાય છે અને તેનો અનુભવ કરે છે.

આ પછી તેમણે એક બીજું મોટું પગલું ઉઠાવવાનું હોય છે. જેમાં તે પોતાને કોઈ પાલતુ પશુમાં પ્રગટ કરે છે. આ પગલાં સુધી આવેલા વિદ્યાર્થી એટલા સફળ થયા છે કે હવે તેમનામાંથી કેટલાક જ વિદ્યાર્થીઓના મનમાં એ પ્રશ્ન આવે છે કે 'શું હું આ કરી શકીશ ?' પૂરા આત્મવિશ્વાસની સાથે, પોતાના મનની કાલ્પનિક સ્ક્રીન પર તે એ પાલતુ પશુનું બહારથી નિરીક્ષણ કરે છે. પછી એ જ આત્મવિશ્વાસની સાથે, માનસિક સ્તર પર તે એ પશુની ખોપડી અને મસ્તિષ્કમાં પ્રવેશ કરે છે. થોડીક મિનિટો સુધી એ પાલતુ પશુના મસ્તિષ્કનું નિરીક્ષણ કર્યા પછી, તે બહાર આવે છે અને ફરીથી એ બાહ્ય શરીરનું નિરીક્ષણ કરે છે. હવે આ વખતે તેમનું પૂરું ધ્યાન એ પાલતુ પશુની છાતી પર હોય છે. કલ્પના કરી તે એ પશુની છાતીમાં પ્રવેશ કરે છે. અંદર જઈને તે તેની પાંસળીઓવાળા ભાગ પર ધ્યાન આપે છે, તેની કરોડરજ્જુ,

હૃદય અને ફેફસાંને ધ્યાનથી જુએ છે. તે પછી તે બહાર આવી જાય છે. આ પ્રકારના અભ્યાસ પછી હવે તેમની પાસે ઘણા બધા સંદર્ભ તૈયાર હોય છે. આ સંદર્ભોના આધારે તે પોતાના જીવનનો આશ્ચર્યમાં મૂકી દે તેવો અનુભવ લેવા માટે તૈયાર થઈ જાય છે. આ પ્રશિક્ષણના ચોથા દિવસે તેમણે એક જીવતા માણસની સાથે આ અભ્યાસ કરવાનો હોય છે. પરંતુ આ કરતા પહેલા બીજી કેટલીક વાતો કરવી આવશ્યક હોય છે.

કાલ્પનિક પ્રયોગશાળા

કલ્પના કરવામાં પ્રશિક્ષિત માઈન્ડ કંટ્રોલના વિદ્યાર્થી, ધ્યાનના ખૂબ ઊંડા સ્તરમાં, ઘણીવાર થીટા અવસ્થા દમિયાન પણ, પોતાની કલ્પનામાં જ પોતાના માટે એક પ્રયોગશાળા બનાવી લે છે. આ પ્રયોગશાળા કોઈપણ આકાર અને રંગની હોઈ શકે છે. દરેક વિદ્યાર્થી પોતાની ઈચ્છા અનુસાર પ્રયોગશાળાની કલ્પના કરે છે, તેમાં તેમની પોતાની ડિઝાઈન કરેલી ખુરશી અને ટેબલ હોય છે. તેની દીવાલ પર તેમની પસંદગીની ઘડિયાળ હોય છે અને સાથે જ એક કેલેન્ડર પણ હોય છે, જેમાં અતીત, વર્તમાન અને ભવિષ્યની બધી તારીખો નોંધેલી હોય છે. દીવાલના બીજા છેડા પર ઘણી બધી ફાઈલ્સ મૂક્વા માટે અલગ-અલગ કેબિનેટ બનાવેલી હોય છે. આ પ્રકારના અભ્યાસમાં વિદ્યાર્થીઓને અત્યાર સુધી કોઈ મુશ્કેલી નથી આવી, તેમને કંઈ વિચિત્ર પણ લાગ્યું નથી.

પછીના તબક્કાને સમજતા પહેલા, એ જાણી લેવું જરૂરી છે કે આપણી અતેંદ્રિય સંવેદી માનસિક શક્તિ, ભાષા અને તર્કથી કેટલી દૂર અને છબીઓ તથા પ્રતીકોની કેટલી પાસે છે. અત્યારે આ વાત એટલા માટે જણાવવામાં આવી રહી છે કારણ કે આગળના તબક્કામાં આપણે પોતાની કાલ્પનિક પ્રયોગશાળામાં એવા સાધનોને સામેલ કરવાના છે, જે એ લોકોની માનસિક વિષમતાઓ (ખામીઓ) ને દૂર કરી શકે, જેનું આપણે પછીના દિવસે નિરીક્ષણ કરવાનું છે. તમે આજ સુધી કોઈ પ્રયોગશાળામાં આવા સાધન નહીં જોયા હોય કારણ કે તે પૂર્ણપણે પ્રતીકાત્મક હશે.

કલ્પના કરો કે તમારી પાસે એક ઝીણી માનસિક ચાળણી છે, જેનાથી લોહીની બધી અશુદ્ધિઓ ગળાઈ જાય છે. પછી માનસિક સ્તર પર જ એક પાતળા બ્રશની કલ્પના કરો, જેની મદદથી જકડાયેલા સાંધાના કિસ્સામાં જામેલા કેલ્શિયમ (સફેદ પાઉડર) ને દૂર કરી શકાય. તેની સાથે જ ઝડપથી નિરોગી બનાવનારા લોશન, અપરાધબોધની ભાવનાને દૂર કરવા માટે વિશેષ પ્રકારનું સ્નાન અને તણાવગ્રસ્ત માણસનો તણાવ દૂર કરવા માટે વિશેષ મ્યુઝિક સિસ્ટમ, જેવી બધી બાબતોની કલ્પના કરો.

આવા સાધનોને દરેક વિદ્યાર્થી પોતાની રીતે તૈયાર કરે છે. કોઈ એક વિદ્યાર્થીના

સાધન બીજાના સાધન સાથે મેળ ખાતા નથી. આવી બધી કાલ્પનિક બાબતો માત્ર મનના ઊંડા સ્તર પર જ શક્ય બને છે, જ્યાં બધું જ શક્ય હોય છે. ધીરે-ધીરે વિદ્યાર્થીઓને એ અનુભૂતિ થવા માંડે છે કે ધ્યાનની અવસ્થામાં, કાલ્પનિક સાધનોનો ઉપયોગ કરીને, તે પોતાની અંદર જે કામ કરવા જઈ રહ્યા છે, તેનું પરિણામ તેમને પોતાના ભૌતિક વિશ્વમાં દેખાશે.

જ્યારે કોઈ વિદ્યાર્થી આવા સાધનો પર કાર્ય શરૂ કરે છે ત્યારે કદાચ તેને કોઈ બુદ્ધિશાળી માર્ગદર્શકની જરૂર અનુભવાશે. ખાસ કરીને ચિંતાના સમયે એક સૂક્ષ્મ પરંતુ અકંપ અવાજ એ વિદ્યાર્થીની મદદ કરી શકે છે. માઈન્ડ કંટ્રોલનો દરેક વિદ્યાર્થી આ અવાજને પૂરી તીવ્રતાની સાથે સાંભળે છે અને તેના માટે અહીં એક નહીં પરંતુ બે-બે અવાજો હોય છે.

તે વિદ્યાર્થી પોતાની પ્રયોગશાળામાં પોતાના માટે એક મહિલા અને એક પુરુષ, એમ બે સલાહકારોને બોલાવે છે. ધ્યાન સત્ર આરંભ થતા પહેલા જ એ સલાહકારોને જણાવવામાં આવે છે કે તેમણે ચોક્કસ શું કરવાનું છે. જો તે વિદ્યાર્થી પણ અન્ય વિદ્યાર્થી જેવો જ હશે, તો તે સારી રીતે જાણતો હશે કે તે પોતાના સલાહકાર તરીકે કોને પસંદ કરવા ઈચ્છશે. મોટાભાગે તેને પોતાની કલ્પના પ્રમાણે સલાહકાર નથી મળતા પરંતુ છતાં પણ તે વધારે નિરાશ નથી થતો.

જેમ કે એકવાર એક વિદ્યાર્થી મહાન વૈજ્ઞાનિક આલ્બર્ટ આઈનસ્ટાઈનને મળવા ઈચ્છતો હતો. પરંતુ વાસ્તવમાં તેની સામે એક જોકરના કપડાં પહેરેલી, એક ઠીંગણી કદની વ્યક્તિ આવી. તેના નાક પર લાલ રંગનો પિંગપોંગનો બૉલ લાગેલો હતો અને તેણે પોતાના માથા પર ગોળ રીંગવાળી એક ટોપી પણ પહેરેલી હતી. પરંતુ પછી આ જ જોકર એ વિદ્યાર્થી માટે વ્યવહારિક સલાહ આપનારો એક ભરોસાપાત્ર સાથી સાબિત થયો.

એક વિદ્યાર્થીનું ઉદાહરણ

સૈમ મેરિલ નામના એક વિદ્યાર્થીએ ૨ મે, ૧૯૭૫ના રોજ 'ન્યૂ ટાઈમ્સ' અખબારમાં માઈન્ડ કંટ્રોલ વિશે એક લેખ લખ્યો હતો. આ લેખમાં તેણે પોતાના અનુભવનું વર્ણન કર્યું હતું. તેણે બે સાચા લોકોને સલાહકાર તરીકે પસંદ કર્યા હતા. પરંતુ સૈમે અનુભવ્યું કે એ બંને સલાહકારોનું વલણ, તેમના સાચા રૂપ કરતાં ક્યાંય જૂદું હતું.

સૈમે પોતાની પ્રયોગશાળા 'જહાજ નોટિલસ'માં લખ્યું, 'રેશમી ઝભ્ભો અને નાનું પેન્ટ પહેરેલો, એક માણસ ચેમ્બરમાંથી બહાર આવ્યો. તે દૂબળો-પાતળો અને ટાલવાળો હતો, પરંતુ દેખાવમાં સૌમ્ય માણસ લાગતો હતો. તેની વહાલી આંખો

અંદર તરફ ઘૂસેલી હતી. તે માણસ બીજું કોઈ નહીં પરંતુ મારો સલાહકાર વિલિયમ શેક્સપિયર હતો. મેં તેનું અભિવાદન કર્યું પણ તેમણે કોઈ જવાબ આપ્યો નહીં. ત્યારે અચાનક મને મારી અંદરથી એક અવાજ સંભળાયો કે હવે આપણે કિનારા તરફ જવાનું છે. આ અવાજ સાંભળીને હું અને વિલિયમ એક સૂમસામ સમુદ્ર કિનારા તરફ આગળ વધ્યા.

સમુદ્ર કિનારે અમારી મુલાકાત, મારી બીજી સલાહકાર સોફિયા લૉરેનની સાથે થઈ. તે સમુદ્રમાં તરતી હતી અને હમણાં જ પાણીમાંથી બહાર આવી હતી. પાણીમાં પલળવાને કારણે તેની ટી-શર્ટ શરીર સાથે ચોંટેલી હતી. તેણે મને જાણે જોયો જ નહીં પણ વિલિયમને જોઈ તે ખુશ થઈ ગઈ. બંને જણા હાથ મેળવી વાતો કરવા લાગ્યા અને પછી ત્યાં રેતી પર જ આડા પડી વાતોમાં મશગૂલ થઈ ગયા....

હવે બીજા દિવસે વર્ગમાં ગંભીરતાથી કામ કરવાનો સમય આવ્યો ત્યારે સૈમના ઓરિયંટોલોજિસ્ટ (Orientologist પૂર્વ વિદ્યા વિશારદ) એ તેને ફ્લોરિડાની બાંસઠ વર્ષીય સ્ત્રીનું ઉદાહરણ આપ્યું. એ સ્ત્રીના બંને સલાહકારોને તેનાથી વધારે એકબીજામાં જ રસ હતો. તેમણે રમત-રમતમાં એ સ્ત્રીની તપાસ કરી લીધી પણ પછી કોઈ મહત્ત્વના કાર્ય માટે ત્યાંથી ચાલ્યા ગયા.

તો શું સલાહકાર એ સ્ત્રીને સલાહ આપ્યા વિના જ ચાલ્યા ગયા ? ના – વાસ્તવમાં એ સ્ત્રીનું પેટ દેખાતું નહોતું. સૈમ લખે છે કે 'એ સ્ત્રીના પેટની જગ્યાએ ગુલાબી નિયોન રંગના આંતરડા દેખાતા હતા.' પછી તેને પોતાના ઓરિયંટોલોજિસ્ટ પાસેથી જાણવા મળ્યું કે તે સ્ત્રી આંતરડાના ગંભીર રોગને કારણે હોસ્પિટલમાં દાખલ હતી.

વાસ્તવમાં સલાહકાર કોણ

માઈન્ડ કંટ્રોલના વિદ્યાર્થીઓ માટે તેમના આ સલાહકાર બિલકુલ સાચા હોઈ શકે છે. પણ આ સલાહકાર વાસ્તવમાં શું છે એ વિશે આપણે વિશ્વાસથી કશું કહી શકતા નથી – કદાચ આ તેમની પોતાની કલ્પનાની એક છબી હોય કે તેમના અંતરાત્માનું એક સ્વરૂપ કે પછી કદાચ તેનાથી પણ કશુંક વધારે. આપણે માત્ર એટલું જાણીએ છીએ કે જ્યારે આપણે આપણા સલાહકારોની સાથે મળીને કામ કરવા લાગીએ છીએ, ત્યારે આપણા બંને વચ્ચેનો આ સંબંધ અમૂલ્ય અને સમ્માનનીય થઈ જાય છે.

ઈશુની ચાર સદી પહેલા, ગ્રીક દાર્શનિક સુકરાત (સોક્રેટિસ) ના પણ એક સલાહકાર હતા, જે આપણા માઈન્ડ કંટ્રોલના સલાહકાર જેવા નહોતા. તે સલાહકાર માત્ર ચેતવણી આપવા આવતા હતા. પ્લેટો અનુસાર, સુકરાતે કહ્યું હતું

કે ‘બાળપણથી જ એક દિવ્ય સ્વરૂપની સાથે મારો સંબંધ રહ્યો છે, જેનો અવાજ મને સમયાંતરે ચેતવતો રહ્યો છે. પણ તેણે મને ક્યારેય એવું નથી જણાવ્યું કે મારે શું કરવું જોઈએ.’ એક અન્ય લેખક, જેનોફોન એ સુકરાતના શબ્દોમાં લખ્યું છે કે ‘આજ સુધી તે અવાજ ક્યારેય ખોટો સાબિત નથી થયો.’

તમે થોડા સમયમાં જ જોશો કે માનસિક સ્તર પર પોતાની પ્રયોગશાળામાં કામ કરનાર અને પોતાના સલાહકાર સાથે પૂરા વિશ્વાસ સાથે વાત કરનારો માઈન્ડ કંટ્રોલનો વિદ્યાર્થી પોતાની અને બીજાની મદદ કરવાની અસીમ શક્તિ ધરાવે છે. માઈન્ડ કંટ્રોલ પ્રશિક્ષણના આ સ્થાન સુધી આવતા-આવતા તેને વાત સમજાઈ જાય છે કે તેની પાસે અસીમ શક્તિ છે. પરંતુ તેને અત્યાર સુધી તેનો અનુભવ થયો નહોતો.

બીજા દિવસે કંઈક ને કંઈક બનવાની પૂરી આશા હોય છે. અમારા તે માઈન્ડ કંટ્રોલના વિદ્યાર્થી પણ આ વાતને અનુભવતા હોય છે, જે ફરીથી અભ્યાસ માટે પાછા આવ્યા હોય. અત્યાર સુધી દરેક વિદ્યાર્થીએ પ્રશિક્ષણ દરમિયાન મળેલા જ્ઞાનને માત્ર પોતાના મનમાં, પોતાની કલ્પનામાં, એકલા જ અનુભવ્યું હતું. હવે તે ક્ષણ આવી ગઈ છે, જ્યારે તેના પ્રદર્શનને બધા જોઈ શકે.

માનસિક સ્તર પર અભ્યાસ

આનાથી પહેલા આપણે બે માનસિક સ્તરના અભ્યાસ કરવા પડશે. આ બંને અભ્યાસમાં પોતાના મિત્રના શરીરનું માનસિક પરીક્ષણ કરવાનું છે, બરાબર એ જ રીતે જેમ પહેલા કોઈ પાલતુ પશુનું પરીક્ષણ કરવામાં આવ્યું હતું. બસ ફેર એટલો જ છે કે આ વખતે આ પરીક્ષણ વધારે ઊંડાણની સાથે કરવામાં આવશે. તે પૂરું થતાં જ વિદ્યાર્થીઓની જોડીઓ બનાવી દેવામાં આવે છે અને ફરીથી તે એકબીજા સાથે કામ કરવા માટે તૈયાર થઈ જાય છે.

દરેક જોડીના એક સભ્યને સાઈકોઓરિયંટોલોજિસ્ટ અને બીજાને સાઈકિક ઓપરેટર કહેવામાં આવે છે. સાઈકોઓરિયંટોલોજિસ્ટ શબ્દ મેં સાઈકોઓરિયંટોલોજીમાંથી લીધો છે. આ શબ્દ એ બધી બાબતોનું પ્રતિનિધિત્વ કરે છે, જે આપણા માઈન્ડ કંટ્રોલમાં કરવામાં આવે છે. તેનો સીધો અર્થ છે, મનને નિર્દેશિત કરવું.

આ પરીક્ષણમાં સાઈકોઓરિયંટોલોજિસ્ટ પોતાની કોઈ જાણીતી વ્યક્તિનું નામ, તેની ઉંમર, તેનું સરનામું અને તેની શારીરિક બીમારી, એવી બધી સામાન્ય જાણકારીઓ કાર્ડ પર લખે છે. સાઈકિક ઓપરેટર ક્યારેક-ક્યારેક સાઈકોઓરિયંટોલોજિસ્ટની મદદથી પોતાના લેવલ સુધી જાય છે. કદાચ આવું

પહેલી અને છેલ્લી વાર છે, જ્યારે તેને 'ચોક્કસ શું કરવાનું છે' એ વિશે ઓછો આત્મવિશ્વાસ હોય છે.

જ્યારે તે આ સંકેત આપે છે કે તે પોતાના લેવલ પર તૈયાર છે અને પોતાની પ્રયોગશાળામાં પોતાના સલાહકારોની સાથે હાજર છે, તો સાઈકોરિયંટોલોજિસ્ટ તેને કાર્ડ પર લખેલી વ્યક્તિના નામ, ઉંમર, લિંગ અને તેના સ્થળ વગેરે વિશે જાણકારી આપે છે. હવે સાઈકિક ઓપરેટરે એ માણસ વિશે તપાસ કરવાની છે, જેની સાથે તેની ક્યારેય મુલાકાત નથી થઈ અને તેણે આજ સુધી તેના વિશે કશું જ સાંભળ્યું પણ નથી.

પહેલા પ્રશિક્ષણમાં શીખવવામાં આવેલી તકનીકો અનુસાર, પોતાની કલ્પનાશક્તિના ઉપયોગથી સાઈકિક ઓપરેટર એ માણસના શરીરની અંદર-બહારથી તપાસ કરે છે, જરૂર પડતાં તે પોતાના સલાહકારોની મદદ પણ લે છે અથવા પછી એમ કહો કે કદાચ તે માનસિક સ્તર પર એ માણસ સાથે પણ વાર્તાલાપ કરે છે.

સાઈકોઓરિયંટોલોજિસ્ટ આગ્રહ કરે છે કે આ અભ્યાસ શરૂ થયા પછી સાઈકિક ઓપરેટર જે વાતો પર ધ્યાન આપે છે, તે બધી વાતો તેણે તરત જણાવવી જોઈએ. ભલે તેને એવું લાગતું હોય કે તે માત્ર અનુમાન લગાવી રહ્યો છે, તો પણ તેણે આ વિશે જણાવવું જોઈએ. આ અભ્યાસનું સત્ર ક્યા પ્રકારનું હોય છે, તે આગળ આપવામાં આવ્યું છે. (આગળ આપવામાં આવેલું ઉદાહરણ એક સત્ય ઘટના પર આધારિત છે) :

સાઈકોઓરિયંટોલોજિસ્ટ :

અહીં મેં જૉન સમર્સનું નામ લખ્યું છે. તે ૪૮ વર્ષનો છે અને એલકાર્ટના ઈંડિયાના શહેરમાં રહે છે. એક.....બે.....ત્રણ.....એલકાર્ટ, ઈંડિયાનાનો જૉન સમર્સ હવે તમારા મનની કાલ્પનિક સ્ક્રીન પર આવ્યો છે. તેને અનુભવો, તેનું માનસિક ચિત્રણ કરો, તેની કલ્પના કરો, તેની રચના કરો, તેને જાણો અને એ માની લો કે તે ત્યાં જ છે. પોતાની સમજથી તેના શરીરને સ્કેન કરો, તમે જાણો છો કે તેના શરીરમાં માથું, હાથ અને પગ ક્યાં છે. ઉપરથી નીચે સુધી આખા શરીરનું થોડીક ક્ષણો માટે નિરીક્ષણ કરો.

આ રીતે જૉન સમર્સના શરીરની તપાસ કરતા, પોતાની કલ્પનાથી તેના શરીરના ત્રણ મુખ્ય આકર્ષક સ્થાનની પસંદગી કરો. સ્કેનિંગના દરને એક અંગ પ્રતિ સેકન્ડ માટે જાળવી રાખો અને જે સ્થાન આકર્ષક લાગે, તેના વિશે મને જણાવો. તમને એવું લાગશે કે આ બધું માત્ર કલ્પના છે, પણ તેમ છતાં તમારા મનમાં જે કંઈ

આવે, તેને જણાવતા રહો.

સાઈકિક ઓપરેટર :

તે પોતાના જમણા ખભાને થોડો ઝુકાવે છે....થોડો આગળ પણ કરે છે....બાકી બધું ઠીક છે પણ બની શકે કે તેની ડાબી તરફની ઘૂંટી (Ankle) માં કોઈ તકલીફ હોય....ચાલો છાતીની અંદર જોઈએ....બધું જ ગરમાવાથી ભરેલું છે.....બધું બરાબર છે....બસ જમણા ખૂણામાં હળવી ઠંડક દેખાય છે....ઠંડુ અને ઊંડુ પણ.....તેનું જમણું ફેફસું ખરાબ થઈ ચૂક્યું છે.....દેખાતું પણ નથી.... એ ઘૂંટી પર કશું નથી....બાકી બધું ઠીક છે, બસ એક હળવી સફેદ રેખા દેખાય છે.....ભેજવાળી ઋતુમાં ઘૂંટીમાં પીડા થાય છે.....પહેલા ક્યારેક આ ઘૂંટીનું હાડકું ભાંગ્યું હશે....હમણાં હું એટલું જ અનુમાન કરી શકું છું.....ઓહ, થોભો. મારી મહિલા સહાલકાર મને કશુંક બતાવવા ઈચ્છે છે. તે જૉન સમર્સના કાનોની પાછળ એક જગ્યાએ સંકેત આપી રહી છે.....ઓહ, ત્યાં તો ભયંકર ઊંડા ઘા છે....તેનું ઓપરેશન થયું છે, ખૂબ ઊંડું.....બસ, થઈ ગયું.

સાઈકોઓરિયંટોલોજિસ્ટ :

બહુ સરસ. તેમનું જમણું ફેફસું ખરાબ છે અને તેના કાનની પાછળ ઊંડા ઘા નું નિશાન છે. મને ઘૂંટી વિશે કોઈ જાણકારી નથી. જૉન સમર્સના જમણા ફેફસા અને કાનની પાછળ વાળા ઘા વિશે તમે જે કંઈપણ કહ્યું, તેના વિશે ફરી એકવાર વિચાર કરો. એ સમયની તમારી ભાવનાનો ફરીથી અનુભવ કરો અને જ્યારે પણ કોઈ એવા જ મામલા પર તમે કામ કરશો, તો આ જ ભાવનાને સંદર્ભ બિંદુ તરીકે પ્રયોગમાં લેજો.

થોડા સમય પછી સાઈકિક ઓપરેટર બીટા અવસ્થામાં પાછો ફર્યો, તેણે કહ્યું, ‘ઓહ, આ તો ખરેખર અદ્ભુત હતું.’

નિઃશંક આ અદ્ભુત અનુભવ છે. આ એવો અનુભવ છે, જે એ દરેક વસ્તુને ઓળંગીને આગળ નીકળી જાય છે, જે આપણે આ વિશ્વમાં અનુભવ્યું છે. જો કે મેં જે ઉદાહરણ જણાવ્યું, તેમાં એવું કશું નથી, જેને તમે વિચિત્ર માની શકો. શરૂઆતમાં કેટલાક લોકો પહેલા કેસમાં જ કોઈ ભૂલ કરી બેસે છે, કેટલાક લોકો બે-ત્રણ કેસમાં પણ ભૂલો કરે છે. પરંતુ દિવસના અંત સુધી લગભગ બધાને એટલો અંદાજ તો આવી જ જાય છે કે આ એક સંયોગમાત્ર નથી, કંઈક ને કંઈક તો એવું ચોક્કસ છે, જે તેની પાછળ કામ કરી રહ્યું છે.

પ્રશિક્ષિત કલ્પના

સામાન્ય રીતે આપણે એમ માનીને ચાલીએ છીએ કે કલ્પના મૂર્ખતાની જનની

છે. મોટાભાગે એવું બને પણ છે પરંતુ વિશ્વમાં થનારું રચનાત્મક નિર્માણ પ્રશિક્ષિત કલ્પનાથી જ થાય છે. ત્યાં સુધી કે સાઈકિક પરિણામ પણ પ્રશિક્ષિત કલ્પના શક્તિથી જ મળે છે. જ્યારે માઈન્ડ કંટ્રોલ વિદ્યાર્થી પહેલી વાર સાઈકિક એટલે કે અતિંદ્રિય સંવેદીના સહારે કામ કરે છે, તો તેને લાગે છે કે તે જે કંઈ પણ જોઈ રહ્યો છે, તે તેની કલ્પના માત્ર છે. આ જ કારણ છે કે સાઈકાઓરિયંટોલોજિસ્ટ તેને કહે છે કે, 'તમે પોતાની વાતો કહેતા રહો, ભલે તમને એવું લાગે કે તમે માત્ર કલ્પના કરી રહ્યા છો અથવા વાતો બનાવી રહ્યા છો.' જો તે વિદ્યાર્થી બોલવાનું બંધ કરી દેશે, તો તેનું તાર્કિક મન તેને પોતાના તર્કોમાં ગૂંચવી નાખશે. પછી તે ઈચ્છવા છતાં પણ પોતાની સાઈકિક (ઈંદ્રિયોથી પર) શક્તિઓનો પ્રયોગ નહીં કરી શકે. આપણા રોજબરોજના જીવનમાં હંમેશા આવું જ તો થાય છે.

પહેલા સફળ પ્રયોગ પછી જ માઈન્ડ કંટ્રોલનો વિદ્યાર્થી એ જાણી શકે છે કે તે માત્ર કલ્પના નથી કરતો. તે કલ્પનાની સાથે પોતાના મનમાં આવનારી પહેલી વાત પર ભરોસો કરવાનું શીખી રહ્યો છે. આ તેની પોતાની સાઈકિક (ઈંદ્રિયોથી પર) ભેટ છે.

વિશ્વમાં જે કંઈપણ સક્રિય છે, તે પૂર્ણપણે કુદરતી નિયમો પર આધારિત હોય છે. આપણા મનની સીમા માત્ર મગજ સુધી નહીં બલકે તેનાથી ક્યાંય આગળ સુધી છે. તેના સુધી પોતાની પ્રભાવશાળી પહોંચ બનાવવા માટે, તેને ઈચ્છા, વિશ્વાસ અને આશાની સાથે પ્રોત્સાહિત કરવી જોઈએ.

પોતાના પહેલા કેસ દરમિયાન માઈન્ડ કંટ્રોલના એક સરેરાશ વિદ્યાર્થી પાસે વધારે આશા રાખવામાં આવતી નથી. તેને ઈએસપી વિષય અંગે થોડી-ઘણી જાણકારી હોય છે. પરંતુ તેના જીવનભરના અનુભવોથી એ સાબિત થાય છે કે ઈએસપી તેની પોતાની ક્ષમતા નથી હોતી પરંતુ બીજા કોઈની ક્ષમતા હોય છે. તેનો આ વહેમ દૂર થયા પછી, જ્યારે તે અલગ રીતે કામ કરવાનું શીખી લે છે અથવા પોતાના પહેલા કેસમાં સફળ થઈ જાય છે, ત્યારે તેની આશાઓ વધી જાય છે અને પછી તે આ જ માર્ગે ચાલી નીકળે છે. કેટલાક કલાકો પછી જ, આઠ-નવ સફળ કેસ તેની પાસે હોય છે અને તે 'માઈન્ડ કંટ્રોલ ગ્રેજ્યુએટ' બની જાય છે.

મેં વિદ્યાર્થીઓને વારંવાર, યોગ્ય રીતે રોગનું નિદાન અને સારવાર કરતા જોયા છે. 'મિડનાઈટ' મેગેઝિનના બિલ સ્ટારે ૧૯ નવેમ્બર, ૧૯૭૩ના પોતાના લેખમાં લખ્યું છે કે 'માઈન્ડ કંટ્રોલ પ્રશિક્ષણ તમારી માનસિક શક્તિઓને ખીલવી શકે છે.' આ લેખમાં તેમણે પોતાના એક એવા કેસનું વર્ણન કર્યું છે, જેના વિશે તેમનું અનુમાન હતું કે તેમાં રોગની જાણ થવી ખૂબ મુશ્કેલ છે કારણ કે વર્ગમાં તેમના સહિત, એ રોગ વિશે કોઈ જાણતું નહોતું.

ઉદાહરણ

એ દિવસે, એક માઈન્ડ કંટ્રોલ પ્રશિક્ષણમાં ગ્રેજ્યુએટ થયેલા મિ.થોમસ હોસ્પિટલમાં પોતાના દીકરાને મળવા આવ્યા હતા. એ જ ઓરડામાં એક અન્ય દર્દી પણ હતો. થોમસ પાસે એ દર્દીના નામ સિવાય બીજી કોઈ જ માહિતી નહોતી.

એ દર્દી વિશે સાઈકિક ઓપરેટર પાસેથી જે જાણવા મળ્યું, તે આ પ્રકારે હતું :

'દર્દીનો જમણો પગ લકવાગ્રસ્ત હતો. બાજુ અને ખભા જકડાઈ ગયા હતા અને રોગના કારણે કરોડરજ્જુમાં પણ થોડી તકલીફ હતી. આ ઉપરાંત દર્દીનું ગળું સૂજેલું હતું અને આંતરડાઓમાં પણ સોજો આવી ગયો હતો. તે પાંચ ફૂટ નવ ઈંચનો હતો અને તેનું વજન એકસો પાંચ પાઉન્ડ હતું.'

ત્યાં હોસ્પિટલમાં મિ.થોમસને જાણવા મળ્યું કે દર્દી બાળપણમાં પોલિયોનો શિકાર હતો. તે વ્હીલચેર પરથી પડી ગયો હતો એટલે જમણી તરફથી કમરનું હાડકું તૂટી ગયું હતું. માઈન્ડ કંટ્રોલના વિદ્યાર્થીએ બધું જ યોગ્ય રીતે જણાવ્યું. પણ ગળાનો સોજો અને આંતરડાઓમાં તકલીફવાળી બીમારી એ દર્દીને નહીં પણ મિ.થોમસના દીકરાને હતી.

ઘણીવાર નિશાન ચૂકવાની શક્યતા રહે છે પણ અભ્યાસની મદદથી આ ઉણપને દૂર કરી શકાય છે. સતત અભ્યાસથી જ એક સાઈકિક ઓપરેટર સહેલાઈથી વસ્તુઓ અને લોકો સાથે સંપર્ક સાધી શકે છે.

એક ગાયક – અભિનેતાનો અનુભવ

ન્યૂયોર્કના એક ગાયક-અભિનેતા ડિક માજા, પોતાની આવક વધારવા માટે પ્રકાશકો અને લેખકોના પુસ્તકોની હસ્તલિપિઓ ટાઈપ કરવાનું કાર્ય કરે છે. એક દિવસ તેમની પાસેની એક હસ્તપ્રત ક્યાંક ખોવાઈ ગઈ. એ હસ્તપ્રતને શોધવા માટે તેમણે પોતાની ઓળખાણના માઈન્ડ કંટ્રોલના એક વિદ્યાર્થીને ફોન કર્યો. ડિકને એટલું યાદ આવતું હતું કે જ્યારે તે એક નાટકના રિહર્સલ માટે ચર્ચના ઓડિટોરિયમમાં જતા હતા, ત્યાં સુધી તે હસ્તપ્રત તેમની પાસે જ હતી. એ જ સમયે કોફિન બનાવનારાઓની એક ટુકડી ત્યાંથી પાછી જતી હતી. તે હસ્તપ્રત એક સફેદ કવરમાં હતી, જેના પર ડિકનું નામ લખેલું હતું અને તેમના સરનામાની સાથે 'ઈંજર' શબ્દ પણ લખેલો હતો.

માઈન્ડ કંટ્રોલના એ વિદ્યાર્થી પાસે બે સલાહકાર હતા. તેમાંથી મહિલા સલાહકાર મૂંગી હતી, જે તેના પ્રશ્નો સાંભળી 'હા' કે 'ના' માં ડોક હલાવી કે પછી સંકેતોની ભાષામાં જવાબ આપતી. પુરુષ સલાહકાર તેમની વાતને સમજવામાં મદદ કરતા અને હંમેશા વચ્ચે પોતાની સલાહ પણ ઉમેરી દેતા.

માઈન્ડ કંટ્રોલના વિદ્યાર્થીએ ડિક દ્વારા જણાવાયેલી હસ્તપ્રતનું માનસિક ચિત્રણ કર્યું. પોતાની કલ્પનામાં તેણે જોયું કે તે હસ્તપ્રત એક સામાનથી ભરેલા ડેસ્ક પર, કાગળોના ઢગલા વચ્ચે મૂકેલી છે.

વિદ્યાર્થીએ મહિલા સલાહકારને પૂછ્યું, 'શું પાંડુલિપિ (હસ્તપ્રત) સુરક્ષિત છે ?' તેણે 'હા' કહેતા ગરદન હલાવી દીધી.

'શું ચર્ચમાં આવેલી કોફિન બનાવનારની ટુકડી તેને લઈ ગઈ છે ?'

'ના.'

'શું તે જલદી મળી જશે ?'

'હા.'

'તે કોની પાસે છે ?'

મહિલા સલાહકારે તે માઈન્ડ કંટ્રોલના વિદ્યાર્થી તરફ ઈશારો કરતા તેને આશ્ચર્ય થયું.

મારી પાસે છે ?

ત્યારે પુરુષ સલાહકારે આગળ આવી કહ્યું, 'ના, તેના કહેવાનો અર્થ છે કે તારી ઉંમરની કોઈ વ્યક્તિની પાસે તે હસ્તપ્રત છે. એ માણસે એક યુવતીને તેના કાગળ પાછા ઓફિસમાં તેના ટેબલ પર મૂકવા માટે કહ્યું હતું. તે સમયે તે માણસ પોતાના કેટલાક વિદ્યાર્થીઓ સાથે ભોજન કરવા જતો હતો. તેના જ ટેબલ પર તે હસ્તપ્રત મૂકેલી છે. પરંતુ તમે ચિંતા ન કરશો કારણ કે જ્યારે તે માણસ એ હસ્તપ્રત જોશે, ત્યારે તે ડિકને પાછી મોકલી દેશે.'

બે દિવસ પછી કોફિન નિર્માણ સંસ્થાના ડીને ડિકને ફોન કરી હસ્તપ્રત વિશે જણાવ્યું. તેમણે ડિકને કહ્યું કે 'ગ્રેજ્યુએશનનો કાર્યક્રમ પૂરો થયા પછી, મેં મારી સેક્રેટરીને કહ્યું હતું કે તે અહીં પડેલા બધા કાગળ ઉપાડી ઓફિસમાં મારા ટેબલ પર મૂકી દે. એ જ સમયે મારે મારા ગ્રેજ્યુએટ થયેલા વિદ્યાર્થીઓ સાથે ભોજન માટે જવાનું હતું. આજે ઓફિસમાં આવ્યા પછી ટેબલ પર મૂકેલી આપની હસ્તપ્રત મને દેખાઈ.'

આવું ઘણીવાર થાય છે કે આપણે પોતાના કેસમાં વિચારોના સ્થાનાંતરણ સિવાય કશું કરતા નથી.

મેં તમને ખરાબ ફેફસાંવાળા જૉન સમર્સ નામની વ્યક્તિનું જે ઉદાહરણ જણાવ્યું, તે એક સાચી ઘટના છે. કદાચ તમને તેના વિશે એક અન્ય વાત યાદ

આવતી હશે......તેની ઘૂંટી તૂટેલી હતી. પરંતુ વાસ્તવમાં તેની ઘૂંટી તૂટેલી નહોતી. ઓરિયંટોલોજિસ્ટે તેના કાનના ઓપરેશન અને ફેફસાં વિશે તો તેને જણાવ્યું હતું પરંતુ તેની ઘૂંટી ખરેખરે તૂટેલી છે કે નહીં, તેના વિશે તે પોતે પણ જાણતો નહોતો તેથી તેણે કહ્યું કે 'તેના વિશે મારી પાસે કોઈ જાણકારી નહોતી.' પછી એ જ દર્દીએ આ વાતનો ખુલાસો કર્યો. તેણે જણાવ્યું કે 'ઘણા વર્ષ પહેલા મારી ઘૂંટી તૂટી હતી અને હંમેશા ભેજવાળી ઋતુમાં તે દુખતી હતી.'

વાસ્તવમાં વિચારોનું સ્થાનાંતરણ એ રીતે નથી થતું, જેવું આપણે માનીએ છીએ. એ દર્દીની તૂટેલી ઘૂંટીનો વિચાર ઓરિયંટોલોજિસ્ટના મગજમાં નહોતો કારણ કે આ વાત તેના કેસમાં સામેલ નહોતી. તમે કહી શકો છો કે કદાચ આ વાત એ દર્દીના મનમાં રહી હશે. એવું પણ હોઈ શકે છે.

એક બીજો કિસ્સો : એક વિદ્યાર્થીએ પોતાના કેસ દરમિયાન રિપોર્ટ આપ્યો કે એક મહિલાની કોણી પર હાડકું તૂટવાને કારણે નિશાન છે. ઓરિયંટોલોજિસ્ટને આ વિશે કશી જ જાણ નહોતી. તેણે મહિલાને પૂછ્યું તો તેણે કહ્યું કે 'આજ સુધી મારી સાથે આવી કોઈ ઘટના બની નથી, જેનાથી મારી કોણીનું હાડકું તૂટે.' તેના થોડા દિવસ પછી, એ મહિલાએ પોતાની મા ને આ વિશે વાત કરી. જેનાથી ખબર પડી કે જ્યારે તે મહિલા ત્રણ વર્ષની હતી, ત્યારે એક ઘટનામાં તેના હાથનું હાડકું તૂટ્યું હતું. શું આ વિચારોનું સ્થાનાંતરણ કે વિચારો વાંચવાની વાત છે ?

જો કોઈનું જીવન દાવ પર લાગેલું હોય, તો તેના દ્વારા જાહેર થનારી સાઈકિક (ઈંદ્રિયોથી પર) ઉર્જા ખૂબ મજબૂત હોય છે. એ જ કારણ છે કે નૈસર્ગિક ઈએસપીના ઘણા કેસિસ દુર્ઘટના અને અચાનક થનારા મૃત્યુ વિશે હોય છે.

એ જ કારણ છે કે આપણા અભ્યાસના છેલ્લા તબક્કામાં આપણે ગંભીર રોગીઓની સાથે કામ કરીએ છીએ. પૂર્ણ પ્રામાણિકતા સાથે પોતાના દર્દીના કેસ પર અભ્યાસ કરનારો માઈન્ડ કંટ્રોલનો ગ્રેજ્યુએટ દુર્બળથી દુર્બળ માનસિક સંકેતો (સાઈકિક સિગ્નલ) ને પકડવાનું શીખે છે. આ અભ્યાસ કરતા-કરતા તે વળાંક પર આવી જાય છે, જ્યાંથી તે પોતાના મનમાં કોઈપણ માણસ સાથે સંપર્ક સાધવામાં સક્ષમ બની જાય છે. ભલે તે વ્યક્તિ મુસીબતમાં હોય કે ન હોય. અભ્યાસ કરીને આપણે તેમાં હજુ સંવેદનશીલ બની શકીએ છીએ.

પોતાના શરૂઆતના પ્રયોગો દરમિયાન હું શીખ્યો કે ઉંમરલાયકની સરખામણીએ સાઈકિક (ઈંદ્રિયોથી પર) યોગ્યતાનું ક્યાંય વધારે સારું પ્રદર્શન કરે છે. શું શક્ય છે અને શું અશક્ય, આ બીટાના દૃષ્ટિકોણનો તેમના પર ઓછો પ્રભાવ પડે છે. જો કે હવે તેમની વાસ્તવિકતા એટલે કે સત્યની સમજ એટલી વિકસિત નથી થઈ હોતી કે તે માત્ર તાર્કિક લાગનારી વાતો જ કરી શકે.

એક અન્ય ઉદાહરણ :

જ્યારે માઈન્ડ કંટ્રોલ કોર્સના બુનિયાદી નિયમ નક્કી થઈ ગયા ત્યારે અત્યાર સુધી બનાવેલા બધા કેસિસના અભ્યાસ સત્રોનું નિર્માણ કરવા માટે મેં એક પ્રયોગ કર્યો હતો. જેમ કે તમે લોકો આગળ જોશો કે મારી શરૂઆતની તકનીકો, હાલમાં ઉપયોગમાં લેવાતી તકનીકો કરતાં બિલકુલ અલગ હતી.

જિમી અને ટિમી નામના બે બાળકોને મૂળભૂત પ્રશિક્ષણ આપવામાં આવ્યું હતું. મેં તેમને અલગ-અલગ ઓરડામાં બેસવા માટે કહ્યું. બંનેની પાસે એક-એક પ્રયોગકર્તા હતા, જે વર્તમાનના ઓરિયંટોલોજિસ્ટ જેવા હતા. જિમીને કહેવામાં આવ્યું હતું કે તે પોતાના લેવલ પર જાય અને પોતાની કલ્પનામાં કોઈ વસ્તુનું નિર્માણ કરવાનું શરૂ કરી દે. આ દરમિયાન, બીજા ઓરડામાં રહેલા ટિમીને કહેવામાં આવ્યું કે તે પોતાના લેવલ પર જઈને જુએ કે જિમી શું કરી રહ્યો છે. બીજી બાજુ જિમી પોતાના પ્રયોગકર્તાને કહી રહ્યો હતો કે 'હું એક નાનકડો ટ્રક બનાવી રહ્યો છું. તે ટ્રક લીલા રંગનો છે, જેના પર લાલ પૈડા લાગેલા છે.'

બીજા ઓરડામાં ટિમીના પ્રયોગકર્તાએ પૂછ્યું, 'જિમી શું કરી રહ્યો છે ?'

ટિમીએ કહ્યું કે 'અત્યારે તે એક નાનકડું રમકડું – ટ્રક બનાવી રહ્યો છે.'

'જરા વિસ્તારથી જણાવ.'

'તે લીલા રંગનો ટ્રક છે, જેના પર લાલ પૈડા લાગેલા છે.'

આપણે આપણા વર્ગમાં વયસ્કોની સાથે જે સ્તર પર કામ કરીએ છીએ, તેની તુલનામાં આ કેસવર્ક ખૂબ સૂક્ષ્મ અને મુશ્કેલ હોય છે. એક નાના બાળક જેવા બનવા માટે ખૂબ અભ્યાસ કરવો પડે છે, એ જ હકીકત છે.

૧૩

અભ્યાસ માટે પોતાનો એક સમૂહ બનાવો

હું ઈચ્છું છું કે આ પુસ્તક વાંચીને તમે પોતાની માનસિક ક્ષમતાને એ રીતે વિકસિત કરો, જેવું અમે માઈન્ડ કંટ્રોલના વર્ગોમાં કરીએ છીએ. તેના માટે તમારે પૂરી ધીરજથી, લાંબા સમય સુધી અભ્યાસ કરવો પડશે. અત્યાર સુધી તમે જે પણ અભ્યાસ કર્યા, તે એકલા કરવાના અભ્યાસ છે. એક-બે મહિનાના અભ્યાસ પછી તમે તેમાં કુશળતા પ્રાપ્ત કરી લેશો અને તમારા આગળના તબક્કા માટે તૈયાર થઈ જશો. ત્યારે તમારે સાવધાનીથી નિયંત્રિત કરેલી પરિસ્થિતિઓમાં બીજાને મદદ કરવાની જરૂર પડશે. હવે હું જણાવું છું કે તમારે શું કરવાનું છે :

આ પુસ્તકમાં જણાવવામાં આવેલા સૌથી પહેલા અભ્યાસને પૂરો કરતાં પહેલા જ ઓછામાં ઓછા છ લોકોનો એક સમૂહ બનાવી લો, જે તમારી સાથે અભ્યાસ કરવા તૈયાર હોય. આ દરમિયાન એક-બીજાના સંપર્કમાં રહો અને જ્યારે બધાએ સાચા અર્થમાં અભ્યાસ માટે તૈયારી કરી લીધી હોય, તો નવા કેસ પર કામ શરૂ કરવા માટે એકબીજાને મળો. પહેલા સત્ર માટે તમારી પાસે ઓછામાં ઓછો એક આખો દિવસ રાખો. દરેક વ્યક્તિ પોતાની સાથે ઓછામાં ઓછા ચાર ફાઈલ કાર્ડ લઈને આવે. દરેક ફાઈલ કાર્ડની એક તરફ દર્દીનું નામ, ઉંમર અને સ્થળ વિશે લખેલું હોય તથા બીજી બાજુ તેની બીમારી

વિશે લખેલું હોય. સાથે જ તેના વિશે ખૂબ વિસ્તારથી માહિતી પણ આપવામાં આવી હોય જેથી તપાસ કરતી વખતે આ જાણકારી કામ લાગે.

હવે કલ્પના કરી પોતાને કોઈ ધાતુની અંદર જુઓ. તમને આવું કરવા માટે ધાતુના ક્યૂબ કે તે સિલિન્ડર નહીં મળે, જે અમારા વર્ગોમાં હોય છે. તમે ચાંદી કે તાંબા માટે પૈસાના સિક્કાનો ઉપયોગ કરી શકો છો....સોના માટે એક વીંટી અને લોખંડ માટે નાના-મોટા ચુંબકનો ઉપયોગ કરી શકો છો. તમારે આ બધી વસ્તુઓનું સાવધાનીથી નિરીક્ષણ કરવાનું છે. હવે પોતાના સ્તર પર જાઓ અને એક સમયે માત્ર એક જ વસ્તુની કલ્પના કરો. એ વસ્તુને પોતાની આંખોના સ્તરથી ઉપર રાખો અને પોતાની સામે ઘણા ફૂટના અંતરથી તેને જુઓ. કલ્પના કરો કે ધીરે-ધીરે એ વસ્તુનો વિસ્તાર થઈ રહ્યો છે અને તેણે આખા ઓરડાની જગ્યાને ઘેરી લીધી છે એટલે કે તે વસ્તુ એ ઓરડાના કદ જેટલી મોટી થઈ ગઈ છે. હવે તમે એ વસ્તુમાં પ્રવેશ કરી, ઘણા પ્રકારના પ્રયોગ કરી શકો છો.

હવે આ જ અભ્યાસ ફળો, શાકભાજીઓ અને તમારા પાલતુ પ્રાણી સાથે પણ કરીને જુઓ. જ્યારે તમારા સમૂહના બધા લોકોને એકથી બીજી વસ્તુની તપાસમાં સૂક્ષ્મ પરિવર્તન દેખાવા લાગે. ત્યારે તમે આ પ્રયોગને સફળ માની શકો છો. એ જરૂરી નથી કે દરેક પ્રયોગના પરિણામ સ્પષ્ટ અને વિસ્તૃત જ હોય. એક વસ્તુનો અનુભવ, બીજી વસ્તુથી મળેલા અનુભવથી પૂર્ણપણે અલગ હશે. બની શકે કે આ પ્રયોગમાં તમારું નિરીક્ષણ, તમારા અન્ય સાથીઓના નિરીક્ષણથી અલગ હોય. ખેર, તમારી શોધ વધારે અગત્યની છે કારણ કે તે જ તમારા માટે સંદર્ભ બિંદુ બની જાય છે.

હું અત્યાર સુધી આવી કોઈ રીત વિકસિત કરી શક્યો નથી, જેની મદદથી તમે પુસ્તકમાં આ બધું વાંચીને જ પોતાના સલાહકારોનું આવાહન કરી શકો. જો તમે કોઈ રીતે આમ કરવામાં સક્ષમ થઈ શકો છો, તો સારું છે. પરંતુ તેના વિના પણ તમારું કામ ચાલી શકે છે, બસ તેમાં તમારી પ્રગતિ થોડી ધીમી થશે.

કોઈ કેસ પર કામ કરવા માટે એવી જ જોડીઓ તૈયાર કરો, જેવી અમે માઈન્ડ કંટ્રોલ વર્ગમાં કરીએ છીએ. પ્રકરણ ૧૨માં તમારા કેસને સાઈકિક ઓપરેટરની સામે પ્રસ્તુત કરતી વખતે ઓરિયંટલિસ્ટ જે શબ્દ બોલે છે, બરાબર એવા જ શબ્દ અમે અમારા માઈન્ડ કંટ્રોલના વર્ગમાં બોલીએ છીએ. હું ઈચ્છીશ કે તમે તમારા અભ્યાસમાં પણ આ જ શબ્દોનો ઉપયોગ કરો.

જેમ મેં પહેલા જ તમને કહ્યું હતું કે આ બધી વાતોનો ઉપયોગ સાવધાનીથી નિયંત્રિત કરેલી પરિસ્થિતિઓમાં જ કરો. મારા કહેવાનું તાત્પર્ય છે :

૧) કોઈ એવું સ્થળ પસંદ કરો, જ્યાં કોઈ તમારા અભ્યાસમાં અંતરાય ન નાખી શકે.

૨) એ ધ્યાન રાખો કે તમારા સમૂહના દરેક સભ્યએ પુસ્તકમાં આપવામાં આવેલા બધા અભ્યાસોને યોગ્ય રીતે ક્રમમાં પૂરા કર્યા હોય અને તેમાં તે સફળ પણ થયા હોય.

૩) એ પહેલેથી જ નક્કી થઈ જવું જોઈએ કે અભ્યાસ કરતી વખતે સમૂહનો દરેક સભ્ય પોતાના અહંકારને દૂર રાખશે. જો તમારા સમૂહનો કોઈ એક સભ્ય અન્ય સભ્યોની તુલનામાં પહેલા પ્રયત્નમાં જ શ્રેષ્ઠ પરિણામો લઈ આવે છે, તો તેનો અર્થ એવો નથી કે તે સૌથી ખાસ છે. તે પહેલી વાર તો સફળ થઈ ગયો પણ પાંચમી કે છઠ્ઠી મીટિંગ સુધી પણ ઘણા લોકો માનસિક સ્તર પર કાર્ય કરી શકતા નથી. જે લોકો ખૂબ ધીમી ગતિથી આગળ વધે છે, તે આગળ જતા શ્રેષ્ઠ પરિણામોની સાથે વધારે સારા સાઈકિક એટલે કે અતેંદ્રિય સંવેદી બને છે, એવો અમારો અનુભવ છે.

૪) જો તમે કોઈ એવા માઈન્ડ કંટ્રોલ ગ્રેજ્યુએટને જાણો છો, જે સાતત્યથી પ્રશિક્ષણમાં શીખવવામાં આવેલી વાતોનો અભ્યાસ કરે છે, તો પોતાના અભ્યાસ દરમિયાન તેને વિનંતી કરો કે તે પણ તમારી સાથે સામેલ થઈ જાય. જો તે તમારો સાથ આપશે તો તમારું કામ સહેલું થઈ જશે. જો તે માઈન્ડ કંટ્રોલનો ગ્રેજ્યુએટ શીખવવામાં આવેલી કેટલીક વાતોને ભૂલી ગયો છે તો આ પુસ્તકને એકવાર વાંચીને તે પોતાના બધા અભ્યાસને પુનરાવર્તિત કરી શકે છે અથવા નિઃશુલ્ક માઈન્ડ કંટ્રોલ વર્ગમાં ભાગ લઈને પણ પોતાના બધા પાઠ પુનરાવર્તિત કરી શકે છે.

૫) જો તમે સાઈકિક ઓપરેટર છો, તો તમે પોતાના મનની બધી શંકાઓને દૂર રાખી આ અભિયાનમાં સંપૂર્ણપણે સામેલ થઈ જાઓ. પોતાના મનનું સાંભળો પણ તેની વાતોમાં મગ્ન થઈને પોતાનો ઉદ્દેશ ન ભૂલશો. કલ્પના કરો પરંતુ પોતાના નિરીક્ષણ માટે તર્ક કરવાનો પ્રયત્ન ન કરશો. 'અરે આ થઈ શકતું નથી' આ પ્રકારની શંકા પોતાના મનમાં ન લાવશો. અભ્યાસ દરમિયાન આગળ શું નવું બહાર આવે છે, તેની રાહ જુઓ. સામાન્ય રીતે કોઈપણ બાબતમાં તમારી અંદર ઉઠનારો પહેલો વિચાર જ બીજા વિચાર કરતાં વધારે યોગ્ય હોય છે.

સતત બોલતા રહો. શરીર પર ઉપરથી નીચે સુધી ધ્યાન આપો અને તમે જે જોયું, તેનું વર્ણન કરો.

૬) જ્યારે તમે ઓરિયેંટોલોજિસ્ટ હો, ત્યારે પોતાના સાઈકિક ઓપરેટરને ક્યારેય કોઈપણ વાતનો સંકેત ન આપશો. તમારો સાઈકિક ઓપરેટર સફળ થાય, એવું વિચારવું ખોટું નથી પરંતુ તેને કોઈ સ્પષ્ટ સંકેત કે સૂચના આપવી, યોગ્ય નથી. જેમ કે, 'પોતાની છાતી તરફ ધ્યાનથી જુઓ અને વિશ્વાસ રાખો, ત્યાં કશું જ ખોટું નથી,' આ પ્રકારની કોઈપણ સૂચના તમારા સાઈકિક ઓપરેટરને ના આપશો.

સાઈકિક ઓપરેટરને એમ પણ ન કહો કે તે ખોટો છે. શરૂઆતની અવસ્થાઓમાં જ્યારે થોડી ભૂલો થાય છે અથવા કેટલીક વાતો રહી જાય છે, ત્યારે એ સમયે આપણે જે કેસ પર કામ કરતા હોઈએ છીએ, સાઈકિક ઓપરેટર વચ્ચે જ એ કેસને છોડી દે છે અને બીજો કેસ પોતાના હાથમાં લઈ લે છે. જો કે આ તેની એક સામાન્ય એવી ભૂલ છે, જેને થોડા અભ્યાસથી સુધારી શકાય છે. સાઈકોરિએંટોલોજિસ્ટ સામેવાળાને હતોત્સાહિત કરવા માટે થોડા ખોટા શબ્દ કહે તો તેના વિકાસની ગતિ થંભી જાય છે. તેથી પોતાના તરફથી એટલું જ કહો કે 'મારી પાસે આ વિશે કોઈ જાણકારી નથી.'

૭) ધીરજ રાખો. જો તમારા જેવા જ પાંચ લાખ કરતાં વધારે લોકોએ તેમાં સફળતા મેળવી છે, તો તમે પણ ચોક્કસ જ સફળ થઈ શકો છો. બની શકે કે તમારે લાંબા સમય સુધી એકલા જ પ્રયત્ન કરવા પડે અથવા કોઈ અનૌપચારિક સમૂહ સાથે કામ કરવું પડે. ઉતાવળ કરવાની જરૂર પણ નથી.

૮) તમારા સમૂહનો દરેક સભ્ય જ્યારે નિયમિત રીતે દરેક કેસમાં સફળ થઈ રહ્યો છે, તો પણ પોતાના સમૂહની સાથે એકત્રિત રહો, એકબીજાને મળતા રહો અને એકસાથે કામ કરતા રહો. આ રીતે તમે સારા અને વધારે સારા થતા જશો અને એક દિવસ એવા કાબેલ બની જશો કે એકલા કોઈ કેસ પર કામ કરી શકો. પછી એક દિવસ આવશે, જ્યારે તમે ગંભીર રોગોના શક્તિશાળી પરિણામો ઉપરાંત રોજબરોજના જીવનના સૂક્ષ્મ સંદેશાઓ માટે પણ સંવેદનશીલ બની જશો.

૯) નવા કેસ તરીકે સામે ઉભેલા કોઈપણ માણસને એમ જ પસંદ ન કરશો. દૂર રહેનારા કોઈ માણસ પર કામ કરવું અને સામે ઊભેલા માણસ પર કામ કરવું, આ બંનેને કાયદો અલગ દૃષ્ટિકોણથી જુએ છે. આપણી સામે ઊભેલા માણસ પર કરવામાં આવનારા ઉપચાર કે કેસવર્કને રોગનું નિદાન કરવું કહેવામાં આવ્યું છે, જે લાઈસન્સ ધારક ડૉક્ટર અને સ્વાસ્થ્યકર્મીઓ દ્વારા જ થાય છે. પરંતુ દૂર રહેનારી વ્યક્તિ પર ઉપચાર કે કેસવર્ક કરવું, વૈદ્યકીય રોગનિદાન નથી કહેવાતું. આવા કેસમાં સાઈકિક એટલે કે અતેંદ્રિય સંવેદી શક્તિઓના

સહારે રોગનું નિદાન કરવામાં આવે છે. આ પ્રકારના ઉપચાર માટે કોઈ કાયદાકીય મનાઈ નથી.

૧૦) જો તમને તમારા કેસના દર્દીમાં કોઈ અસામાન્ય વાત દેખાય, તો તેને આ વિશે જણાવવાની ઉતાવળ ના કરશો. આ તમારું નહીં, ડૉક્ટરનું કામ છે. તમારે તો તમારી સાઈકિક યોગ્યતાઓને વધારવાની છે જેથી તમે કાયદાના દાયરામાં રહીને એ દર્દીની શારીરિક મદદ કરી શકો. તમે તેની અંદર જે પણ સમસ્યાની ઓળખ કરી, તેમાં માનસિક રીતે સુધારો કરો. તમારે તેના માનસિક સ્તર પર જવાનું છે તેથી તમારે તેનું નિદાન પણ માનસિક સ્તર પર જ કરવું પડશે.

મેં આ અભ્યાસની શરૂઆતમાં જ તમને એ ચેતવણી આપી હતી કે કોઈપણ શરૂઆતી સફળતાથી ઉત્સાહિત થઈને પોતાને સૌથી શ્રેષ્ઠ માનવાની ભૂલ ન કરશો.

હું તમને મારો એક અનુભવ કહું છું. ૧૯૬૭ની વાત છે. મારા શરૂઆતના દિવસોના પ્રશિક્ષણ વર્ગમાં મારો એક વિદ્યાર્થી હતો, જેનું નામ જિમ નીડહૈમ હતું. તે વ્યવસાયે ફ્લાઈટ ઈંસ્ટ્રક્ટર હતો. તે કોર્સના છેલ્લા દિવસ સુધી બધું બરાબર રીતે કરવાનો પ્રયત્ન કરતો રહ્યો. પરંતુ કોર્સના છેલ્લા દિવસે, પોતાના દરેક કેસમાં તેનાથી ભૂલો થતી રહી. ૩૨ લોકોના એ વર્ગમાં સૌથી ખરાબ પ્રદર્શન તેનું જ હતું.

જિમ જોતો હતો કે વર્ગના તેના અન્ય સાથી કેવી રીતે તેને પાછળ છોડીને આગળ વધી રહ્યા છે. 'જો બાકી બધા આવું કરી શકે છે, તો હું પણ કરી શકું છું', એમ વિચારી તેણે પોતાના માટે એક નવી યોજના બનાવી. તે ઘરે પોતાની પત્ની સાથે અભ્યાસ કરવા લાગ્યો, જે પોતે તેની સાથે આ કોર્સનો એક ભાગ હતી. તે દુર્ઘટનાગ્રસ્ત લોકોની કતરણો અખબારોમાંથી કાપતી અને જિમને દેખાડતી. દરેક રાત્રે, જિમ પોતાના લેવલ પર જઈને એ દુર્ઘટનાગ્રસ્ત લોકો પર કામ કરવાનો પ્રયત્ન કરતો. તેની પત્ની તેને એ લોકોના નામ, ઉંમર, સરનામા અને લિંગની જાણકારી આપતી અને તે તેમના ઘા વિશે વિસ્તારથી જણાવતો.

આ ઉપરાંત જિમની પત્ની તેને યલો પેજિસ (સ્થાનિક જાણકારી આપનારી પુસ્તિકા) માંથી લોકોના નામ જણાવતી અને તે તેમના વ્યવસાયોનો અંદાજ લગાવવાનો પ્રયત્ન કરતો. છ મહિના સુધી ઘણા નિષ્ફળ પ્રયોગ કર્યા પછી, અચાનક એક નવું પરિવર્તન આવ્યું અને તેણે પોતાનો પહેલો સફળ પ્રયોગ કર્યો. એ પછી તેને એક પછી એક દરેક કેસમાં સફળતા મળતી ગઈ. હવે તે મારી સાથે કામ કરે છે અને લારેડોમાં માઈન્ડ કંટ્રોલ નિર્દેશકોના પ્રશિક્ષણની જવાબદારી સંભાળી રહ્યો છે. તે અમારા ભરોસાપાત્ર સાઈકિક ઓપરેટર્સમાંથી એક છે. વાસ્તવમાં હવે તે પોતાના લેવલ સુધી ગયા વિના પણ માનસિક સ્તર પર રહીને જ પોતાનું કામ કરી શકે છે. આ તેના માટે રોજિંદી વાત થઈ ગઈ છે.

એક સાંજે તે પોતાની બીટા અવસ્થામાં કે બાહ્ય જાગૃતિમાં રહીને, વર્ગમાં વિદ્યાર્થીઓની મદદ કરતો હતો. જેમાં વિદ્યાર્થી સલાહકારોનું આવાહન કરવાનો અભ્યાસ કરતા હતા. અચાનક તેને સોનેરી ઝભ્ભો પહેરેલો એક લાંબો કાળો માણસ દેખાયો. તે માણસે રત્નોજડિત પહોળું કડું પહેરેલું હતું. વર્ગમાં તે માણસ એક મહિલા વિદ્યાર્થી તરફ આગળ વધતો હતો પણ તેણે એ માણસ તરફ ધ્યાન ન આપ્યું. પછી તે બીજા વિદ્યાર્થી તરફ આગળ વધ્યો અને પોતાના આભામંડળમાં પાછો ફર્યો.

જ્યારે અભ્યાસ પૂરો થયો, ત્યારે પહેલા વિદ્યાર્થીએ રિપોર્ટ આપ્યો કે તેને માત્ર એક સલાહકાર મળ્યો. જો કે તેની સામે બે સલાહકાર આવ્યા હતા અને તેમાંથી એક હતો તે ડરામણો પુરુષ, જેનું નામ ઓથેલો હતું. બીજા વિદ્યાર્થીએ કહ્યું, 'મને પણ સલાહકાર તરીકે ઓથેલો મળ્યો. તે સીધો તો ન આવ્યો પરંતુ અભ્યાસના અંતે મારી પાસે આવ્યો.'

એ જરૂરી નથી કે તમને પણ જિમ જેવો જ અનુભવ થાય. જો તમને સફળતા મળવામાં સમય લાગી રહ્યો છે, તો તેનો અર્થ એ નથી કે તમારી પાસે કોઈ સાઈકિક ભેટ નથી. બસ ફેર એટલો જ છે કે સફળતા તમારી પાસે આવવામાં થોડો સમય લઈ રહી છે.

૧૪

માઈન્ડ કંટ્રોલથી બીજાની મદદ કેવી રીતે કરશો

તમે જે માણસને ક્યારેય જોયો જ નથી, તેના રોગની ઓળખ કરવી પોતાનામાં જ આશ્ચર્યજનક છે. પરંતુ આપણે માત્ર તેના રોગની ઓળખ કરી અટકતા નથી. શરીરની બીમારી પર આપણે પોતાની જાગરૂકતા અને ધ્યાન જે રીતે કેન્દ્રિત કરીએ છીએ, એ જ રીતે આપણે તે બીમારી સારી થવા માટે હીલિંગ કરીને સ્વાસ્થ્ય પ્રદાન કરીએ છીએ.

માનસિક સ્તર પર ધ્યાન કેન્દ્રિત કરવા માટે મોટા પાય પર ઉર્જાની આવશ્યક્તા હોય છે, તેમાં કોઈ શંકા નથી. તમારા મનના ઈરાદાઓના આધારે આ ઉર્જાની દિશા અને લક્ષ્ય નિર્ધારિત થાય છે. માત્ર જાણકારી એકઠી કરવાને બદલે, મનના ઈરાદા સ્વાસ્થ્ય પામવાના હોય તો તેમાં ઉર્જા આપણી મદદ કરે છે.

આપણે આ ઉર્જાની સાથે પોતાના ઈરાદાઓને કેવી રીતે જોડી શકીએ જેથી આપણે જે પણ સફળતા કે મનવાંછિત બાબતો પામવા ઈચ્છીએ છીએ, તે પામી શકીએ ? શુદ્ધ રીતે જોવા જઈએ તો ઈરાદો, સંકલ્પ જેવો જ છે. અને જેવું મેં ટેવ પર નિયંત્રણવાળા પ્રકરણમાં કહ્યું હતું કે માત્ર સંકલ્પ એકલો ઓછો મહત્ત્વનો છે. જે રીતે આપણે કલ્પના શક્તિનો ઉપયોગ કરી કોઈ બીમારીને શોધીએ છીએ, એ

જ રીતે કલ્પના શક્તિથી જ આપણે પોતાના મનમાં જોઈએ છીએ કે તે બીમારી દૂર થતાં આપણું શરીર કેવું હશે. તેને જ સાઈકિક હીલિંગ એટલે કે માનસિક સ્તર પર બીમારીથી મુક્ત થવું કહીએ છીએ. આ ખૂબ જ સામાન્ય એવી વાત છે.

તમે પોતાના તરફથી જેટલા પણ દર્દીઓને બીમારીથી મુક્ત કરવા ઈચ્છશો, તેના માટે ઉપયોગમાં લેવાતી તકનીકમાં તમારે મહારત પ્રાપ્ત કરવાની જરૂર નથી. તે તકનીક છે, મનની કાલ્પનિક સ્ક્રીન પર કોઈ સમસ્યાને ઉકેલવી. વાસ્તવમાં, જો તમે ધ્યાન અને કલ્પના કરવાની (Visualization) શરૂઆતની અવસ્થામાં હો, તો પણ તમે અદ્‌ભુત પરિણામ મેળવી શકો છો.

જીવનની અનેક શક્યતાઓ એક અસ્થિર સંતુલન પર ટકેલી હોય છે. એક હળવો એવો ધક્કો પણ આ સંતુલનને તમારી તરફ ઝુકાવી શકે છે. ઘણીવાર સંતુલન એક તરફ ઝૂકેલું હોય છે, જેના માટે એક સારા સાઈકિકની આવશ્યક્તા હોય છે, જે એ સંતુલનને ફરીથી પહેલા જેવું બનાવી દે. ચોક્કસ જ તમે એવા સાઈકિક ઓપરેટર બની શકો છો. જો તમે આ રાહ જોતા હો તો પહેલા તમે માઈન્ડ કંટ્રોલની તકનીકોમાં નિપુણ બનો અને તે પછી તમે સાઈકિક હીલિંગ આપવાનું શરૂ કરશો તો વિશ્વાસ રાખો, તમે લોકોની મદદ કરવાની અમૂલ્ય તક ગુમાવી રહ્યા છો.

લોકોને સ્વસ્થ કરવાનું કાર્ય મેં માઈન્ડ કંટ્રોલની શરૂઆત કરવાના ખૂબ પહેલા જ શરૂ કરી દીધું હતું અને એ સમયે મારી પાસે હીલિંગની સંગઠિત ચિકિત્સા પદ્ધતિ પણ વિકસિત થઈ નહોતી. હું અલગ-અલગ પરિણામોની સાથે બધી પદ્ધતિઓને વારાફરથી અજમાવી રહ્યો હતો અને બધાના પરિણામ પણ અલગ-અલગ આવતા હતા. સૌથી મહત્ત્વની વાત એ હતી કે મેં સારા પરિણામોની રાહ ન જોઈ પરંતુ છતાં પણ હું ઘણા બધા લોકોને તેમની બીમારીઓથી મુક્ત કરી શક્યો. તેના લીધે એ સમયે હું અમેરિકા અને મેક્સિકોના સીમા પ્રાંતમાં એક પ્રભાવી હીલર એટલે કે આરોગ્યકર્તા તરીકે ઓળખાવા લાગ્યો. ઘણા લોકોને લાગતું હતું કે મારી પાસે કોઈ અલૌકિક શક્તિ છે અથવા મને કોઈ કુદરતી વરદાન પ્રાપ્ત થયેલું છે. જ્યારે હું મારો ઉદ્દેશ સાધ્ય કરવા માટે સતત અભ્યાસ અને નવા-નવા પ્રયોગ કરતો રહ્યો.

એક પાદરીને ઘૂંટણની પીડામાં મળી રાહત

મારા શરૂઆતના સ્વાસ્થ્ય અભિયાનોથી જાણવા મળે છે કે મારી રીતો કેટલી અલગ હતી. તેનું એક ઉદાહરણ આગળ આપવામાં આવ્યું છે.

૧૯૫૯માં, મેં લારેડોના એક પાદરી વિશે સાંભળ્યું, જે છેલ્લા પંદર વર્ષોથી ઘૂંટણનો સોજો અને પીડાથી હેરાન થતા હતા. તે હંમેશા પથારીમાં જ પડી રહેતા. જો કે તેમને પોતાની પીડા અને પથારીમાં કેદ રહેવાથી એટલી તકલીફ નહોતી થતી,

પરંતુ તેમને એ વાતનું દુઃખ હતું કે તે માસ સેલીબ્રેશન (ખ્રિસ્તીઓના ધર્મસમાજમાં મનાવવામાં આવતો ઉત્સવ) દરમિયાન બાકી બધાની જેમ ઘૂંટણ વાળીને પ્રાર્થના કરવા માટે બેસી શકતા નહોતા. જો કે ચર્ચના મુખ્ય પાદરી (આર્કબિશપ) એ તેમને પોતાના તરફથી ઘૂંટણ પર ન બેસવા માટે સંપૂર્ણ છૂટ આપી હતી. પરંતુ એ પાદરીને લાગતું હતું કે તે એક પવિત્ર અનુષ્ઠાન સાથે બાંધછોડ કરી રહ્યા છે.

હું તેમને મળવા ગયો અને કહ્યું, 'મને લાગે છે કે હું તમારી મદદ કરી શકું છું. હું કોઈ ડૉક્ટર નથી પણ છેલ્લા બાર વર્ષોથી હું પેરાસાઈકોલોજીના ક્ષેત્રમાં કામ કરી રહ્યો છું. માત્ર વિશ્વાસની શક્તિ (Faith Healing) થી જ પોતાની બીમારીઓથી મુક્તિ પામેલા લોકો વિશે તમે સાંભળ્યું કે વાંચ્યું હશે, તેમને જેવા પરિણામ મળ્યા, એવા જ પરિણામ આ અભ્યાસમાં મળે છે.

જેવું મેં 'ફેથ હીલિંગ'નું નામ લીધું, પાદરી પોતાના કરતાં વધારે મારા માટે ચિંતિત થઈ ગયા. તેમણે કહ્યું, 'આ પેરાસાઈકોલોજી શું છે ? મેં તો ક્યારેય આવા કોઈ વિજ્ઞાન વિશે સાંભળ્યું નથી. હું આશા રાખું છું કે તમે કોઈ એવું કામ નથી કરતા જેના માટે આપણું પવિત્ર ચર્ચ પરવાનગી ન આપતું હોય.'

મેં પોતાના તરફથી તેમને પેરાસાઈકોલોજીના નિયમો વિશે ભરપૂર જાણકારી આપી અને જણાવ્યું કે તેના માધ્યમથી દર્દીઓને આરોગ્ય કેવી રીતે આપી શકાતું હતું. મેં તેમના ધર્મ વિરુદ્ધ જઈને કશું કહ્યું નહીં. પરંતુ મારી વાતોની તેમના પર કોઈ ખાસ અસર થઈ નહીં. તેમણે કહ્યું કે તે આ વિશે વિચારશે અને મને ટૂંક સમયમાં ફોન કરશે. તેમના ચહેરા પર અવિશ્વાસના ભાવ જોઈને લાગતું હતું કે તેમના તરફથી કોઈ ફોન કૉલ નહીં આવે, મેં એ વાતની આશા જ છોડી દીધી હતી. જો કે હું જાણતો હતો કે તે મારી સુરક્ષા માટે પ્રાર્થના જરૂર કરશે કારણ કે તેમને લાગતું હતું કે હું કોઈ મુશ્કેલીમાં પડી શકું છું. આ રીતે મારા માટે પ્રાર્થના કરીને તે પોતાની તકલીફ પણ ભૂલી જશે.

મેં જે વિચાર્યું હતું, તેનાથી બિલકુલ વિપરીત થયું. લગભગ એક મહિના પછી મને તેમનો ફોન આવ્યો. તેમણે મને પોતાના ઘરે બોલાવ્યો. તેમની સાથે સારી રીતે વાતચીત કરવા માટે હું તેમની પથારીની નજીક જ બેસી ગયો.

'જોસ, જેમ તમે જાણો છો, ઈશ્વર અલગ-અલગ રીતે આપણું નેતૃત્વ કરે છે. તમારી સાથે મુલાકાત થયાના થોડા જ દિવસો પછી મારી પાસે આપણા જ સંપ્રદાયના ભાઈઓમાંથી એક દ્વારા લખવામાં આવેલી પુસ્તકની સમીક્ષાનો પરિપત્ર (સર્ક્યુલર) આવ્યો. તેમાં પેરાસાઈકોલોજી વિશે એક આખું પ્રકરણ આપવામાં આવ્યું હતું. તે વાંચ્યા પછી હવે હું પેરાસાઈકોલોજીને વધારે સારી રીતે સમજી શક્યો છું અને હું ઈચ્છું છું કે મને સ્વાસ્થ્ય પ્રદાન કરવા માટે તમે તમારા જ્ઞાનનો પ્રયોગ કરો.'

હું એક કલાક સુધી તેમની પાસે બેઠો અને તેમને મારા વાંચેલા પુસ્તકો તથા કામની વિગતો જણાવતો રહ્યો. હું તેમની પાસે જેટલો સમય બેઠો, મારા મનમાં તેમના પ્રત્યે એટલો જ આદર ભાવ વધતો ગયો. અંતે તે જરા થાકી ગયા. હવે તેમના આરામનો અને મારો ત્યાંથી જવાનો સમય થઈ ગયો હતો. જ્યારે હું ત્યાંથી નીકળતો હતો ત્યારે તેમણે કહ્યું, 'ઠીક છે, આપણે આ ઉપચાર પદ્ધતિ ક્યારથી શરૂ કરીશું ?'

'ફાધર, ઈલાજ તો ક્યારનો શરૂ થઈ ચૂક્યો છે.' મેં કહ્યું.

'હું સમજ્યો નહીં,' તે આશ્ચર્યમાં પડી ગયા.

મેં તેમને સમજાવતા કહ્યું, 'ફાધર, આ ઈલાજ માનસિક સ્તર પર થાય છે. જ્યારે હું તમારી સાથે વાત કરતો હતો, ત્યારે જ મેં મારું શરૂઆતનું કાર્ય આરંભ કરી દીધું હતું.'

મેં મારું બાકી રહેલું કામ રાત્રે પૂરું કર્યું. બીજા દિવસે સવારે ફાધરનો ફોન આવ્યો. તેમના અવાજમાં આશ્ચર્ય અને આનંદ, બંને એકસાથે ઝળકી રહ્યા હતા. તેમણે મને કહ્યું, 'એક રાતમાં જ મારા આરોગ્યમાં ઘણો સુધારો થઈ ગયો છે.'

મારી અને તેમની મુલાકાતના ત્રણ દિવસની અંદર તે ફરીથી હરવા-ફરવા લાગ્યા અને હવે તે પ્રાર્થના માટે ફરીથી ઘૂંટણના ટેકે બેસી શકતા હતા. તે પછી તેમના ઘૂંટણોમાં ક્યારેય કોઈ તકલીફ નથી થઈ. શું આ એક ચમત્કાર છે ? ના, આ એક કુદરતી ઘટના હતી. હવે હું તમને જણાવું છું કે આ મેં કેવી રીતે કર્યું.

ફાધર સાથે થયેલી લગભગ એક કલાકની વાતચીત દરમિયાન અમે બંને પૂર્ણપણે સજાગ અને સચેત હતા. કોઈપણ પ્રકારની તકલીફથી મુક્તિ મેળવવા માટે આ બે વાતો ખૂબ સહાયક બને છે. અમે એકબીજા સાથે જે વાતો કરી, તેનાથી ફાધરને પેરાસાઈકોલોજીને વધારે સારી રીતે સમજવામાં મદદ મળી. જે રીતે દરેક ધર્મમાં આસ્થાનું ઘણું વધારે મહત્ત્વ હોય છે, એ જ રીતે માનસિક સ્તર પર થનારા આ ઉપચારમાં વિશ્વાસનું મહત્ત્વ હોય છે. આ દરમિયાન મેં મારી કલ્પના શક્તિનો ઉપયોગ કરીને જોયું કે આ પ્રકારની સારવારથી ફાધરની તબિયત સુધરી રહી છે અને હું પણ તેમને વધારે પસંદ કરી રહ્યો છું. પ્રેમમાં અસીમ તાકાત હોય છે અને હું ઈચ્છતો હતો કે તે તાકાત મારો સાથ આપે.

ફાધર સાથે થયેલી આ મુલાકાત દરમિયાન મેં તેમના ચહેરા, તેમના હાથોનો સ્પર્શ, હાવ-ભાવ, બોલવાની રીત અને તેમનો અવાજ વગેરે અનુભવ્યા જેથી તે ન હોય ત્યારે પણ હું કલ્પનાશક્તિની મદદથી તેમની હાજરી અનુભવી શકું. ઘરે ગયા પછી રાત્રે મારે ફાધરના આરોગ્ય પર માનસિક સ્તર પર બીજું પણ કામ કરવાનું

હતું, આ તેની જ પૂર્વ તૈયારી હતી. આ મારા માટે શરૂઆતનું કામ હતું.

ઘણા કલાકો પછી, જ્યારે ફાધર ગાઢ ઊંઘમાં ચાલ્યા ગયા ત્યારે હું ત્યાંથી પાછો મારા ઘરે આવી ગયો અને ફાધરની તબિયત સુધારવા માટે મારું બાકી રહી ગયેલું કામ પૂરું કર્યું. ફાધરના ઘરે મેં જે કામ કર્યું, તેના કરતાં મેં મારા ઘરમાં જે કામ કર્યું તે ઘણું જ જૂદું હતું. જેમ મેં પાછળના પ્રકરણમાં કહ્યું હતું કે જો જીવન દાવ પર લાગેલું હોય, તો સાઈકિક ઉર્જા ખૂબ સારી રીતે સ્થાનાંતરિત થાય છે. હું વર્તમાનમાં જે રીતે મારા લેવલ પર જઉં છું, તેના બદલે મેં મારી કલ્પનામાં ફાધરને સારી તબિયત સાથે જોયા, મારા શ્વાસ રોકી લીધા. આ રીતે ઘણી મિનિટો વીતી ગઈ અને આખરે મારું શરીર શ્વાસ માટે તડપવા લાગ્યું. તેમ છતાં શ્વાસ રોકીને હું ફાધરને તેમની સ્વસ્થ અવસ્થામાં જ જોઈ રહ્યો હતો. આ દરમિયાન, મારા મગજની માનસિક અવસ્થામાંથી એક પ્રકારની ચીસ જેવું નીકળ્યું અને તેની ઉર્જા, મનમાં વસેલી ફાધરની સ્વસ્થ છબીને બરાબર ત્યાં લઈ ગઈ, જ્યાં તેણે જવું જોઈતું હતું.

આખરે મેં શ્વાસ લીધા. મારું કામ સારી રીતે પૂરું થયું છે, એ વિશે હું પૂર્ણપણે આશ્વસ્ત હતો. આજે હું જે રીતે કામ કરું છું, તે ખૂબ સરળ પરંતુ એટલું જ પ્રભાવી પણ છે. બસ પૂરા આત્મવિશ્વાસની સાથે પોતાના મનની કાલ્પનિક સ્ક્રીનનો ઉપયોગ કરવાનું શીખો. તેના માટે આવશ્યક પ્રક્રિયાને હું તમને તબક્કા પ્રમાણે જણાવું છું :

કાલ્પનિક સ્ક્રીનના ઉપયોગના કેટલાક તબક્કા

૧) તમે જે દર્દીને સ્વાસ્થ્ય આપવા ઈચ્છો છો, તમને તેની અવસ્થાની જાણ હોવી જોઈએ, જો કે એવું થવું જરૂરી નથી પણ તેની જાણકારીથી તમને મદદ જ થશે. હવે તમે માનસિક સ્તર પર કે સીધું તેને જ પૂછીને તેની જાણકારી લઈ શકો છો. પરંતુ કઈ રીતે તમે જાણકારી લો છો, તેનાથી કોઈ ફેર પડતો નથી.

૨) પોતાના ધ્યાનના સ્તર પર જઈને, મનની કાલ્પનિક સ્ક્રીન પર એ દર્દીને તેના રોગની સાથે જુઓ. ડાબી બાજુ એક બીજી છબી જુઓ, જેમાં દર્દીની બીમારી કઈ રીતે સુધારી શકાય તેમ છે, એ વિશે કરવામાં આવેલા પ્રયત્ન દેખાડવામાં આવ્યા હોય. જો તમે એ દર્દીને મળ્યા જ નથી અને તેની બીમારી પર કામ કરવા માટે પૂર્ણપણે તૈયાર નથી, તો એ જાણવાનો પ્રયત્ન કરો કે તે કેવા દેખાય છે, જેથી તમે સટીક કાલ્પનિક છબી જોઈ શકો.

૩) હવે પોતાનું ધ્યાન સ્ક્રીનની ડાબી તરફ લઈ જાઓ, તમને તે વ્યક્તિ પૂર્ણપણે સ્વસ્થ દેખાઈ રહી છે. તે ઉર્જા અને જોશથી ભરપૂર છે, એવી કલ્પના કરો. ઊંડા ધ્યાનમાં ગયા પછી તમે પોતાની જાતને જે કહો છો, તેના પ્રત્યે તમે પૂર્ણપણે ગ્રહણશીલ હો છો. આ જ મહત્ત્વપૂર્ણ ક્ષણમાં તમે એ વ્યક્તિની ખુશનુમા

છબીની કલ્પના કરો છો. પોતાની કલ્પનામાં એ વ્યક્તિને પ્રસન્ન જુઓ છો. તે વ્યક્તિ ખુશ થશે કે ખુશ થઈ રહી છે, તેવી કલ્પના તમે નથી કરતા. કારણ કે ઊંડા ધ્યાનના સ્તર પર, અલ્ફા અને થીટાની અવસ્થામાં તમારું મન કારણોથી ઘેરાયેલું રહે છે અને બીટા અવસ્થામાં તે પરિણામો પર ધ્યાન આપે છે. તેથી અલ્ફા અને થીટા અવસ્થામાં કોઈપણ બાબત 'ભવિષ્ય'માં આવી હશે, આ પ્રકારની કલ્પના નથી કરવામાં આવતી બલકે દૃઢ વિશ્વાસની સાથે તે બાબત વર્તમાન સ્થિતિમાં બિલકુલ સ્વસ્થ છે, એવી કલ્પના કરવામાં આવી છે. આગળ જતાં આ સ્તર પર સમયની સાથે સંદર્ભ બદલાઈ જશે એટલે કે જે 'છે' તે 'હશે' માં બદલાઈ જશે. પોતાના પરિણામોનું કાલ્પનિક (માનસિક) ચિત્રણ કંઈક આ રીતે કરો, જાણે તે તમારા હાથમાં આવી ગયા હોય.

બ્રહ્માંડના નિયમોમાં જોવા મળે છે કે અધિકારોનું કોસ્મિક બિલ (Cosmic Bill of Rights) હોય છે, જે આ વાતનું આશ્વાસન આપે છે કે આપણે બધા ભલે ગમે તેટલા નાના કે મોટા હોઈએ, ગમે તેટલા હોંશિયાર કે મૂર્ખ હોઈએ, પોતાની ઈચ્છા, વિશ્વાસ અને આશાઓના જોર પર કોઈપણ બાબતને સાકાર કરી શકીએ છીએ. આ બધી વાતો બે હજાર વર્ષ પહેલા સારી રીતે કહેવામાં આવી હતી. ન્યૂ ટેસ્ટામેંટમાં માર્ક એ કહ્યું છે, 'તમે જે પણ ઈચ્છા રાખો છો, તે પૂરી થવા માટે જ્યારે તમે પ્રાર્થના કરો છો અને એ વિશ્વાસ રાખો છો કે તે પૂરી થશે તો તે ચોક્કસ પૂરી થાય છે.'

જ્યારે તમે દર્દીની એક સ્વસ્થ વ્યક્તિ તરીકે કલ્પના કરો છો, ત્યારે એક એવી ક્ષણ આવે છે, જ્યારે તમને એ વિશ્વાસ હોય છે કે તમે એ દર્દીને સ્વસ્થ કરવા માટે આવશ્યક બધા પ્રયત્ન કર્યા છે. એ સમયે તમને એક સુખદ અનુભૂતિ થશે. તે ક્ષણ તમને તમારી સફળતાની અનુભૂતિ કરાવી દે છે એટલે તે તમારા માટે સુખદ હોય છે. એ પછી તમારે થીટા અવસ્થામાં એકથી પાંચ સુધી ગણતી વખતે એમ કહેવાનું છે કે 'હું પહેલા કરતાં ક્યાંય વધારે સારું અને જાગરૂક અનુભવી રહ્યો/રહી છું.'

તમે આ તકનીકનો જેટલો અભ્યાસ કરશો, તમારી સામે એટલા જ સુખદ સંયોગ આવતા રહેશે અને તમારો વિશ્વાસ એટલો જ મજબૂત થશે. આ જ વિશ્વાસથી હજુ પણ વધારે સુખદ સંયોગ બનતા જશે. જ્યારે તમે તમારા મનની કાલ્પનિક સ્ક્રીનનો પ્રયોગ કરવાનું શીખી લેશો, ત્યારથી જ સફળ પરિણામોની એક શ્રેણી જ શરૂ થઈ શકે છે.

ભલે ધાર્મિક આસ્થા પર આધારિત સ્વાસ્થ્ય પ્રાપ્તિ અને માનસિક સ્તર પર સ્વાસ્થ્ય પ્રાપ્તિની તકનીકો અલગ-અલગ હોય પરંતુ મારું માનવું છે કે તેમના નિયમ અને પરિણામ એક સરખા જ હોય છે. અલગ-અલગ સંસ્કૃતિઓમાં ધાર્મિક આસ્થા પર આધારિત સ્વાસ્થ્ય પ્રાપ્તિ માટે કરવામાં આવતા અનુષ્ઠાન કે રીતિ-રિવાજ અલગ-

અલગ હોઈ શકે છે, પરંતુ તેનો પ્રભાવ બમણો હોય છે : મનને ધ્યાનના ઊંડા સ્તર સુધી લઈ જવું અને પછી વિશ્વાસ તથા અપેક્ષાને મજબૂત કરવા.

ઘણા આરોગ્યકર્તા (હીલર્સ) એવી પદ્ધતિઓનો ઉપયોગ કરે છે, જેનાથી તે થાકી જાય છે. તેમની ઉર્જા ક્ષીણ થઈ જાય છે અને એક જ રાત્રિમાં તેમનું વજન પણ ઘટવા લાગે છે. જ્યારે આવું કરવું જરૂરી નથી. વાસ્તવમાં માઈન્ડ કંટ્રોલની પદ્ધતિ તેનાથી વિપરીત પરિણામ આપે છે. જ્યારે આપણે સફળતાની ભાવનાનો અનુભવ કરીએ છીએ, ત્યારે આપણી અંદર એક ઉત્સાહનો સંચાર થાય છે. જો કે આ અનુભવ સૂક્ષ્મ સ્તર પર નથી થતો, બલકે આ પોતાનામાં ખૂબ શક્તિશાળી હોય છે, જે તમારી અંદર એવી ભાવના જગાડે છે કે 'હું પહેલા કરતાં વધારે સારી અનુભૂતિ કરી રહ્યો છું.' આપણે જોયું છે કે બીજાને આરોગ્ય આપવું, આરોગ્યકર્તા માટે પણ ખૂબ લાભદાયક હોય છે.

ઘણા આરોગ્યકર્તાઓને એવું લાગે છે કે બીમારીના સમયે તે પોતાને આરોગ્ય પ્રદાન કરી શકતા નથી. કેટલાક હીલર્સને એવું લાગે છે કે પોતાને સ્વસ્થ કરવાથી તે પોતાની શક્તિ પણ ગુમાવી બેસશે. માઈન્ડ કંટ્રોલમાં અમે વારંવાર આ વાતને ખોટી સાબિત કરી છે. ઘણા લોકોને લાગે છે કે જેને આરોગ્ય આપવાનું છે, તેનું સામે હોવું જરૂરી છે. જેનાથી એ માણસને સ્પર્શ કરી તેને હીલિંગ આપી શકે. જ્યારે રોગીની ગેરહાજરીમાં પણ તેને હીલિંગ કરી સ્વાસ્થ્ય પ્રદાન કરી શકાય છે. આપણામાંથી જે લોકો લાઈસન્સ પ્રાપ્ત ડૉક્ટર નથી અથવા કોઈ જાણીતા-માનીતા ચર્ચ સાથે જોડાયેલા નથી, તેમના દૃષ્ટિકોણથી આ રીતે હીલિંગ આપવું ગેરકાયદેસર માનવામાં આવે છે.

હંમેશા માઈન્ડ કંટ્રોલ વર્ગોમાં અમે ઈશુ મસીહના સમયના એક રોમન અધિકારી સેંચુરિયનના એ નોકરનું ઉદાહરણ આપીએ છીએ. ઈશુ મસીહે ખૂબ દૂર રહેનારા સેંચુરિયનના નોકરને આરોગ્ય પ્રદાન કર્યું હતું. તેમણે તો તેને ક્યારેય જોયો પણ નહોતો. સેંચુરિયને પોતાના નોકરની પીડા વિશે ઈશુ મસીહને જણાવ્યું હતું અને તેનો નોકર થોડાક જ કલાકોમાં પીડાથી મુક્ત એટલે સ્વસ્થ થઈ ગયો.

એક નાનકડું અવલોકન : આપણી લોક કથાઓ પર જરા ધ્યાન આપો. જ્યારે પણ આપણે વિશબોન (કામના કરતી વખતે હાથમાં લેવામાં આવતી પ્રાચીન વસ્તુ) હાથમાં લઈને કોઈ કામના કરીએ છીએ.... તૂટતા તારાને જોઈને મનમાં ને મનમાં કશું માંગીએ છીએ અથવા પછી જન્મદિવસે મનમાં એક ઈચ્છા રાખી મીણબત્તી બુઝાવીએ છીએ, ત્યારે આપણને કહેવામાં આવે છે કે આપણે પોતાની ઈચ્છાને કોઈની સામે જાહેર ન કરીએ. ભલે આ વાત બાળક જેવી લાગે, પણ મારા હિસાબે તેની પાછળ કોઈ અર્થ ચોક્કસ છે. મનમાં રાખેલી ઈચ્છા કે માનસિક સ્તર પર કલ્પના કરીને કોઈ પીડાથી મુક્ત થવું, જ્યારે આપણે આ વાતોને ગોપનીય રાખીએ

છીએ, ત્યારે તેની પાછળ એક કારણ ચોક્કસ હોય છે. તે કારણ છે, આપણી એ ઉર્જા નષ્ટ ન થાય અથવા કદાચ એવું કરવાથી આપણી ઉર્જા વધતી જશે. એ જ કારણ છે કે હું અને આપણા ઘણા અધ્યાપક પોતાના વિદ્યાર્થીઓને કહે છે કે તે પોતાના હીલિંગના કામને બધાની વચ્ચે જાહેર ન કરે, પોતાના સુધી જ સીમિત રાખે. ઈશુ મસીહે પણ આવા જ એક માણસને હીલિંગના સહારે સ્વસ્થ કર્યો અને તેને કહ્યું હતું કે 'જોજે, કોઈ બીજા માણસને આ વાતની જાણ ન થાય.' વાસ્તવમાં એ સમયે તેમને વાતને છુપાવવી નહોતી બલકે તેમની પાસે આવું કરવાના અન્ય ઊંડા કારણ પણ હતા.

૧૫

મારા કેટલાક અનુમાન

પ્રસ્તુત પુસ્તકમાં આપવામાં આવેલા ૩થી ૧૫ સુધીના પ્રકરણ માઈન્ડ કંટ્રોલ કોર્સ પ્રમાણે જ લખવામાં આવ્યા છે. માણસના રોજબરોજના જીવનમાં જે સમસ્યાઓ આવે છે, તેને ઉકેલવા માટે મનનો ઉપયોગ કેવી રીતે કરી શકો છો, એ આ પ્રકરણોમાં જણાવવામાં આવ્યું છે. આ પુસ્તકમાં તમે જે કંઈ વાંચી રહ્યા છો, તે મારા ૩૦ વર્ષોના શોધ અને અભ્યાસનું પરિણામ છે. જેમ કે, તમે જોઈ શકો છો, મેં મારા કામને ખૂબ જ વ્યવહારિક રાખ્યું છે કારણ કે મારો જન્મ એક ગરીબ પરિવારમાં થયો હતો અને જીવને મારી સામે ખૂબ જ વ્યવહારિક સમસ્યાઓ મૂકી.

જો કે આ પ્રવાસ દરમિયાન એવી ઘણીબધી શોધો થઈ, જેણે મને આશ્ચર્યમાં મૂકી દીધો. તેને જોઈને શંકા થવી સ્વાભાવિક હતી. કારણ કે મારા પર મારા અભ્યાસનો, મારા જાણકાર સહકારીઓનો અને સૌથી મહત્ત્વપૂર્ણ ખ્રિસ્તી ધર્મની સમૃદ્ધ પરંપરાનો ઊંડો પ્રભાવ હતો. તેથી બધું જ માત્ર મારા વિચારોથી થયું, એવો દાવો હું કરી શકતો નથી.

જે વાત મારા માટે સૌથી વધારે આશ્ચર્યજનક હતી, તે એ છે કે મેં જે કંઈપણ શોધ્યું, તેનો મારી ધાર્મિક ધારણાઓ સામે ક્યારેય કોઈ

પ્રકારનો વિરોધાભાસ ન રહ્યો. સદીઓથી ધર્મ અને વિજ્ઞાન વચ્ચે ખૂબ જ અસહજ સંબંધ રહ્યો છે. મને અંગત રીતે આવો કોઈ અનુભવ ક્યારેય થયો નથી. મને આ વાત માટે ખૂબ આશ્ચર્ય થાય છે કે મારી શોધોનો વિશ્વના કોઈપણ પ્રતિષ્ઠિત ધર્મ સાથે કોઈ વિરોધાભાસ નથી રહ્યો. અમારા ઉત્સાહી વિદ્યાર્થીઓમાં આ સંપ્રદાય સાથે જોડાયેલા પ્રોટેસ્ટન્ટ, કેથોલિક, યહૂદી, મુસ્લિમ, બૌદ્ધ, હિંદુ અને નાસ્તિક બધામાં સામેલ છે. તેની સાથે જ વિવિધ વિષયોના વિદ્વાન અને વૈજ્ઞાનિક પણ છે.

શું તેનો અર્થ એ છે કે માઈન્ડ કંટ્રોલમાં કોઈ પ્રકારના કોઈ મૂલ્ય સામેલ નથી ? શું મેં જે તકનીકો રચી, તે કોઈ ઉખાણાં જેવી છે, જે સારી પણ નથી અને ખરાબ પણ નથી ? મેં વિચાર્યું કે આ પ્રકરણમાં હું બધી શંકાઓ કે અટકળોનું સમાધાન કરીશ. પરંતુ હવે આ તબક્કે મારી પાસે કેટલાક દૃઢ વિશ્વાસ પણ છે, જેને હું તાર્કિક રીતે સિદ્ધ પણ કરી શકું છું. તેથી સૌથી પહેલા હું તમને સમજાવવા ઈચ્છીશ કે આ દૃઢ વિશ્વાસ ક્યા છે :

૧) શું આ બ્રહ્માંડ પોતાના કેટલાક નિયમો પર ચાલે છે ?

જી હા, આ બ્રહ્માંડના પોતાના કેટલાક નિયમ છે અને વિજ્ઞાન તે અંગે સંશોધન કરી રહ્યું છે.

૨) શું આપણે આ નિયમોને તોડી શકીએ છીએ ?

જી નહીં. આ વાતની સત્યતા જાણવા માટે આપણે ભલે કોઈ ઈમારત પરથી કૂદીને જીવ આપી દઈએ અથવા બીમાર પડી જઈએ, પણ તે નિયમ તોડી શકાતા નથી. હા, આ પ્રક્રિયામાં આપણે પોતે ચોક્કસ તૂટી જઈશું.

૩) શું બ્રહ્માંડ પોતાના વિશે કશું વિચારી શકે છે ?

આપણે જાણીએ છીએ કે બ્રહ્માંડનો એક હિસ્સો પોતાના વિશે વિચારી શકે છે અને તે હિસ્સો આપણે પોતે છીએ. તો શું આ તથ્યને આખા બ્રહ્માંડ પર લાગુ ન કરી શકાય ?

૪) શું બ્રહ્માંડ આપણા પ્રત્યે ઉદાસીન છે ?

આવું કેવી રીતે થઈ શકે છે ? આપણે આ બ્રહ્માંડનો હિસ્સો છીએ અને તે આપણને પ્રતિસાદ પણ આપે છે.

૫) આપણે બુનિયાદી રીતે સારા છીએ કે ખરાબ ?

જ્યારે આપણે ધ્યાનમાં પોતાની સૌથી નજીક આવી જઈએ છીએ, ત્યારે પછી આપણે કોઈનું ખરાબ નથી કરતા અને આપણી સારપ કરવાની ક્ષમતા અનેક ગણી વધી જાય છે.

જો મારા પ્રયોગોએ પાંચમા પ્રશ્નનો જવાબ ન આપ્યો હોત, તો મારો દૃષ્ટિકોણ વાસ્તવિકતા માટે થોડો અલગ જ હોત.

એકવાર મેં સત્યની એક ખૂબ સારી પરિભાષા સાંભળી હતી, જેમાં કહેવામાં આવ્યું હતું કે 'સત્ય એક એવું સપનું છે, જેને આપણે બધા મળીને જોઈએ છીએ.' સત્યની પરિભાષા વિશે આપણને માત્ર ધૂંધળું જેવું અનુમાન હોય છે. આપણે પોતાની સુવિધા પ્રમાણે જ બાબતોને સમજીએ છીએ અને તેના પ્રત્યે એક દૃષ્ટિકોણ વિકસિત કરીએ છીએ. દૂરથી નાની દેખાતી બાબતો વાસ્તવમાં નાની નથી હોતી અને ઠોસ બાબતો વાસ્તવમાં ઠોસ નથી હોતી.

બધું જ ઉર્જા છે. કોઈ રંગ અને ધ્વનિની વચ્ચે અથવા કોઈ બ્રહ્માંડીય કિરણ અને ટી.વી પર દેખાતી છબી વચ્ચે માત્ર ફ્રિકવન્સી (આવૃત્તિ)નો જ ફેર હોય છે અથવા ત્યાં ઉર્જા શું કરી રહી છે અને દ્રવ્ય કે પદાર્થ કેટલી ઝડપથી ઉર્જા બનાવી રહ્યો છે, તેના પર તે ફેરનો આધાર હોય છે. ભૌતિક વસ્તુ પણ એક ઉર્જા જ હોય છે. ભૌતિક શાસ્ત્રનો માસ-એનર્જી ઈક્વેલેંસ (દ્રવ્યમાન-ઉર્જા સમતુલ્યતા)નો સિદ્ધાંત ઈ=સ્ક્વ આ જ શીખવે છે. જેમ તમારું કોઈ વિશેષ માનસિક અવસ્થામાં જવું પણ ઉર્જાના સક્રિય થવાથી જ શક્ય બને છે. ઉર્જાને જે વાત સૌથી વધારે રસપ્રદ બનાવે છે, તે એ છે કે આ વિશ્વમાં દરેક વસ્તુનું કોઈ ને કોઈ વિપરીત રૂપ હાજર હોય છે – જેમ કે કાળાનું વિરોધી સફેદ, ગતિનું વિરોધી સ્થિરતા, ઝડપનું વિરોધી ધીમું, ઊંચાઈનું વિરોધી ઊંડાઈ – પણ ઉર્જાનું વિરોધી કશું નથી હોતું. એવું કશું જ નથી, જેના માટે આપણે 'ઉર્જા' એ શબ્દનો ઉપયોગ કરી શકીએ. તમારા અને મારા વિચારોથી માંડીને બાકીની દરેક વસ્તુ સુધી, બધું ઉર્જા જ છે. વિચાર કરવાથી ઉર્જાનો ક્ષય પણ થાય છે અને નિર્માણ પણ. આ વાતને વધારે સારી રીતે કહેવી હોય તો કહી શકાય કે વિચારોથી ઉર્જા પોતાનું રૂપ બદલે છે.

હવે તમે સમજી શકો છો કે મને વિચારો અને બાબતોમાં ફેર દેખાય છે, એવું હું શા માટે કહું છું.

શું વિચાર બાબતો પર પોતાની અસર પાડે છે ? નિઃશંક, ઉર્જા એવું કરી શકે છે.

શું વિચાર ઘટનાઓ પર પરિણામ કરી શકે છે ? નિઃશંક, ઉર્જા એવું કરી શકે છે.

શું સમય પણ ઉર્જા જ છે ? તેનું કોઈ સટીક અનુમાન કરવું મુશ્કેલ છે કારણ કે સમય ઘણા રૂપોમાં આપણી સામે આવે છે. સમયને આપણે એક તરફથી જોઈએ છીએ તો આપણને બધું જ સ્પષ્ટ દેખાય છે પણ બીજા દૃષ્ટિકોણથી જોવામાં આવે તો

આ જ સમય આપણને બિલકુલ અલગ જ દેખાય છે.

આપણે ભલે આપણા જૂતાની દોરી બાંધતા હોઈએ કે રસ્તો ઓળંગી રહ્યા હોઈએ, આપણે સમયને દરેક સ્થિતિમાં અતીત, વર્તમાન અને ભવિષ્યની જેમ એકરેખીય જ માનીએ છીએ. રોજબરોજના કામ કરવા માટે સમયને એ જ રીતે જોવામાં આવે છે. જેમ આપણે સૂરજને તેના ઉગવા અને આથમવા સાથે જોડીને જ જોઈ શકીએ છીએ. જાણે કોપરનિક્સનો આ પ્રાચીન ખગોળ શાસ્ત્રીય વિચાર ક્યારેય ખોટો સાબિત થયો જ નથી. આપણે એવું એટલા માટે કરીએ છીએ કારણ કે આ દૃષ્ટિકોણની સાથે આપણે વીતેલા સમયને યાદ કરી શકીએ છીએ, વર્તમાનને અનુભવી શકીએ છીએ અને આવનારા સમય તરફ અનિશ્ચિતતાની સાથે જોઈ શકીએ છીએ.

જો આપણે બીજાના દૃષ્ટિકોણથી જોઈએ તો એક નવી વાત આપણી સામે આવે છે. અલ્ફા અને થીટા અવસ્થામાં આપણે વીતેલા સમય અને આવનારા સમયની ઘટનાઓને તેમના આવતા પહેલા જ જોઈ શકીએ છીએ અને ભવિષ્યમાં આપણા જીવનમાં શું થવાનું છે, એ જોવાનું પ્રશિક્ષણ પણ મેળવી શકીએ છીએ. આ વિશેષ યોગ્યતાને 'પૂર્વાભાસ'ના નામે ઓળખવામાં આવે છે. જ્યારે મેં મેક્સિકો લોટરી જીતી હતી, ત્યારે તેને એટલું સમ્માનજનક માનવામાં આવતું નહોતું.

જો અલ્ફા અને થીટા અવસ્થામાં ભવિષ્યને જોઈ શકાય છે, તો એ નક્કી છે કે તે પોતાની સાથે કોઈ ઉર્જા પણ ભવિષ્યમાં મોકલતા હશે, જેની સાથે આપણે પોતાનો સંપર્ક સાધવો આવશ્યક હોય છે. જો સમય આપણને કોઈપણ પ્રકારની ઉર્જા આપે છે, તો તેના માટે એ જરૂરી છે કે તે પોતે પણ ઉર્જા જ હોય.

ઘણા વરસ પહેલાં જ્યારે હું સંમોહન સાથે જોડાયેલા પ્રયોગ કરી રહ્યો હતો, ત્યારે મેં જોયું કે આપણે સમય સાથે કેવી રીતે કામ લઈ શકીએ છીએ. મેં મારા બંને બાળકોને તેમની ઉંમરના પાછલા વર્ષોમાં પાછા લઈ જવા માટે, તેમની સાથે એજ-રિગ્રેશન (ઉંમર-પરાવર્તન) પ્રયોગ કર્યો હતો. પ્રયોગ દરમિયાન મારા ધ્યાનમાં આવ્યું કે વર્તમાનથી અતીત તરફ જનારું કોઈ દૃશ્ય અચાનક સામે આવી જતાં તે બંને પોતાની જમણી તરફ ઝૂકી જતા હતા, બરાબર એ જ રીતે જેમ આપણે ચાલતી બસ અચાનક થોભી જતા આગળ તરફ ઝૂકી જઈએ છીએ.

જ્યારે મારા બાળકો અતીત તરફ યાત્રા કરી રહ્યા હતા, ત્યારે તેમને લાગતું હતું કે તે પોતાની જમણી તરફ યાત્રા કરી રહ્યા છે. જ્યારે હું તેમને વર્તમાનમાં પાછો લાવ્યો અને તેમને અટકાવ્યા, તો બરાબર ઊંધુ થયું એટલે કે તે ડાબી તરફ ઝૂકી ગયા. એ પછી અલગ-અલગ લોકોની સાથે કરવામાં આવેલા મારા વિભિન્ન પ્રયોગોએ આ વાતની પુષ્ટિ પણ કરી દીધી.

તે પછી મેં સંમોહનના પ્રયોગ કરવાનું છોડી દીધું અને નિયમિત ધ્યાનની મદદથી પ્રયોગ કરવા લાગ્યો. હું એ જાણવા ઈચ્છતો હતો કે સમયમાં આગળ અને પાછળની યાત્રા કેવી રીતે કરી શકાય છે. એકવાર પ્રયોગ દરમિયાન હું મારી પૂર્વ દિશા તરફ મોં કરીને બેસી ગયો કારણ કે પૂર્વી પરંપરાઓમાં આ દિશા તરફ મુખ રાખવું શુભ માનવામાં આવે છે. મને એ વાતની ઉત્સુકતા હતી કે જો હું સંમોહનના પ્રયોગો અનુસાર ચાલું તો શું હું સમયમાં શ્રેષ્ઠ રીતે ચાલી શકીશ. એ સમયે સંમોહનના પ્રયોગોના આધાર પર મેં ભવિષ્યને પોતાની ડાબી તરફ અને અતીતને પોતાની જમણી તરફ રાખ્યા.

આપણી પૃથ્વી પર, સૂર્યના પૂર્વ દિશા તરફ ઉગવાથી એક નવો દિવસ શરૂ થાય છે અને પછી પશ્ચિમમાં સૂર્યના ડૂબવાથી તે દિવસ પૂરો થઈ જાય છે. જો હું ધ્યાન દરમિયાન દક્ષિણ દિશામાં મુખ રાખતો, તો પૂર્વ મારી ડાબી તરફ અને પશ્ચિમ મારી જમણી તરફ હોત. આ રીતે હું સમયના પૃથ્વી ગ્રહ સંબંધી પ્રવાહ અથવા નિયમ સાથે જોડાઈ શકતો હતો.

હું જાણતો નહોતો કે મારા પ્રયોગથી હું એ જાણી શકીશ કે નહીં કે સમય આ પૃથ્વી પર કઈ દિશામાં પ્રવાહિત થાય છે. પરંતુ જ્યારે હું દક્ષિણ તરફ મોં કરીને બેઠો, તો મને મારો સમયની સાથે તાલમેળ શ્રેષ્ઠ લાગી રહ્યો હતો અને સમયમાં ચાલવું મારા માટે ખૂબ સહજ રહ્યું.

મહાન પ્રજ્ઞા

હવે આપણે એક જટિલ પ્રશ્ન પર ચર્ચા કરીશું. મેં પાછળના પ્રકરણોમાં ઘણી વાર મહાન પ્રજ્ઞાનો ઉલ્લેખ કર્યો. શું આમ કરીને હું ઈશ્વર વિશે વાત કરી રહ્યો છું ? હું જે પણ કહી રહ્યો છું, તેને હું કોઈપણ રીતે સાબિત કરી શકતો નથી. એટલા માટે હું મારા વિશ્વાસને જાગૃત કરતા વાત કરી રહ્યો છું. મહાન પ્રજ્ઞાને હું આસ્થા કે વિશ્વાસ કહી શકું છું, પણ મારું તાત્પર્ય અહીં ઈશ્વર સાથે નથી. આ શબ્દ ભલે મારા માટે આદરનો વિષય હોય, પરંતુ તેનો અભિપ્રાય ઈશ્વર સાથે નથી, એ જ સત્ય છે.

બ્રહ્માંડ જે પણ કરે છે, તે પોતાની ઉલ્લેખનીય ક્ષમતાની સાથે કરે છે અને પોતાના કાર્યમાં તે એકપણ ટુકડાને નકામો જવા દેતો નથી. જ્યારે હું એક પગ રાખ્યા પછી બીજો પગ તેની આગળ રાખું છું, તો હું નથી માનતો કે ઈશ્વર એ ધ્યાન રાખશે કે પગ ઉપાડતી વખતે હું ક્યાંક પડી ન જાઉં. હું નથી માનતો કે આ વાતનું ધ્યાન રાખવું ઈશ્વરનું કાર્ય છે. વાસ્તવમાં આ ન તો ઈશ્વરનું કામ છે, ન તો એ મહાન પ્રજ્ઞાનું બલકે આ મારું કામ છે. મને આનુવંશિક (જેનેટિક સ્તર પર) રીતે ચાલવાનું શીખવીને મોકલવામાં આવ્યો છે, જે ઈશ્વરનું કામ હતું અને તે પોતાનું કામ કરી

ચૂક્યા છે. હવે આગળ જે કંઈપણ કરવાનું છે, મારે જ કરવાનું છે કારણ કે તે મારું કામ છે.

જીવનમાં ઉઠાવેલા કેટલાક પગલાં એવા હોય છે, જે આપણા રોજબરોજના જીવન સાથે જોડાયેલા નથી હોતા અને બની શકે કે મારે પોતાનો નિર્ણય લેવા માટે કોઈ એવી સૂચનાની આવશ્યક્તા હોય, જે આપણી પાંચ ઈંદ્રિયો દ્વારા મળવું શક્ય નથી. તેના માટે મારે એ મહાન પ્રજ્ઞાની મદદ લેવી પડશે. ઘણીવાર જ્યારે મને કોઈ મહત્ત્વપૂર્ણ માર્ગદર્શનની આવશ્યક્તા અનુભવાય ત્યારે હું ઈશ્વરના શરણમાં જઉં છું અને તેમને હું પ્રાર્થના પણ કરું છું.

હું આ પ્રજ્ઞા કે બુદ્ધિમત્તાને નિરંતરતાના આધાર પર ઘણા સ્તરોમાં જોઉં છું. આ નિર્જીવ વસ્તુઓથી માંડીને શાકભાજીઓ સુધી....શાકભાજીઓથી સજીવો સુધી.... સજીવોથી માણસો સુધી....માણસોથી માંડીને મહાન પ્રજ્ઞા સુધી.....અને અંતતઃ ઈશ્વર સુધી જાય છે. વૈજ્ઞાનિક દૃષ્ટિકોણથી મેં આ નિષ્કર્ષ કાઢયો કે દરેક સ્તર પર એટલે કે નિર્જીવ વસ્તુથી માંડીને ઉચ્ચ બુદ્ધિમત્તા સુધી બધા સાથે સંવાદ સાધી શકાય છે. મેં મારા પ્રયોગ નિયંત્રિત દિશાઓમાં કર્યા છે અને તેમને પુનરાવર્તિત કરીને પ્રમાણિત કર્યા છે. આ પુસ્તકમાં આપવામાં આવેલા નિર્દેશોના પાલન અને માઈન્ડ કંટ્રોલના કોર્સ સાથે જોડાયા પછી, કોઈપણ વ્યક્તિ તેને પોતાના જીવનમાં ઉતારી શકે છે. ‘વૈજ્ઞાનિક’ શબ્દથી મારું તાત્પર્ય એ જ છે, જ્યારે બાકી બધું અનુમાન અને આસ્થા છે.

મારું એક બીજું અનુમાન છે કે જો આપણા પ્રાચીન ઈતિહાસને જોઈએ, તો જાણવા મળશે કે આપણે માનવ હજુ હાલમાં જ પોતાના ક્રમિક-વિકાસની અવસ્થાથી આગળ આવ્યા છીએ. આ આપણા મસ્તિષ્કનો વિકાસ છે, જે સંપૂર્ણ થયો છે. હવે આપણી પાસે મસ્તિષ્કની બધી કોશિકાઓ છે. આપણે પહેલેથી જ વિકાસના આગળના તબક્કા તરફ પગલું માંડી રહ્યા છીએ. આપણા મનનો વિકાસ ! ટૂંક સમયમાં જ આપણી માનસિક યોગ્યતાઓને પણ સામાન્ય રીતે લેવામાં આવશે કારણ કે આજે પણ માઈન્ડ કંટ્રોલના વિદ્યાર્થી અને આ પુસ્તકમાં જણાવવામાં આવેલા અભ્યાસોને વાંચનારા વાચકો માટે આ યોગ્યતાઓ હવે સામાન્ય જ છે.

તમે આ અનુભવો અનુસાર જોઈ શકો છો કે મારી પાસે દુનિયાનો એક નક્કી કરેલો દૃષ્ટિકોણ છે. આ દૃષ્ટિકોણ છે સત્ય અને યથાર્થનો. હવે તમે મને પૂછી શકો છો કે ‘શું એ ગેરંટી છે કે માઈન્ડ કંટ્રોલ શીખનારાઓને પણ એ જ અનુભવ થશે જે મને થઈ ચૂક્યા છે ? શું તેમનો દૃષ્ટિકોણ પણ મારા જેવો હશે ?’ આ અંગે મારો જવાબ છે ‘ના’. મને જે અનુભવ થયા છે, તેનાથી પણ પરના અનુભવ તેમને થઈ શકે છે. હું તમને એક ઉદાહરણ આપવા ઈચ્છીશ.

માઈન્ડ કંટ્રોલનો અભ્યાસ કરનારા મોટાભાગના લોકો શાકાહારી થઈ ગયા છે. મારી સાથે કામ કરનારા હૈરી મૈકનાઈટ હાલમાં જ શાકાહારી બનનારાઓની યાદીમાં સામેલ થયા છે. જ્યારે મને આજે પણ માંસાહાર ખૂબ પસંદ છે.

૧૬

એક ચેકલિસ્ટ

તમે આ પુસ્તકમાં જણાવવામાં આવેલી બધી તકનીકો પર અભ્યાસ કરી, માઈન્ડ કંટ્રોલના વિદ્યાર્થીઓની જેમ પ્રશિક્ષિત થઈ જશો. સાથે જ એવું જરૂરી નથી કે તમે આ બધી તકનીકોનો ઉપયોગ કરો. જો તમે ઈચ્છો તો આમાંથી જે તકનીક તમને મહત્ત્વપૂર્ણ લાગે, માત્ર તેનો જ ઉપયોગ કરી શકો છો. માઈન્ડ કંટ્રોલની બધી તકનીકોનો અભ્યાસ કરી, સહેલાઈથી યાદ રાખવાનું કૌશલ્ય તમારામાં છે. જે તકનીકો તમને પહેલા મહત્ત્વપૂર્ણ ન લાગી, તેના પર જ ફરીથી કામ કરી, તેના સારા પરિણામ તમે જીવનમાં મેળવી શકો છો.

તમારો સમય બચાવવા માટે, પ્રકરણ ૩ થી ૧૪ સુધી આપવામાં આવેલી બધી તકનીકોને નિમ્નલિખિત યાદીમાં સામેલ કરવામાં આવ્યા છે :

૧૭
માઈન્ડ કંટ્રોલની સાથે એક મનોચિકિત્સકનું કાર્ય

અત્યાર સુધીના બધા પ્રકરણોમાં જોસ એ માઈન્ડ કંટ્રોલ વિશે અલગ-અલગ તકનીકોની સાથે વિસ્તારથી જણાવ્યું છે કે તમે તેને પોતાના જીવનમાં કેવી રીતે ઉતારી શકો છો. તમે જોઈ શકો છો કે માઈન્ડ કંટ્રોલ પ્રશિક્ષણમાં ચેતનાના ઘણા ઊંડા સ્તર સામેલ હોય છે. બની શકે કે, તમારા મનમાં એવી શંકા જાગે કે પહેલી વાર તેનો પ્રયોગ કરી પોતાના જ મનના ઊંડાણમાં જતા, શું આપણે કોઈ જોખમનો સામનો કરવો પડશે ?

જોસ અને માઈન્ડ કંટ્રોલ સંગઠનમાં પ્રશિક્ષક તરીકે કામ કરનારા તેમના સહકારી એક વાત ચોક્કસપણે કહે છે કે માઈન્ડ કંટ્રોલ પ્રશિક્ષણથી અનેક ફાયદા થાય છે. વૈદ્યકીય ભાષામાં કહેવામાં આવે તો માઈન્ડ કંટ્રોલથી કોઈ વિપરીત પરિણામ આવતા નથી. અત્યાર સુધી જેમણે પણ માઈન્ડ કંટ્રોલનો કોર્સ કર્યો છે, તેમને ક્યારેય નિરાશ થવું પડ્યું નથી. તેમાં શીખવવામાં આવેલી રીતોથી બધાને સારા પરિણામ મળ્યા છે.

માઈન્ડ કંટ્રોલ કોર્સમાં ગ્રેજ્યુએટ થયેલા અને વૈદ્યકીય ક્ષેત્રમાં કાર્ય કરનારા ડૉ.ક્લૈંસી ડિ મૈકેંજી અમેરિકાના ફિલાડેલ્ફિયા શહેરના પ્રખ્યાત મનોચિકિત્સક અને મનોવિશ્લેષક છે, તેની સાથે જ તે

ફિલાડેલ્ફિયા મનોચિકિત્સા પરામર્શ સેવાના નિર્દેશક અને ફિલાડેલ્ફિયા મનોચિકિત્સક કેન્દ્રના કર્મચારી વર્ગના સભ્ય પણ છે. સાથે જ, તેમની પોતાની હોસ્પિટલ પણ છે. તે લાંબા સમય સુધી યોગ, ધ્યાનની અન્ય રીતો અને પેરાસાઈકોલોજી સાથે પણ જોડાયેલા રહ્યા છે.

આ ક્ષેત્રોમાં પોતાના અભ્યાસ દરમિયાન, તેમણે ૧૯૭૦માં માઈન્ડ કંટ્રોલ કોર્સમાં પોતાનું નામ લખાવ્યું હતું. તે કહે છે, 'હું એ જોવા ઈચ્છતો હતો કે શું આ કોર્સ દરમિયાન ખરેખર અતેંદ્રિય સંવેદી (સાઈકિક) શક્તિને જાગૃત કરવી અને તેનો ઉપયોગ કરવાનું શીખવવામાં આવે છે. વાસ્તવમાં મારા ઘણા બધા દર્દીઓએ માઈન્ડ કંટ્રોલ કોર્સથી થયેલા લાભ વિશે મને જણાવ્યું. તેમની વાતો સાંભળીને મને વિશ્વાસ થઈ ગયો કે અહીં ચોક્કસ જ સાઈકિક શક્તિ વિશે શીખવવામાં આવે છે તેથી આ કોર્સ માટે સમય આપવો યોગ્ય ગણાશે. આ વિષય પર હજુ પણ વધારે જાણકારી મેળવવા માટે જ મેં આ કોર્સમાં ભાગ લીધો.'

માઈન્ડ કંટ્રોલ કોર્સ માટે તેમની રુચિ વધવાના બે બીજા કારણો હતા : પોતાના કાર્યકાળના અંતિમ સમયમાં સિગ્મંડ ફ્રોઈડે એક વાત કહી હતી અને એ જ વાતથી માઈન્ડ કંટ્રોલ કોર્સના વર્ગમાં એક ઘટના બની હતી.

ફ્રોઈડે કહ્યું હતું કે 'આવનારા સમયમાં સાઈકોથેરેપી (મનોચિકિત્સા) ના ક્ષેત્ર માટે સૌથી શ્રેષ્ઠ એ જ હશે કે દર્દીની પોતાની ઉર્જાને ગતિશીલ કરવાનો પ્રયત્ન કરવામાં આવે.' ડૉ.મૈકેંજીએ માઈન્ડ કંટ્રોલ કોર્સના વર્ગમાં જોયું હતું કે લોકો પોતાની એ ઉર્જાનો ઉપયોગ કરી રહ્યા હતા, જેના વિશે તે પહેલા જાણતા પણ નહોતા.

પરંતુ પછી તેમને બીજા વર્ગમાં કંઈક જૂદું જ દેખાયું. તે કહે છે કે 'આ વર્ગમાં ત્રીસમાંથી ત્રણ જણા ભાવનાત્મક ઉથલ-પાથલમાં ફસાયેલા હતા અને ચોથાની માનસિક દશા બરાબર લાગતી નહોતી. તેનું શું કારણ હતું ? શું આ કોર્સથી ભાવનાત્મક ચિંતા વધતી જતી હતી ?...અથવા તે લોકો પહેલેથી જ એવા હતા.... અથવા પછી મારા પોતાના દર્દી, જેમને આ કોર્સથી ફાયદો થયો છે, તે થોડા સદ્નસીબ હતા એટલે તેમને આ કોર્સથી લાભ થયો.'

આ વિશે તપાસ કરવાનો માત્ર એક જ ઉપાય હતો કે કોર્સના પહેલા અને પછી લોકોની તપાસ એટલે કે ટેસ્ટ કરવામાં આવે. આ ટેસ્ટ એ લોકો માટે હતો, જે વાસ્તવિક રીતે ખૂબ જ સંવેદનશીલ હતા. તેના માટે તેમણે પોતાના એક સહકર્મી ડૉ.લેન્સ. એસ.રાઈટની સાથે મળીને, આ વિષય પર અભ્યાસ શરૂ કરી દીધો. ડૉ.લેન્સ એસ.રાઈટ પેંસિલ્વેનિયા વિશ્વવિદ્યાલય (અમેરિકા) માં મનોચિકિત્સાના પ્રોફેસર હતા. તે પછી આવનારા લગભગ સાડા ચાર વર્ષોમાં ૧૮૯ મનોરોગી પોતાની મરજીથી માઈન્ડ કંટ્રોલ કોર્સમાં પ્રશિક્ષણ લેવા માટે તૈયાર થયા. આ કોર્સના

વધારે વિસ્તૃત અભ્યાસ માટે તે એવા લોકોને પણ કોર્સમાં જોડવા ઈચ્છતા હતા, જે મનોરોગી છે અથવા જેના પર મનોરોગી બનવાનું જોખમ મંડરાઈ રહ્યું છે અથવા પછી જે મનોરોગથી પૂર્ણપણે મુક્ત થઈ ચૂક્યા છે. આ કોર્સમાં એવા ૭૫ જણા સામેલ હતા.

ડૉ.મૈકેંજીએ સ્વસ્થ લોકો પર આ કોર્સના પરિણામનો અભ્યાસ કર્યો. તેના પરિણામ જોઈને તેમને અને તેમના સહકર્મી ડૉ.રાઈટને કોઈ આશ્ચર્ય ન થયું, કારણ કે તે પરિણામ તેમની આશા પ્રમાણે જ હતા. તેમણે જોયું કે મનોરોગીઓની માનસિક અવસ્થામાં સતત સુધારો થયો છે.

જે લોકો ઊંડુ તાર્કિક નિરીક્ષણ અને નિયંત્રણ રાખવામાં વિશ્વાસ ધરાવે છે, તેમના માટે અહીં તેનું વિસ્તૃત વર્ણન કરવામાં આવી રહ્યું છે. મનોરોગીઓની ટુકડીમાં ૭૫ રોગીઓમાંથી ૬૬ રોગી ડૉ.મૈકેંજીને ત્યાં પોતાની સારવાર કરાવી રહ્યા હતા. જે પોતાની મરજીથી કોર્સ કરવાની ઈચ્છા ધરાવનારા મનોરોગીઓ અને મનોરોગનું જોખમ ઝીલી રહેલા રોગીઓનું પૂર્ણ પ્રતિનિધિત્વ કરતા હતા.

અભ્યાસ દરમિયાન રોગીઓને આ કોર્સના વર્ગમાં એક-એક કરીને મોકલવામાં આવ્યા જેથી આ વાતનો અભ્યાસ સારી રીતે કરી શકાય કે ક્યાંક વર્ગ દરમિયાન તેમને કોઈ પ્રકારના ખરાબ પ્રભાવનો સામનો તો કરવો પડ્યો નથી ને. તેમને એ સમયગાળા દરમિયાન વર્ગમાં મોકલવામાં આવ્યા જ્યારે તે માનસિક રીતે સૌથી સ્થિર અનુભવ કરી રહ્યા હતા. પછી ડૉ.મૈકેંજીએ જોયું કે રોગીઓને એ સમયે પણ વર્ગમાં મોકલી શકાય છે, જ્યારે તે માનસિક રીતે સરખામણીએ ઓછા સ્થિર હોય. ચાર રોગી તો એ સમયે કોર્સમાં લાવવામાં આવ્યા, જ્યારે તે પૂર્ણપણે ભ્રમની અવસ્થામાં હતા. એ પછી ડૉ.મૈકેંજી ઘણા સુનિશ્ચિત થયા અને માનસિક રીતે અસ્થિર લોકોને છ કે તેના કરતાં પણ વધારે સમૂહમાં એકસાથે મોકલવા લાગ્યા.

પોતાના અભ્યાસ દરમિયાન, તેમણે કોર્સના પહેલા અને પછી ૫૮ રોગીઓનું પરીક્ષણ કર્યું જેથી તેમનામાં આવનારા પરિવર્તનોને જોઈ શકાય. માણસની વાસ્તવિક સમજ કેટલી છે, એ જોવા માટે કરવામાં આવેલા 'એક્સપેરિમેટિયલ વર્લ્ડ ઈન્વેંટરી' (Experiential World Inventory) નામના આ ટેસ્ટ માટે ૪૦૦ પ્રશ્ન તૈયાર કરવામાં આવ્યા હતા. આ ઘણી હદ સુધી રોર્શાકના પ્રસિદ્ધ ઈંક-બ્લોટ ટેસ્ટ (ink-blot test) ના પ્રશ્નો જેવા જ હતા, પણ તેને લેખિત રૂપે તૈયાર કરવામાં આવ્યા હતા. કોર્સના પહેલા અને પછીના આંકડામાં જે ફેર આવ્યો, તે ખરેખર આશ્ચર્યમાં મૂકી દેનારો હતો, ૫૮ રોગીઓમાંથી ૩૬ રોગીઓની વાસ્તવિક સમજમાં ઉલ્લેખનીય સુધારો થયો હતો, ૨૧ રોગી જેમના તેમ રહ્યા, જ્યારે ૧ રોગીની વાસ્તવિક સમજનું સ્તર નીચે આવી ગયું.

જે રોગીની વાસ્તવિક સમજનું સ્તર નીચું આવી ગયું, તે ૨૯ વર્ષીય રોગી કૈટાટોનિક સીજોફ્રેનિયા નામની બીમારીથી ગ્રસ્ત હતો. સીજોફ્રેનિયા એવી એક માનસિક બીમારી છે, જેમાં રોગી કલ્પના અને સચ્ચાઈ વચ્ચે ફેર કરી શકતો નથી. તે રોગી પોતાના જીવનમાં પહેલી વાર ડૉક્ટર દ્વારા આપવામાં આવેલી દવાને છોડી, એક મહિલાની સાથે ડેટ પર જવા લાગ્યો હતો. ડૉ.મૈકેંજીએ વૈદ્યકીય સ્તર પર એ રોગીનું પરીક્ષણ કર્યું અને જોયું કે તેની અંદર પહેલેથી જ ખૂબ વધારે ભાવનાત્મક ઉર્જા આવી ગઈ હતી અને માઈન્ડ કંટ્રોલ પ્રશિક્ષણ પછી જીવન પ્રત્યે તેનો દૃષ્ટિકોણ પણ બદલાઈ ગયો હતો. જો કે ડેટિંગ પછી તે થોડો ચિંતિત રહ્યો અને કોર્સ કર્યા પછી બે અઠવાડિયા સુધી ઊંડી ઉથલ-પાથલથી ઘેરાયેલો રહ્યો. છતાં પણ તેને હોસ્પિટલ લઈ જવાની જરૂર પડી નહીં.'

માઈન્ડ કંટ્રોલ પ્રશિક્ષણમાં ભાગ લીધેલા કેટલાક રોગી ઘણા વર્ષો સુધી ડૉ. મૈકેંજી પાસે પોતાની સારવાર કરાવતા રહ્યા હતા તેથી તેમને લાંબા સમય સુધી કોર્સના પ્રભાવોને પારખવાની તક મળી. તેના કેટલાક પરિણામ અહીં રજૂ કરવામાં આવી રહ્યા છે :

આ બધા રોગીઓમાંથી સીજોફ્રેનિયાથી ગ્રસ્ત એક ત્રીસ વર્ષીય રોગીને એવું લાગતું હતું કે ટેલીપથી દ્વારા કોઈ તેને કોઈ બીજાની હત્યા કરવાનો આદેશ આપતું રહે છે. જો કે તે ભાગ્યશાળી હતો કારણ કે આવું કરવા માટે તે ક્યારેય યોગ્ય માણસની શોધ કરી શક્યો નહીં. માઈન્ડ કંટ્રોલ કોર્સ કર્યા પછી થેરેપી દરમિયાન તે પહેલીવાર પોતાના આ ભ્રમ વિશે ખૂલીને વાતચીત કરી શક્યો. એ સમયે તેની ભાવનાત્મક ઉર્જામાં વધારો થયો અને તેને જીવન માટે એક નવો દૃષ્ટિકોણ પણ મળ્યો. ટૂંક સમયમાં જ તેણે પી.એચ.ડી.ની ડિગ્રી પ્રાપ્ત કરવા માટે એ સંસ્થામાં પ્રવેશ પણ લઈ લીધો. ડૉ.મૈકેંજી અનુસાર 'આ બધું માઈન્ડ કંટ્રોલ કોર્સ કર્યા પછી જ શક્ય બન્યું.'

આ રોગીઓમાંથી ૨૮ રોગી એવા હતા, જે અલગ-અલગ પ્રકારના દુઃખથી ઘેરાયેલા હતા, જેમ કે ઈન્વોલ્યુશનલ (Involutional), સાઈકોટિક (Psychotic), સીજો-અફેક્ટિવ (Schizo-affective) અને મૈનિક-ડિપ્રેસિવ (Manic-depressive). આમાંથી ૨૬ રોગીઓએ કોર્સ પછી સારું અનુભવ્યું. જે બે રોગીઓએ સારું ન અનુભવ્યું, તેમણે પણ બધા પ્રશ્નોના જવાબ સારી રીતે આપ્યા અને પોતાની એ મુશ્કેલીઓને ઉકેલવામાં સફળ રહ્યા, જેના પર તે આજ સુધી ક્યારેય કામ કરી શક્યા નહોતા.

એક મનોવિકૃત મહિલાનું ઉદાહરણ

એક ૨૧ વર્ષીય મહિલા તીવ્ર મનોવિકૃતિ (Psychoses સાઈકોસિસ) ની

શરૂઆતની અવસ્થામાં હતી અને આત્મહત્યા કરવાનો નિર્ણય લઈ ચૂકી હતી. તેણે ડૉ.મૈકેંજીને વિશ્વાસ અપાવી દીધો હતો કે તેમના બતાવેલા કોઈપણ સૂચનનો ફાયદો નહીં થાય અને કોઈને કોઈ દિવસ તે ચોક્કસ આત્મહત્યા કરી લેશે. ડૉક્ટરે તેની દરેક વાત સાંભળી પહેલા તેને માઈન્ડ કંટ્રોલ કોર્સ કરવાની સલાહ આપી. ડૉક્ટરની વાત માનીને એ મહિલાએ પણ કોર્સમાં આવવાનું શરૂ કરી દીધું. પહેલું અઠવાડિયું પૂરું થતા-થતામાં ડૉ.મૈકેંજી તેની અંદર આવેલા સુધારાથી પોતે આશ્ચર્યમાં હતા. ડૉ. મૈકેંજીના અનુસાર 'એ મહિલાએ બીજા રોગીઓની તુલનામાં ક્યાંય વધારે સારી પ્રતિક્રિયા આપી હતી. આ સૌથી અદ્ભુત અને પ્રભાવશાળી રૂપાંતરણોમાંથી એક હતું.'

તે પહેલા કરતાં ક્યાંય વધારે શાંત અને કેળવાયેલા વિચારોવાળી થઈ ગઈ હતી અને તેના મગજમાંથી નકારાત્મકતાનું ભૂત ઉતરી ગયું હતું. એક ક્લીનિકલ રિપોર્ટમાં ડૉ.મૈકેંજી અને તેમના સહકર્મી ડૉ.રાઈટે લખ્યું, 'ઘણીવાર હોસ્પિટલમાં દાખલ થવા અને દવાઓના સતત સેવન છતાં એ મહિલામાં કોઈ સુધારો થયો નહોતો. માઈન્ડ કંટ્રોલ કોર્સ પૂરો કરવાના બે અઠવાડિયા પછી જ તેણે કોર્સને ફરીથી પુનરાવર્તિત કર્યો અને એકવાર ફરી તેનામાં ઉલ્લેખનીય સુધારો જોવા મળ્યો. આ પરિવર્તન નાટકીય હતું. પછીના છ મહિનાઓમાં તેના પર થેરેપીની સકારાત્મક અસર થઈ.' ડૉ.મૈકેંજી જણાવે છે કે 'માત્ર એક વર્ષની અંદર એ મહિલાએ પોતાના રોગથી પૂર્ણપણે મુક્તિ મેળવી લીધી.'

સાઈકોસિસ – આ ભયંકર માનસિક રોગોની શ્રેણીમાં આવે છે. તેની તુલનામાં ન્યૂરોસિસને ઓછો ગંભીર માનવામાં આવે છે. ન્યૂરોસિસ એવી વિકૃતિ છે, જેમાં લોકો હંમેશા એક ભ્રમમાં જીવન જીવે છે. માઈન્ડ કંટ્રોલ કોર્સ કરનારા ૧૮૯ રોગીઓમાંથી ૧૧૪ ન્યૂરોસિસથી ગ્રસ્ત હતા. એ બધાને માઈન્ડ કંટ્રોલના પ્રશિક્ષણથી ફાયદો થયો.

પોતાના ક્લીનિકલ પરિણામોમાં ડૉક્ટરોએ તેના વિશે લખ્યું :

જે લોકો પ્રશિક્ષણ પછી માઈન્ડ કંટ્રોલનો અભ્યાસ કરતા રહ્યા, તે પોતાના જીવનને ઘણી હદ સુધી ખીલવવામાં સફળ રહ્યા. જેમણે તેનો સતત અભ્યાસ ન કર્યો, તેમણે તણાવ સામે લડવા કે અગત્યના નિર્ણય લેવા જેવી કટોકટીની સ્થિતિમાં તેનો ઉપયોગ કર્યો. માઈન્ડ કંટ્રોલના પ્રશિક્ષણથી દરેકને એવું લાગ્યું, જાણે તેને પોતાના મનના વિસ્તારનો અનુભવ થયો હોય. તેમને જાણવા મળ્યું કે તે પોતાના મનનો કેવી રીતે પોતાના ફાયદા માટે ઉપયોગ કરી શકે છે. કોર્સના અંત સુધી આવતા-આવતા બધા વિદ્યાર્થીઓનું સામૂહિક પ્રોત્સાહન ખૂબ વધી ગયું હતું અને મોટાભાગના લોકોને પોતાની ભાવનાત્મક ઉર્જામાં પણ વધારો થયેલો અનુભવાતો હતો.

જે ટુકડીનું માનસિક સ્વાસ્થ્ય સારું નહોતું તેમાં પણ ક્લીનિકલ રીતે પ્રભાવશાળી પરિવર્તન દેખાયું. માત્ર એક ૨૯ વર્ષીય માણસને પોતાની ડેટિંગને કારણે થોડી મુશ્કેલીનો સામનો કરવો પડ્યો. એના સિવાય બાકીના બધા રોગીઓએ પ્રશિક્ષણથી પૂરો લાભ ઉઠાવ્યો. ઘણા રોગીઓએ ભાવનાત્મક પ્રતિક્રિયા તો ન આપી, પરંતુ તેમણે પહેલી વાર કોઈ બાબત માટે ઉત્સાહ દર્શાવ્યો. કોર્સ પછી તેમની ભાવનાત્મક ઉર્જામાં થોડું પરિવર્તન પણ દેખાયું અને એ જોવા મળ્યું કે આવનારા સમય પ્રત્યે હવે તેમનો દૃષ્ટિકોણ પહેલા કરતાં ક્યાંય વધારે સકારાત્મક છે. આમાંથી કેટલાક લોકો પોતાના માનસિક વિકારોને પણ સારી રીતે સમજવા લાગ્યા હતા. ભ્રમના શિકાર રોગી પણ માઈન્ડ કંટ્રોલ કોર્સ કર્યા પછી, પોતાના ભ્રમથી અમુક હદ સુધી મુક્ત થવામાં સફળ રહ્યા.

તેની વ્યાકુળતાનું સ્તર પણ ઘણું નીચું આવ્યું હતું અને હવે તે પહેલા કરતાં ઘણી વધારે શાંતિ અનુભવી રહ્યા હતા. રોગીઓ પોતાની સમજ વધારવા, સમસ્યાઓનો સામનો કરવા અને પોતાનો આત્મવિશ્વાસ વધારવા માટે પોતાના પર નિર્ભર રહેવાનું પણ શીખ્યા.

૧૮૯ રોગીઓમાંથી, માત્ર એકને બાદ કરતા બાકી બધાને માઈન્ડ કંટ્રોલ કોર્સથી ફાયદો થયો હતો. આ પરિણામને જોતા ડૉ.મૈકેંજીએ નિષ્કર્ષ તારવ્યો કે ‘આ ક્યાંય વધારે સુરક્ષિત અને ફાયદાકારક કોર્સ છે અને જો તેને આ સાઈકોથેરેપી એટલે કે મનોચિકિત્સાનું અંગ બનાવી દેવામાં આવે તો આ ખૂબ ઉપયોગી સાબિત થઈ શકે છે.’ હવે ડૉ.મૈકેંજીના બધા દર્દી માઈન્ડ કંટ્રોલ કોર્સ ચોક્કસ કરે છે. માઈન્ડ કંટ્રોલ કોર્સની તકનીકોની મદદથી કેટલાક રોગી તો સામાન્ય રીતે લાંબી ચાલનારી થેરેપીમાં લગભગ બે વર્ષનો સમયગાળો ઓછો કરવામાં સફળ રહ્યા છે.

ડૉ.મૈકેંજીનુ કહેવું છે કે ‘માઈન્ડ કંટ્રોલ કોર્સની ‘ડ્રીમ કંટ્રોલ’ એટલે કે સ્વપ્નને નિયંત્રિત કરવાની તકનીક તેના મનોરોગીઓ માટે ખૂબ ફાયદાકારક રહી છે અને આ સમસ્યાઓને સમજવા અને તેમને વિશ્વસનીય રીતે ઉકેલવાની દિશામાં એક ઉલ્લેખનીય તબક્કો બની શકે છે.’

ફ્રોઈડવાદી વિશ્લેષણમાં પ્રશિક્ષિત ડૉ.મૈકેંજી, સિગ્મંડ ફ્રોઈડના સ્વપ્નોના વિશ્લેષણ અને માઈન્ડ કંટ્રોલ કોર્સના વિદ્યાર્થીઓ દ્વારા સ્વપ્નોનો પ્રોગ્રામ કરવાની વ્યાખ્યામાં કોઈ ફેર જોતા નથી. તે કહે છે, ‘ફ્રોઈડના સ્વપ્નની ઈચ્છા જ, જવાબ પામવાની ઈચ્છા બની જાય છે.’ જો કે તે આ ચેતવણી પણ આપે છે કે ‘આ વાત પર ધ્યાન આપવું પણ જરૂરી છે કે અચેતન અવસ્થામાં કરવામાં આવેલા સ્વપ્નની ઈચ્છા, જાગૃત અવસ્થામાં કરવામાં આવેલા સ્વપ્નની ઈચ્છાને પાછળ તો નથી મૂકી દેતી નથી ને?

એક મહિલા રોગીનું ઉદાહરણ

ડૉ.મૈકેંજીની પાસે થોડા દિવસોથી એક મહિલા રોગી પોતાની સારવાર કરાવવા આવતી હતી. તેણે ડૉ.મૈકેંજીને ફોન કર્યો અને કહ્યું કે પેટ અને છાતીમાં પીડાને કારણે તેને હોસ્પિટલમાં દાખલ થવું પડે છે. ત્યારે ડૉ.મૈકેંજીએ તેને મનોચિકિત્સા હોસ્પિટલમાં ભરતી થવાની સલાહ આપી કારણ કે તે જાણતા હતા કે તેની યોગ્ય સારવાર આ હોસ્પિટલમાં જ થઈ શકે છે. ડૉ.મૈકેંજી તેની સમસ્યાને સમજતા હતા એટલે તેનો ફોન આવતા તેમને આશ્ચર્ય ન થયું. છેલ્લા કેટલાક દિવસોથી ડૉ.મૈકેંજીને લાગવા માંડ્યું હતું કે એ મહિલા રોગીની માનસિક સ્થિતિ વધારે કથળી રહી છે.

મનોચિકિત્સા હોસ્પિટલમાં, ડૉક્ટરે તેને એક સ્વપ્નું પ્રોગ્રામ કરવાનું કહ્યું, જેમાં તેણે પોતાને ચાર પ્રશ્નોના જવાબ મેળવવાના હતા : સમસ્યા શું છે ? સમસ્યા ક્યાં છે ? તેનું કારણ કોણ છે ? અને તેનાથી છુટકારો કેવી રીતે મેળવી શકાય છે ?

> મહિલા રોગીએ સ્વપ્નમાં જોયું કે તે પોતાના પતિ અને ત્રણ બાળકોની સાથે એક વળાંકવાળા રસ્તા પરથી પસાર થઈ રહી છે. રસ્તામાં અચાનક બરફ પડવા લાગ્યો અને તેમની કાર રસ્તા પરથી નીચે ઉતરી ગઈ. થોડી જ વારમાં આખી કાર બરફથી ઢંકાઈ ગઈ. તેના પતિએ તેને કારનું એન્જિન બંધ કરવાનું કહ્યું. ત્યારે જ ત્યાં શહેરથી આઠ-દસ લોકોએ આવીને તેમને બહાર કાઢ્યા. આ દરમિયાન તેમના ત્રણે બાળકો મૃત્યુ પામ્યા હતા.
>
> એ જગ્યાથી બરાબર આગળ જઈને તે રસ્તો પૂરો થતો હતો. ત્યાંથી એક બીજો રસ્તો જમણી તરફ નીકળતો હતો, જ્યાં જમણી તરફ એક બીજો રસ્તો સુપરહાઈવે તરફ જતો હતો. તે સુપરહાઈવે પણ જમણી તરફ હતો.

જ્યારે ડૉક્ટરે તેનું સ્વપ્ન ફરીથી સાંભળ્યું, ત્યારે તેમને લાગ્યું કે તે મહિલા પોતાના પેટના આંતરડા વિશે જણાવી રહી છે. તેમણે એ મહિલાને સ્વપ્નમાં જોયેલા વળાંકવાળા રસ્તાનો નકશો બનાવીને દેખાડવાનું કહ્યું. તેણે એવું જ કર્યું અને ડૉક્ટરે જોયું કે તે નકશો બિલકુલ માણસના આંતરડાઓ જેવો જ દેખાતો હતો. એ પછી તેના મેડિકલ પરીક્ષણમાં પણ એ જોવા મળ્યું કે તેના આંતરડાઓમાં પણ બરાબર એ જગ્યાએ એક અંતરાય હતો, જ્યાં સ્વપ્નમાં તેની કાર પડી હતી – જ્યાં તેનું નાનું અને મોટું આતંરડું એકબીજાને મળતું હતું. બીજા શબ્દોમાં, માણસની શારીરિક રચનાથી અજાણ એ મહિલા (તેણે હાઈસ્કૂલ સુધી જ અભ્યાસ કર્યો હતો) એ વીસ ઈંચ લાંબા માણસના આંતરડામાં બરાબર એ જગ્યા વિશે જણાવ્યું, જ્યાં અંતરાય હતો.

મહિલા દર્દીના સ્વપ્નનો પ્રતીકાત્મક અર્થ

જો તેના સ્વપ્નને સમજવાનો પ્રયત્ન કરવામાં આવે, તો તે બરફ કોઈ ડેરી ખાદ્ય ઉત્પાદનનું પ્રતીક હતો, જેના કારણે તેના આંતરડામાં સમસ્યા થઈ હતી.

સ્વપ્નમાં તેના પતિએ તેને કારનું એન્જિન બંધ કરવાનું કહ્યું, જેનો પ્રતીકાત્મક અર્થ હતો કે એન્જિનમાં ઈંધણની પૂર્તિ બંધ કરી દે એટલે કે તે ડેરી ખાદ્ય પદાર્થોનું સેવન કરવાનું બંધ કરી દે. વાસ્તવમાં એ મહિલા રોગીને આનાથી સારી સલાહ મળી શકતી નહોતી.

સ્વપ્નમાં તેને બચાવવા માટે આઠ-દસ લોકો આવ્યા હતા. હવે સ્વપ્નની ભાષામાં તે લોકો હતા પરંતુ વાસ્તવમાં તે કોઈ સર્જનની બંને હાથોની આંગળીઓનું પ્રતીક હતા. તેનો અર્થ જ ડૉક્ટરે તેના પર સારવાર કરી અથવા પોતાના હાથેથી શસ્ત્રક્રિયા કરી હોય, એવું બની શકે છે. સ્વપ્નમાં તેના ત્રણે બાળકો અચાનક મૃત્યુ પામ્યા. પરંતુ વાસ્તવમાં બાળકોનું ન હોવું, તેની એક અન્ય ઈચ્છાનું પૂરી થવા જેવું હતું. વાસ્તવમાં તે ઈચ્છતી હતી કે બીમારીના સમયે તેના બાળકો આવી દુ:ખદ ઘટનાથી દૂર રહે અને તેના પતિનું બધું જ ધ્યાન તેના પર રહે.

એ પછી ડૉ.મૈકેંજીએ તેને એક અન્ય હોસ્પિટલમાં મોકલી દીધી કારણ કે તેના આંતરડાઓને તાત્કાલિક સર્જરીની જરૂર હતી. એ મહિલાને પોતાના સ્વપ્નનો અર્થ સમજાઈ ગયો હતો, તેની સાથે જ માઈન્ડ કંટ્રોલ કોર્સના વર્ગમાં તેને ઘણી મહત્ત્વની જાણકારીઓ મળી હતી અને હવે તેની સર્જરી પણ થવાની હતી. આ બધી બાબતોને કારણે તેણે પોતાના શરીર પર મનના પ્રભાવને સ્વીકારી લીધો હતો અને સર્જરી કેવી હશે, તેની પૂર્વકલ્પના કર્યા પછી, તેણે પોતે પોતાના આંતરડાની સમસ્યાને દૂર કરવાનો પ્રયત્ન કર્યો. ડૉ.મૈકેંજીએ તેના સ્વપ્નનો જે અર્થ કાઢ્યો હતો, તે ડૉક્ટરી દૃષ્ટિએ બિલકુલ સાચો જોવા મળ્યો અને તેના માત્ર એક કલાક પછી જ એ મહિલાએ પોતાને આંતરડાના અંતરાયોથી મુક્ત કરી દીધી. પછી તેને સર્જરી કરાવવાની પણ જરૂર પડી નહીં. આ જોઈને તેના સર્જન પણ ચકિત રહી ગયા.

ડૉ.મૈકેંજીને પછીથી એ મહિલા વિશે એક આશ્ચર્ય પમાડે તેવી વાત જાણવા મળી કે તે મહિલા પાછલા વીસ વર્ષોમાં આંતરડાઓની આ તકલીફ માટે ચાર વાર ઓપરેશન કરાવી ચૂકી હતી. તેના સર્જનનું કહેવું હતું કે દરેક વખતે બરાબર એ જ જગ્યાએ ઘા થતો હતો. એવું લાગતું હતું, જાણે તે મનમાં ને મનમાં પોતાના રોગને પોષવાનું શીખી ગઈ હતી. જ્યારે પણ તેને માનસિક સ્તર પર તેની જરૂરિયાત અનુભવાતી, તે પોતાના માટે રોગ પેદા કરી લેતી.

એ પછી, એ મહિલાની ૧૮ વર્ષની દીકરી પોતાની સમસ્યા લઈને ડૉક્ટર

મૈકેંજીની પાસે આવી. વાસ્તવમાં તે લગ્ન પહેલાં જ ગર્ભવતી થઈ ગઈ હતી. તેને સમજાતું નહોતું કે આ પરિસ્થિતિમાં તેણે શું કરવું જોઈએ. તેણે ડૉક્ટર પાસે સલાહ માગી. ડૉ.મૈકેંજીએ તેને ડ્રીમ કંટ્રોલ એટલે કે સ્વપ્નોને નિયંત્રિત કરનારી તકનીક અપનાવવા માટે કહ્યું. તેમણે તેને વિશ્વાસ પણ અપાવ્યો કે સ્વપ્નમાં તેને તેની સમસ્યાનો ઉકેલ મળશે. એ યુવતીના સ્વપ્નમાં એક પુરુષ આવ્યો અને તેને કહ્યું કે 'આ બાળકને જન્મ આપ, ત્રણ વર્ષ પ્રતીક્ષા કર અને પછી એ પુરુષ સાથે લગ્ન કરી બીજા શહેરમાં ચાલી જા.'

ડૉ.મૈકેંજીએ કહ્યું, 'હું તેને આ સ્વપ્ન કરતાં સારી સલાહ આપી શકતો નહોતો.' આજે જ્યાં કિશોરો વચ્ચે છૂટાછેડાનો દર ૮૦ ટકા થઈ ગયો છે, એ સ્થિતિમાં જો ત્રણ વર્ષ ઘરમાં રાહ જોવી પડે, તો કોઈ વાંધો નથી. તે માણસ તેના માટે બિલકુલ યોગ્ય હતો પણ એક સફળ લગ્ન માટે જરૂરી હતું કે તે બંને પોતાના માતા-પિતા અને ઘરથી દૂર જઈને પોતાના માટે એક નવી દુનિયા વસાવે.

ડ્રીમ કંટ્રોલ તકનીકનું એક અન્ય ઉદાહરણ

એક બીજા કિસ્સામાં, આ જ તકનીકની સાથે સારવારની નવી પદ્ધતિ આગળ આવી. જેનાથી વર્ષો સુધી ચાલનારી થેરેપીની જરૂર ન પડી અને દર્દીનો ઘણો સમય બચ્યો. આ મહિલા રોગીની મુશ્કેલી એ હતી કે જો તેનો પતિ ડિનર માટે દસ મિનિટ પણ મોડો આવતો તો તે પોતાના કાંડાને ચપ્પાથી કાપી નાખતી હતી. વાસ્તવમાં એ મહિલાને લાગતું હતું કે આમ કરવાથી તે માત્ર પોતાના પતિની બેદરકારી પર પોતાની પ્રતિક્રિયા આપી રહી છે. જ્યારે વાસ્તવમાં તેની આ મુશ્કેલીનું મૂળ તેના બાળપણમાં છુપાયેલું હતું.

વાસ્તવમાં જ્યારે તે બાળકી હતી ત્યારે તેના શરાબી પિતા અવારનવાર રાત્રે ઘરે પાછા આવતા નહોતા. તેના પિતાની આ હરકતને કારણે ઘરમાં હંમેશા કલહ થતો હતો. એક નાનકડી બાળકી માટે આ અનુભવ ખરેખર ખૂબ ત્રાસદાયક હતો. તેથી હવે જ્યારે તેનો પતિ મોડો આવતો, ત્યારે તેને બરાબર એવો જ અનુભવ થતો, જેવો પિતા પાછા ન ફરતા ત્યારે થતો હતો. ડૉ.મૈકેંજી જાણતા હતા કે જો એકવાર તેણે આ વાત સમજી લીધી, તો તે પોતાનું કાંડુ કાપવાનું બંધ કરી દેશે. તે માટે ડૉક્ટરે મહિનાઓ સુધી પ્રયત્ન કર્યા પણ કશું થયું નહીં. તે મહિલા પછી બે વર્ષ સુધી અઠવાડિયામાં બે વાર થેરેપી લેતી રહી, પરંતુ બધું જ એમ જ ચાલતું રહ્યું. આખરે ડૉ.મૈકેંજીએ તેને પોતાનું સ્વપ્ન પ્રોગ્રામ કરવાની સલાહ આપી.

તેનું સ્વપ્ન આશ્ચર્યજનક રીતે ખૂબ જ રચનાત્મક રહ્યું, જેણે માત્ર એક જ દિવસમાં તેની બધી ચિંતાઓ દૂર કરી દીધી.

તેણે સ્વપ્નમાં જોયું કે ડૉ.મૈકેંજીએ તેને કેટલીક ગુસ્સો અપાવતી વાતો ટેપમાં રેકોર્ડ કરીને આપી છે. ઘરે જઈને તેણે તે ટેપ સાંભળી અને બીજી ટેપમાં તેણે પોતાની પ્રતિક્રિયા રેકોર્ડ કરી. તેણે તે બીજી ટેપ ડૉ.મૈકેંજીને સંભળાવી અને તેની દરેક પ્રતિક્રિયા પછી ડૉક્ટરે તેનું વિશ્લેષણ કહ્યું. ડૉક્ટરનું વિશ્લેષણ સાંભળી તેને લાગ્યું કે તે કેટલી મૂર્ખ છે. વાસ્તવમાં તે બે અલગ-અલગ હકીકતોની વચ્ચે મૂંઝવણથી ઘેરાઈ ગઈ હતી. તેણે પોતાના અતીતને વર્તમાનમાં ભેળવી દીધું હતું. તેનું સ્વપ્ન પહેલી વારમાં જ તેને આ વાત સમજાવવામાં સફળ રહ્યું. એ પછી તેણે ફરી ક્યારેય પોતાનું કાંડુ ચપ્પાથી કાપ્યું નહીં.

ડૉ.મૈકેંજીનું કહેવું છે, 'સ્વપ્નને પ્રોગ્રામ કરવાની આ તકનીક કારગર સાબિત થઈ અને એ મહિલા રોગીને પોતાની સમસ્યાથી પૂર્ણપણે છુટકારો મળી ગયો. સારવારના ત્રણ વર્ષ પછી જ્યારે ફરીથી તેના વિશે તપાસ કરવામાં આવી, તો જોવા મળ્યું કે તેને ફરી ક્યારેય તે સમસ્યા થઈ નહોતી અને તે બિલકુલ ઠીક છે.'

ડરની બીમારીથી મુક્તિ

એક અન્ય રોગી ક્લસ્ટ્રોફોબિયા એટલે કે બંધ જગ્યાઓ પ્રત્યે ડરની બીમારીથી ગ્રસ્ત હતો. તે પાછલા એક વર્ષથી તેનું કારણ જાણવા માટે ઝઝૂમી રહ્યો હતો. પછી તેણે પોતાનું સ્વપ્ન પ્રોગ્રામ કર્યું. સ્વપ્નમાં તેને પોતાની સાથે અન્ય ત્રણ જણા પણ દેખાયા. તે લોકો જમીન પર બાંધેલા દોરડાથી બનેલા એક વર્તુળાકાર સીમાના ઘેરાવની વચ્ચે હતા. આ વર્તુળાકાર ઘેરાવની બહાર એક ખૂણા પર એક બીજો વર્તુળાકાર ઘેરાવ હતો, જે કદમાં નાનો હતો. તેને પણ દોરડાથી ઘેરવામાં આવ્યો હતો. દરેક જણ તે નાના ઘેરાના માધ્યમથી મોટા ઘેરાના માધ્યમમાંથી બહાર નીકળવા માંગતું હતું.

આ સ્વપ્નનું મહત્ત્વ તેના પ્રતીકોને સમજ્યા પછી જ સમજાશે. આ સ્વપ્નમાં એક મોટો વર્તુળાકાર ઘેરાવ ગર્ભાશયનું પ્રતીક છે. નાનો વર્તુળાકાર ઘેરાવ સર્વિક્સ (ગર્ભાશયનું મુખ) નું પ્રતીક છે. સ્વપ્નમાં એ દર્દીને વર્તુળાકાર ઘેરાવની બહાર હર્યુ-ભર્યું ઘાસનું મેદાન અને ગાયો દેખાતી હતી, જે દૂધથી ભરેલા સ્તનોનું પ્રતીક હતી.

દર્દીનો એક સાથી નાના ઘેરાવની બહાર તરફ દોડ્યો અને તેને એક અદશ્ય અંતરાયે અટકાવી દીધો, જે કદાચ મૂત્રાશયની દીવાલનું પ્રતીક છે. તેના બેલ્ટની પાસે એક દોરી પણ બાંધેલી હતી, જેને આપણે ગર્ભનાળનું પ્રતીક માની શકીએ છીએ.

દર્દી જાણતો હતો કે તેણે આ ઘેરાવમાંથી બહાર કેવી રીતે નીકળવાનું છે પણ તેણે નક્કી કર્યું કે પહેલા બાકીના લોકો ચાલ્યા જશે, એ પછી હું જઈશ. તેનાથી

તેના મનમાં ગભરાટની ભાવના આવી ગઈ, બરાબર એવી જ ભાવના, જેવી કોઈ ભાષણ આપતા પહેલા મનમાં થાય છે. તે જાણતો હતો કે અહીંથી નીકળવા માટે તેણે જે કરવાનું છે, પોતે જ કરવાનું છે, ભલે તેનાથી તેને ભારે તણાવ અને વ્યગ્રતાનો અનુભવ થાય. આ તણાવ અને વ્યગ્રતા જન્મ લેતી વખતે થનારા આઘાતને દર્શાવે છે. અહીંથી નીકળ્યા પછી તેની બધી મુશ્કેલી અને બેચેની દૂર થઈ જશે, એ પણ તે જાણતો હતો.

એ ઘેરાવમાં રહેલા અન્ય લોકો તેના ભાઈ-બહેન હતા.

આ એક સ્વપ્નને કારણે તેને બંધ જગ્યાઓ પ્રત્યે પોતાના ડરનું કારણ સમજાઈ ગયું.

આ સ્વપ્નની ખૂબી એ નહોતી કે આ એક વ્યક્તિને તેના જન્મથી પણ પાછળના સમયમાં લઈ ગયું, આ તો એક સામાન્ય વાત છે. મહત્ત્વપૂર્ણ એ હતું કે આ સ્વપ્નએ તેને અદશ્ય અંતરાય વિશે જણાવ્યું. આ કિસ્સાએ ડૉ.મૈકેંજીને એ વિચારવા માટે મજબૂર કરી દીધા કે શું જન્મથી પૂર્વ પણ સૂક્ષ્મ દષ્ટિ હોવાની શક્યતા હોઈ શકે છે? તે પોતાના દર્દીઓને તો માઈન્ડ કંટ્રોલ કોર્સ કરવાની સલાહ આપતા હતા બલકે પોતે પણ તેનો પ્રયોગ કરતા હતા જેથી પોતાના રોગીઓની મદદ કરી શકે. તેમણે કહ્યું, 'જ્યારે પણ હું ડ્રીમ કંટ્રોલની તકનીકનો ઉપયોગ કરું છું, ત્યારે સૌથી અનોખી પ્રજ્ઞા મારી પાસે આવે છે.'

સ્ત્રીઓ વિરોધી માનસ ધરાવતા એક દર્દીનું ઉદાહરણ

એક રાત્રે ડૉ.મૈકેંજીએ એક ૨૭ વર્ષના દર્દી વિશે સ્વપ્ન પ્રોગ્રામ કર્યો, જેનું મનોવિશ્લેષણ કરવામાં આવતું હતું. લગભગ બે વર્ષથી તેના જીવનમાં કોઈ મહિલા સાથીદાર નહોતી. તેને લાગતું હતું કે બધી સ્ત્રીઓ ખરાબ છે અને તેની વિરુદ્ધ છે. ડૉ. મૈકેંજીએ પોતાના સ્વપ્નમાં પોતાને કહેતા સાંભળ્યા, 'જો તું ક્યારેક હેટ્રોસેક્સુઅલ સંબંધ (વિપરીત લિંગના સાથીની સાથે બનાવવામાં આવતા શારીરિક સંબંધ) બાંધે તો કોઈ મોટી વાત નહીં હોય.' પછીની મુલાકાતમાં દર્દીએ ડૉ.મૈકેંજીને પોતાના દિલના હાલ જણાવતા મહિલાઓ વિશે તે જ જૂની વાતો કહી. ત્યારે ડૉક્ટરે તેને બરાબર એમ જ કહ્યું, જે સ્વપ્નમાં કહ્યું હતું.

આ રીત કારગર રહી. ડૉ.મૈકેંજીના એ શબ્દોથી એ દર્દી પર સારી અસર થઈ. તે રોગી આશ્ચર્યમાં હતો. વાસ્તવમાં તે મહિલાઓથી દૂર રહેવાને બહાને પોતાની સારવારથી બચવાનો પ્રયત્ન કરતો હતો, પરંતુ હવે તેની આ રીત કામમાં આવવાની નહોતી. બીજી તરફ જેવું તેણે વિચાર્યું હતું કે હવે ક્યારેય કોઈ સ્ત્રીની સાથે તેના સ્વસ્થ સંબંધ નહીં હોય, તો તેને ગભરાટ થવા લાગ્યો. એ જ રાત્રે તે એક મહિલાની

સાથે ડેટ પર ગયો.

ડૉ.મૈકેંજી સિલ્વા માઈન્ડ કંટ્રોલ કોર્સના સલાહકાર બની ગયા. મનોવૈજ્ઞાનિક સારવારને શ્રેષ્ઠ બનાવવા માટે અને તેના યોગદાનને વધારવા માટે માઈન્ડ કંટ્રોલ કોર્સના ઉપયોગથી નવી-નવી રીતોની શોધ કરતા રહ્યા. તેની સાથે જ તે એ શક્યતાઓ પણ શોધતા રહ્યા કે બીમારીઓની જાણ થવા લાગે, અન્ય ડૉક્ટરી કાર્યોમાં માઈન્ડ કંટ્રોલ કોર્સનો ઉપયોગ કેવી રીતે કરવામાં આવે.

તેના માટે પહેલું પગલું છે, એ જાણવું કે અલગ-અલગ પ્રકારના દર્દીઓના કેસમાં માઈન્ડ કંટ્રોલની તકનીકો કેટલી વિશ્વસનીય સાબિત થઈ શકે છે. ત્રણ વર્ષના સંશોધન (રિસર્ચ) પછી તેમનું માનવું છે કે તેમણે આ વાતની તપાસ કરવાની એક યોગ્ય રીત શોધી કાઢી છે, જેને તે 'એબ્સોલ્યુટ રિસર્ચ ડિઝાઈન' એટલે કે સંપૂર્ણ શોધની રચનાનું નામ આપે છે. ડૉ.મૈકેંજીના અનુસાર આ રીતની મદદથી, માઈન્ડ કંટ્રોલ તકનીકોની વિશ્વસનીયતા તપાસવામાં સામે આવનારા બધા અંતરાયોને એક તરફ કરી, માત્ર એ જ પાસાઓની તપાસ કરે છે, જેની તપાસ જરૂરી છે. તેનો ઉદ્દેશ છે આ કેસિસનો ડૉક્ટરી ઉપયોગ કરવાની રીતો શોધવી.

મેડિકલ નિદાનમાં ઘણીવાર સર્જરી કે દવા પણ સામેલ હોય છે, જે રોગી માટે બેચેની કે જોખમનું કારણ બની શકે છે. કોઈપણ નિદાન તકનીક, દરેક પ્રસંગ માટે પરિણામકારી માની શકાતી નથી. ડૉ.મૈકેંજીનો પ્રયત્ન ડૉક્ટરી પ્રદર્શનથી એ સાબિત કરવાનો છે કે સાઈકિક રીતે મળેલા નિદાનથી રોગીને કોઈ પ્રકારની હાનિનું જોખમ હોતું નથી. પરંતુ તેના માટે તેની વિશ્વસનીયતા સાબિત કરવી પડશે.

તેમણે પહેલી વાર પોતાની 'એબ્સોલ્યુટ રિસર્ચ ડિઝાઈન' નો પ્રયોગ માઈન્ડ કંટ્રોલ કોર્સની ત્રીસ સભ્યોવાળા વર્ગમાં કર્યો. તેમાં તેમને એવા પરિણામ મળ્યા, જે બસોમાંથી માંડ એકાદ વાર જ આવે છે. આનાથી તે પ્રોત્સાહિત તો થયા પરંતુ હજુ તે પોતાની રીતોને વધારે સુધારવા ઈચ્છતા હતા જેથી તે પોતાના આંકડાને કમ્પ્યુટરમાં નોંધી શકે.

તેણે પોતાની યોજનાઓને પેન્સિલવેનિયા વિશ્વવિદ્યાલયના સાંખ્યિકી વિભાગની સાથે વહેંચી અને એ લોકોએ પણ માન્યું કે મનોરોગ નિદાન માટે તેમની તપાસની રીતો સટીક છે.

માઈન્ડ કંટ્રોલના ન્યૂઝલેટરમાં બે માનવ શરીરોના એવા ડાયગ્રામ પ્રકાશિત કરવામાં આવ્યા, જેમાં વાચકો માટે વર્તુળ બનાવવામાં આવ્યા. તેને કેસ વર્ક તરીકે આપવામાં આવ્યા હતા.

મહત્ત્વપૂર્ણ : આ પ્રયોગનો ઉદ્દેશ એ જ છે કે શરીરમાં રોગની તપાસ કરી

શકાય. મહેરબાની કરી પોતાની ઓળખ માટે, તેમાં લાગેલા નિશાન જોડે-જોડે દૂર કરી દો, જેથી પ્રયોગ દરમિયાન તપાસમાં અંતરાય ન આવે.

કેસ 'એ' : ડૈબી વૈકિઓ ૨૩ વર્ષીય યુવતી છે, જે ફ્લોરિડાના મિઆમી શહેરમાં રહે છે. તેને એક રોગ છે, કદાચ તમે તેની કંઈક મદદ કરી શકો. પોતાના માઈન્ડ કંટ્રોલ સ્તર સુધી જાઓ અને ડૈબીના શરીરની કે તેના ચિત્રની કલ્પના કરો. ધ્યાન રાખો, તમારે એ તપાસવાનું છે કે તેનો રોગ તેના શરીરના ક્યા ભાગમાં છે. જ્યારે તમને લાગે કે તમે તેના રોગ વિશે તપાસ કરી લીધી છે, તો ડાયગ્રામમાં આપવામાં આવેલા વર્તુળોમાંથી કોઈ એકમાં તેને લખી નાખો અથવા પછી નિશાન બનાવી દો.

મહત્ત્વપૂર્ણ : જો તમે ડાયગ્રામમાં એક કરતા વધારે વર્તુળો પર નિશાન લગાવો છો, તો તમારા જવાબનો અસ્વીકાર કરવામાં આવશે.

પછીના ડાયગ્રામ તરફ જતા પહેલા વચ્ચે દસ મિનિટનો વિશ્રામ લો.

કેસ 'બી' : સિંથિયા કોહેન ૨૧ વર્ષીય યુવતી છે, જે ફ્લોરિડાના મિઆમી શહેરમાં રહે છે. તેને એક રોગ છે, કદાચ તમે તેની કોઈ મદદ કરી શકો. પોતાના માઈન્ડ કંટ્રોલ સ્તર સુધી જાઓ અને સિંથિયાના શરીરની કે તેના ચિત્રની કલ્પના કરો. ધ્યાન રહે, તમારે એ તપાસવાનું છે કે તેનો રોગ તેના શરીરના ક્યા ભાગમાં છે. જ્યારે તમને લાગે કે તમે તેનો રોગ શોધી લીધો છે, તો ડાયગ્રામમાં આપેલા વર્તુળોમાંથી કોઈ એકમાં તેને લખી નાખો અથવા પછી નિશાન બનાવી દો. આ પ્રયોગ માત્ર રોગને નિશ્ચિત કરવા માટે છે તેથી એ રોગને મટાડવા માટે કોઈ પ્રયત્ન ન કરશો.

આ પ્રયોગનો ઉદ્દેશ માત્ર એ જ છે કે રોગની ઓળખ કરી શકાય. જ્યાં સુધી તમને રોગીનું નામ, ઉંમર, લિંગ અને સ્થળ વગેરે જણાવવામાં ન આવે ત્યાં સુધી પોતાના તરફથી ઉપચાર તરંગો ન આપશો. ડૉ.મૈકેંજી પોતે આ રોગીઓના રોગ વિશે જાણતા નહોતા. ફ્લોરિડા વાળા ડૉક્ટર, આ કેસના પરિણામ આવ્યા પછી જ, ડૉ.મૈકેંજીના રોગ વિશે જણાવવાના હતા. કોઈ જાણતું નહોતું કે આ રોગીઓને ક્યો રોગ હતો.

એકના બદલે બે રોગીઓના કિસ્સામાં કામ કરવું એ શોધની નવી રચનાનું કેન્દ્રબિંદુ હતું. તેનાથી ડૉ.મૈકેંજીને દરેક પ્રકારના સંશય દૂર કરવાની તક મળશે. ઉદાહરણ તરીકે, જો છ દર્દીને ડાબી ઘૂંટી પર ઈજા થતી પણ ન દર્દીને ઘૂંટી પર એવી કોઈ ઈજા નથી. છતાં પણ ન દર્દીને ડાબી ઘૂંટી પર ઘાનું નિશાન હોવાથી એ સમજવું સહેલું છે કે આ માત્ર એક અનુમાન છે. જો પાંચ વાચક પણ ન દર્દીની ઘૂંટી વિશે

વિચારતા, તો એ સ્વાભાવિક છે કે એટલા જ લોકો એ દર્દી વિશે આવું વિચારતા. હવે કલ્પના કરો કે છ દર્દીની ડાબી ઘૂંટીને ૫૦

Picture – 2 human figar

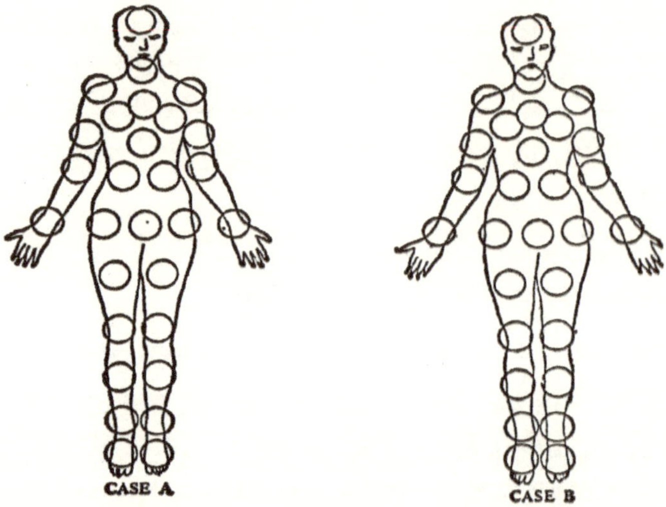

વાચકોએ નિશાન બનાવ્યું, તો આવી સ્થિતિમાં ડૉ.મૈકેંજી પોતાની કુલ સંખ્યામાંથી ૫ વાચકોને ઘટાડી દેશે કારણ કે તેમના અનુસાર આ ૫ વાચક માત્ર અનુમાન કરે છે. તેથી તે એમ માની લેશે કે ૪૫ લોકો મનોવૈજ્ઞાનિક રીતે કામ કરી રહ્યા હતા. તે પછી કમ્પ્યુટરની મદદથી પરિણામોનું સાંખ્યિકીય મહત્ત્વ આગળ લાવવામાં આવશે.

આ કારગર સાબિત થઈ શકે એ માટે બંને કિસ્સાઓનું અલગ થવું જરૂરી હતું કારણ કે જો બંનેની ઘૂંટી પર ઈજા હોત તો ગૈર-માનસિક જવાબોને અલગ કરવાની આ પદ્ધતિનો ઉપયોગ થઈ શકતો નહીં.

પરંતુ ફ્લોરિડાના ડૉક્ટરે ગરબડ કરી દીધી. તેમણે આપણને બે એવા દર્દીઓના કેસ આપી દીધા, જેમની ઘૂંટી પર ઈજા હતી. તેના કારણે ડૉ.મૈકેંજીને નવેસરથી પોતાની યોજના બનાવવી પડી જેથી કોઈ બીજી રીતે પરિણામ મેળવી શકાય. છ દર્દી અને મ દર્દીના કેસની તુલના કરવાને બદલે તેમણે અંદરોઅંદર યોગ્ય પ્રતિક્રિયાઓ અને તે પછી આવનારી સૌથી વધારે પ્રતિક્રિયાઓની સંખ્યાની તુલના કરી. પરંતુ પછી જે પરિણામો મળ્યા, તેનાથી કમ્પ્યુટરની મર્યાદાઓ આગળ આવી ગઈ. કમ્પ્યુટર પ્રમાણે આ પરિણામો એક અબજ ગણનાઓમાં એકવાર જ આવે છે અને તે પણ સંયોગથી. એ જ કારણ છે કે ડૉ.મૈકેંજી હજુ પણ પોતાના આ પ્રયોગને

નિર્ણાયક નથી માનતા કારણ કે કમ્પ્યુટર તેમની રિસર્ચ ડિઝાઈન પ્રમાણે ગણના કરી શક્યું જ નહીં.

તેમની રિસર્ચ ડિઝાઈનના જેટલા પાસાઓ વિશે અહીં જણાવવામાં આવી રહ્યું છે, તે તેનાથી ક્યાંક વધારે વિસ્તૃત છે. તેમણે આના પર કામ કરવા માટે ઘણા પ્રકારના પ્રયોગ કર્યા. એનાથી તેવા પરિણામ મળ્યા, જેને તે 'સાંખ્યિકીય રીતે મહત્ત્વપૂર્ણ પરિણામ' કહે છે. તેમની આ પરિયોજના પોતાનામાં એટલી મહત્ત્વપૂર્ણ અને પ્રાસંગિક છે કે જ્યારે તે પોતાની તકનીકોમાં બીજા પણ સુધારા કરશે, તો આપણને ચોક્કસ જ તેના વિશે બીજું પણ ઘણું સાંભળવા અને વાંચવા મળશે. દર્દીના શરીરમાં રોગનું સ્થાન બતાવવા માટે, ડાયગ્રામમાં એ જગ્યા પર બનેલા વર્તુળમાં નિશાન લગાવવાને બદલે, ડૉ.મૈકેંજી હવે માઈન્ડ કંટ્રોલના વિદ્યાર્થીઓના રોગોની યાદી આપવાના છે. જેનાથી તે સ્પષ્ટ રીતે એ દર્શાવી શકે કે રોગીના શરીરના ક્યા ભાગમાં ક્યો રોગ છે. તેનાથી રોગનું નિદાન વધારે વિશિષ્ટ રીતે થઈ શકશે.

તેમણે કહ્યું, 'આ આરંભિક અધ્યયન સાંખ્યિકીય મહત્ત્વના ઉચ્ચતમ સ્તરો તરફ સંકેત કરે છે. જો કે હું હજુ તેના પરિણામ કાઢવા માટે તૈયાર નથી. હજુ ઘણું બધું કામ કરવાનું બાકી છે. જો આગળ કરવામાં આવનારા અધ્યયન પણ આવા જ રહ્યા, તો બની શકે કે આપણે મનોચિકિત્સકને પણ આમાં સામેલ કરી લઈએ, જેથી ડૉકટરોને રોગોના નિદાનમાં વધારે મદદ મળી શકે અને તે રીતો ક્યાંક વધારે વિશ્વસનીય હોય. આ ચિકિત્સાના ક્ષેત્રમાં પોતાનામાં એક મોટી ઉપલબ્ધિ હોઈ શકે છે. જો કે હમણાં કશું જ કહેવું ઉતાવળ ગણાશે પણ હું એ જ દિશામાં કાર્યરત છું.'

માઈન્ડ કંટ્રોલ શોધ નિર્દેશક, ડૉ.વિલફ્રેડ હાન, એક બાયોકેમિસ્ટ છે અને માઈન્ડ સાયન્સ ફાઉન્ડેશનના ભૂતપૂર્વ અધ્યક્ષ પણ રહ્યા છે. તેમને ડૉ.મૈકેંજીના પ્રયત્નો વિશે ઘણી આશા છે. તેમનું પણ આ જ કહેવું છે કે 'ઓગણીસમી સદીથી જ, જ્યારે સાઈકિક રિસર્ચ માટે વૈજ્ઞાનિક પદ્ધતિઓનો ઉપયોગ થવા લાગ્યો, ત્યારથી તેના પરિણામો અંગે ઘણા પ્રશ્નાર્થ ઊભા થવા લાગ્યા. જો કે હજુ એ કહેવું મુશ્કેલ હશે કે ડૉ.મૈકેંજીને ચિકિત્સાના ક્ષેત્રમાં આ મહત્ત્વપૂર્ણ ઉપલબ્ધિ હાંસલ થશે કે નહીં. પરંતુ મારું માનવું છે કે પોતાના રિસર્ચની એક વિશિષ્ટ રીત બનાવી તેમણે એક ઉપલબ્ધિ તો પહેલા જ પ્રાપ્ત કરી લીધી છે. તેમણે સાઈકિક પ્રતિક્રિયાઓ સાથે જોડાયેલા જે પણ આંકડા ભેગા કર્યા છે, તેમની મદદથી તે બધી નકામી વાતો દૂર કરી, માત્ર અભ્યાસ માટે જરૂરી વાતો અલગ કાઢી શકાય છે. બરાબર એ જ રીતે જેમ એક કેમિસ્ટ કોઈ એક તત્ત્વનો અભ્યાસ કરતા, તેમાંથી પાણી અને અન્ય બધા તત્ત્વોને બહાર કાઢી નાખે છે.'

૧૮

તમારો આત્મવિશ્વાસ વધશે

'આપણે આપણો ઘણો બધો સમય પોતાને બીજાથી ઉતરતા સમજવામાં જ નષ્ટ કરી દઈએ છીએ. જો આપણે તેનો અડધો સમય પણ પોતાના મનને સમજવામાં લગાવીએ અને એ જાણવાનો પ્રયત્ન કરીએ કે જીવનને વધારે સારું કેવી રીતે બનાવી શકાય, તો જાણવા મળશે કે આપણે પોતાને જેટલા મજબૂત સમજીએ છીએ, તેનાથી ક્યાંય વધારે મજબૂત છીએ', ગાયિકા અને અભિનેત્રી કૈરોલ લોરેન્સ દ્વારા કહેવામાં આવેલા આ શબ્દ ૧૪ નવેમ્બર, ૧૯૭૫ના રોજ શિકાગોથી પ્રકાશિત થનારા એક મુખ્ય અખબાર 'શિકાગો ટ્રિબ્યુન' માં પ્રકાશિત થયા હતા. માઈન્ડ કંટ્રોલમાં ગ્રેજ્યુએટ થયેલી અભિનેત્રી માર્ગરીટ પિયાજાના કહેવાથી કૈરોલ માઈન્ડ કંટ્રોલ કોર્સ સાથે જોડાઈ હતી.

એ સાચું છે કે આપણામાંથી મોટાભાગના લોકો પોતાના જ વિચારના ક્ષેત્રમાં જકડાયેલા હોય છે. આ વિચાર પોતાના વિશે આપણા સીમિત વિચારોથી બને છે. આપણે કોણ છીએ અને આપણી ક્ષમતા શું છે, એ વિશે આપણી વિચારસરણી ખૂબ સીમિત હોય છે. ટૂંક સમયમાં જ તમે પોતાની સીમાઓને તોડવા અને તેનાથી બહારની નવી સ્વતંત્રતાનો અનુભવ કરશો. જ્યારે તમે એ જોશો કે તમે શું-શું કરી શકો છો, જેથી તમારો આત્મવિશ્વાસ આપોઆપ કેટલાય

ગણો વધી જશે. આ વિષય પર અનેક અભ્યાસ કરવામાં આવ્યા છે અને પરિણામ આપણી સામે છે. આ અધ્યયનોમાં એવા લોકોને સામેલ કરવામાં આવ્યા, જેમને કોઈ તકલીફ નહોતી, બસ તેમના આત્મવિશ્વાસનું સ્તર ઘટેલું હતું. તેમાં વિદ્યાર્થી, કેદી, નિર્ધન, શરાબી અને નશીલા પદાર્થોનું સેવન કરનારા લોકો સામેલ હતા.

સૌથી પહેલા આપણે વિદ્યાર્થીઓની વાત કરીએ. માઈન્ડ કંટ્રોલને 'ફુલ ક્રેડિટ કોર્સ' કહેવામાં આવે છે. તેને ૨૪ કોલેજો અને વિશ્વવિદ્યાલયો, ૧૬ હાઈ-સ્કૂલો અને ૮ એલીમેંટ્રી સ્કૂલોમાં ભણાવવામાં આવી રહ્યો છે.

તમે વિચારતા હશો કે જ્યારે અલગ-અલગ ઉંમર અને પૃષ્ઠભૂમિઓના બાળકો એક જ કોર્સ શીખતા હશે, તો તેમના પરિણામો પણ અલગ-અલગ આવતા હશે, જ્યારે એવું નથી. આ કોર્સના પરિણામોમાં અદ્ભુત સમાનતા છે તેથી એમ કહી શકાય કે બુનિયાદી રીતે તેના પરિણામોનો પહેલેથી અંદાજ લગાવી શકાય છે. કોઈપણ સ્કૂલમાં માઈન્ડ કંટ્રોલ કોર્સ ભણાવ્યા પછી એ આશા કરી શકાય છે કે વિદ્યાર્થીઓને પોતાના જીવનની યોગ્ય દિશા મળશે અને પોતાની સમસ્યાઓને ઉકેલવા માટે તેમને જે આંતરિક માર્ગદર્શન મળી રહ્યું છે, તેનાથી તે સારી રીતે દરેક સમસ્યા કે પ્રશ્નને ઉકેલી શકશે. બીજા શબ્દોમાં, તેમનો આત્મવિશ્વાસ પહેલા કરતાં વધારે વધી જશે. આ વાત સિલ્વા માઈન્ડ કંટ્રોલના ભૂતપૂર્વ શૈક્ષણિક શોધ નિર્દેશક ડૉ.જોર્જ ડિ સાઉ એ વૈજ્ઞાનિક દૃષ્ટિકોણથી સાબિત પણ કરી છે. તે આ પહેલા વિલિયમસ્પોર્ટ (પેન્સિલવેનિયા) ક્ષેત્રની એક સામુદાયિક કોલેજમાં કાઉન્સલિંગ અને ટેસ્ટિંગ ડાયરેક્ટર રહી ચૂક્યા છે.

૧૯૭૨માં ફિલાડેલ્ફિયાના હા-ઉહાન હાઈસ્કૂલમાં પહેલો ટેસ્ટ થયો, જેમાં લગભગ ૨૦૦૦ બાળકોએ ભાગ લઈને માઈન્ડ કંટ્રોલ કોર્સ પૂરો કરી લીધો. તેના એક અઠવાડિયા પહેલા અને બે અઠવાડિયા પછી, તેમાંથી ૨૨૦ યાદચ્છિક રીતે પસંદ કરેલા બાળકોને એક વ્યક્તિત્વ સંબંધિત પ્રશ્નાવલિ (Personality Questionnaire, Published by the Institute for personality and ability testing) આપવામાં આવી, જેમાં ૧૪૦ પ્રશ્ન હતા. આ પ્રશ્નાવલિ સંવેદનશીલ રીતે મનુષ્યની આત્મ-છબી (Self-image) નું મૂલ્યાંકન કરતી હતી. એ આત્મ-છબીને વ્યક્તિની ૧૪ વિશેષતાઓની સાથે એક ચિત્ર તરીકે તૈયાર કરી શકાય છે. જેમ કે સાહસિક, ઉત્સાહપૂર્ણ, આત્મનિર્ભર વગેરે. આજે પણ શોધ અને પરામર્શનમાં આ ટેસ્ટનો મોટા પાયા પર ઉપયોગ થાય છે.

૨૨૦ વિદ્યાર્થીઓની આત્મ-છબીનું મૂલ્યાંકન દર્શાવનારા આ પ્રશ્નોને એક એકલા સમૂહની પ્રોફાઈલ સાથે જોડવામાં આવ્યા. કોર્સના પહેલા અને પછીના પરિણામો પર તેની તુલના કરવામાં આવી. જેમાં જોવા મળ્યું કે બાળકોના

આત્મવિશ્વાસ અને આત્મસંયમમાં વધારો થયો અને તે પોતાને લઈને વધારે આશ્વસ્ત થઈ ગયા. તેની સાથે જ તેમનામાં રહેલી અધીરતા, અસુરક્ષા અને અતડાપણા જેવા ભાવ પણ દૂર થઈ ગયા. જો કે, તેમના કેટલાક ગુણ જેમના તેમ રહ્યા, જેમ કે તાનાશાહી અને કોઈને આધીન રહેવાની પ્રવૃત્તિ, નરમદિલ અને કઠોર માનસિકતા વગેરે. માઈન્ડ કંટ્રોલ શીખ્યા પછી એ વિદ્યાર્થીઓની અંદર પોતાના પ્રત્યે સમ્માનનો ભાવ વધી ગયો હતો.

જીવનમાં સતત આવનારા પરિવર્તનથી જીવન પ્રત્યે આપણા દૃષ્ટિકોણમાં પણ પરિવર્તન આવે છે. એ સ્વાભાવિક પણ છે. જો આજે આપણે વિદ્યાર્થીઓના કોઈ સમૂહને આ પરીક્ષણની કસોટી પર પારખીએ અને પછી ત્રણ અઠવાડિયા પછી ફરીથી તેમની પરીક્ષા લઈએ, તો બંને પરિસ્થિતિમાં જે પરિણામો મળશે, તે અલગ-અલગ હશે. આ પરીક્ષણને તૈયાર કરનારા પણ જાણે છે કે આ પ્રકારના પરિવર્તનોનું આવવું સ્વાભાવિક છે. આ પરિવર્તન કયા પ્રમાણમાં આવે છે, તેનું અનુમાન પહેલા જ મેળવી લીધું હતું.

હા-ઉહાન હાઈસ્કૂલના જે વિદ્યાર્થીઓએ માઈન્ડ કંટ્રોલનું પ્રશિક્ષણ પ્રાપ્ત કર્યું, તેના વિશે એમ કહી શકાતું હતું કે ભલે આ પરીક્ષણ હજાર વાર કરવામાં આવતું, પરંતુ દર વખતે તેમની આત્મ-છબી, આત્મવિશ્વાસ અને સ્વાભિમાનમાં વધારો જ થતો. તેની પાછળ માત્ર એક જ કારણ હતું – માઈન્ડ કંટ્રોલ.

જ્યારે કોર્સ ચાલતો હતો, ત્યારે ફિલાડેલ્ફિયા ડેઈલી ન્યૂઝના રિપોર્ટર જયો ક્લાર્કે લંચ બ્રેક દરમિયાન કેટલાક બાળકોનો ઈન્ટરવ્યૂ લીધો. ૨૭ સપ્ટેમ્બર, ૧૯૭૨ના રોજ પ્રકાશિત થયેલા એક લેખમાં, એ રિપોર્ટરે ૧૩ વર્ષની કૈટી વિશે જણાવ્યું, જેને ૮ વર્ષની ઉંમરથી જ પોતાના નખ ચાવવાની આદત હતી. કૈટીના જ શબ્દોમાં, 'હું જ્યારે પણ કોઈ વાતથી ગભરાતી, ત્યારે પોતાના નખ ચાવવા લાગતી. પરંતુ આજે સવારે જ્યારે હું આ ઓડિટોરિયમમાં હતી, ત્યારે ગભરાટ થતા નખ ચાવવા ઈચ્છતી હતી. પરંતુ મેં એવું ન કર્યું. મેં મનમાં ને મનમાં જ પોતાને કહ્યું, 'નખ ના ખાઈશ.' એ પછી મેં પોતાની આંખો બંધ કરી અને શાંત થઈ ગઈ.

એ જ રીતે પૈટ ઈજનલો નામની એક યુવતીના કહેવા પ્રમાણે એક દિવસ તેણે પણ આ જ રીત અપનાવી, જેનાથી તેના અને તેના નાના ભાઈની વચ્ચે હંમેશા થનારો ઝઘડો ટળી ગયો, જ્યારે એ દિવસ અગાઉ ક્યારેય આવું થયું નહોતું. પૈટના જ શબ્દોમાં, 'મેં પોતાને કહ્યું કે આ રીતે ગુસ્સે થવાથી શું ફાયદો છે ? ઝઘડવાથી શું મળશે ?' અને પછી મારો મારા ભાઈ સાથે ઝઘડો ન થયો. એ જ રીતે જે સવારે મારા માથામાં દુખાવો થતા મેં પોતાને કહ્યું કે મારે આ માથાના દુખાવાથી છુટકારો મેળવવો છે. આ વાંચવામાં તમને વિચિત્ર લાગશે, પરંતુ એ પછી મને ઘણી રાહત

થઈ અને માથાનો દુખાવો ઓછો થઈ ગયો.'

હવે આ શાળાના પરિણામોની સરખામણી બે અન્ય અભ્યાસો સાથે કરીએ. તેમાંથી પહેલી છે પિટ્સબર્ગના લોરેંસવિલમાં આવેલી એક કૈથોલિક સહશિક્ષણ શાળા અને બીજી છે, સેંટ ફીડેલિસ સ્થિત એક કૈથોલિક હાઈસ્કૂલ, જેમાં છોકરાઓને પાદરી બનવાનું પ્રશિક્ષણ આપવામાં આવે છે.

આ ત્રણેય શાળાઓના વિદ્યાર્થીઓમાં જે સૌથી મોટું પરિવર્તન જોવા મળ્યું, તે હતું, તેમના આત્મબળમાં થયેલો વધારો. ત્રણેય શાળાના વિદ્યાર્થીઓમાં આ પરિવર્તન એકસાથે આવ્યું. દરેક શાળામાં, વિદ્યાર્થીઓના સમૂહમાં એ હદ સુધી પરિવર્તન આવ્યું, જે હજારોમાં એકવાર જ શક્ય બને છે. આવું જ પરિવર્તન હા-ઉહાન હાઈસ્કૂલ અને લોરેંસવિલના કૈથોલિક સ્કૂલમાં પણ જોવા મળ્યું. આ બંનેની તુલનામાં આ પરિવર્તન સેંટ ફીડેલિસની કૈથોલિક સ્કૂલમાં ઓછું જોવા મળ્યું. પોતાના પ્રત્યે આશ્વસ્ત (Self-assurance) થવાની વાત કરીએ, તો ત્રણેય શાળાના વિદ્યાર્થીઓના આ ગુણમાં આવેલા પરિવર્તનનો દર અલગ-અલગ હતો, પરંતુ એ પણ સકારાત્મક જ હતો.

આ શાળાઓમાંથી મળનારા પરિણામો અંગે ડૉ.સાઉ સંતુષ્ટ નહોતા. જો કે તે પરિણામોમાં દેખાતી સકારાત્મકતાથી ખુશ હતા અને એ જોઈને આશ્વસ્ત હતા કે માઈન્ડ કંટ્રોલથી થનારો ફાયદો દરેક જગ્યાએ એક સરખો જ હોય છે. પણ કંઈક એવું હતું, જે તેમને પજવી રહ્યું હતું. પહેલાના પરીક્ષણો અને માઈન્ડ કંટ્રોલ પ્રશિક્ષણના બે અઠવાડિયા પછી થયેલા પરીક્ષણોથી એ વાતનો કોઈ સંકેત મળતો નહોતો કે જે પણ પરિવર્તન થયા છે, તે લાંબા સમય સુધી ટકશે કે નહીં.

ચાર મહિના પછી એ બાળકોનું ફરીથી પરીક્ષણ કરવામાં આવ્યું. આ પરીક્ષણમાં ડૉ.સાઉને લોરેંસવિલ અને સેંટ ફીડેલિસ શાળાઓમાંથી જે પરિણામ મળ્યા, તે આશ્ચર્યજનક હતા. તેમણે જોયું કે કોર્સના તરત પછીના બે અઠવાડિયામાં બાળકોમાં આત્મવિશ્વાસ, પોતાના માટે આશ્વસ્ત રહેવું અને સ્થિરતા જેવા ગુણોમાં જેટલો વધારો થયો હતો, તેનાથી કેટલોય વધારો પાછળના ચાર મહિનામાં થયો હતો.

આ જ અભ્યાસોના આધાર પર ડૉ.સાઉએ પોતાનો રિપોર્ટ આપતા કહ્યું :

અલગ-અલગ શૈક્ષણિક પૃષ્ઠભૂમિમાંથી આવેલા આ બાળકોની અંદર જે પરિવર્તન આવ્યા, તેમને પ્રશિક્ષક અને લેખક જૉન હોલ્ટના દૃષ્ટિકોણથી સમજી શકાય છે. તેમનું માનવું છે કે બાળકોને શિક્ષણ આપવાની પ્રક્રિયા હંમેશા એટલી મૂર્ખતાભરી હોય છે કે તેનાથી તેમની અંદર ઉદ્વેગ અને અપરાધબોધ જેવા ભાવ ઘર

કરી જાય છે અને તે બીજા પાસેથી મળનારી સ્વીકૃતિ અને સમર્થન પર જ પૂર્ણપણે નિર્ભર થઈ જાય છે. આ એ બાબતો છે, જે તેમની અંદર વિક્ષિપ્તતા, હા માં હા કરવાની અને મશીની રીતે વર્તન કરવાની પ્રવૃત્તિ પેદા કરી શકે છે. તેનાથી તેમના શિક્ષણનું સ્તર વધતું નથી અને તેમનો કોઈ માનવીય વિકાસ પણ થતો નથી. બીજા સામાજિક સંગઠનોની પરિસ્થિતિ પણ એવી જ છે એમ કહેવું ખોટું નહીં ગણાય.

માઈન્ડ કંટ્રોલના સંદર્ભમાં ઉપર આપવામાં આવેલા અભ્યાસ કે સંશોધનની જાણકારી એ દર્શાવે છે કે આ કંઈ નહીં તો શૈક્ષણિક દૃષ્ટિકોણથી એક નવો અને ઉલ્લેખનીય વિકલ્પ છે. માઈન્ડ કંટ્રોલ પ્રશિક્ષણ પછી સતત અને શક્તિશાળી પરિવર્તનની શક્યતા આગળ આવે છે. આ પરિવર્તન પોતે જ અદ્‌ભુત છે, માઈન્ડ કંટ્રોલના પ્રશિક્ષણ પછી એ વિદ્યાર્થીઓએ પોતાનું મૂલ્ય જાણ્યું અને આત્મ-નિયંત્રણ માટે એક અગત્યનું પગલું ઉઠાવ્યું. આ નિયંત્રણ કોઈપણ બાહ્ય નિયંત્રણ કરતા શ્રેષ્ઠ હતું.

જે શાળાઓમાં માઈન્ડ કંટ્રોલ શીખવવામાં આવે છે, તેમાંથી મોટાભાગની શાળાઓમાં, અધ્યાપકો પાસે પણ આ પ્રશિક્ષણ લેવાનો આગ્રહ કરવામાં આવે છે. કારણ કે અમે ઈચ્છીએ છીએ કે તે પણ આ પ્રશિક્ષણનો પૂરો લાભ પ્રાપ્ત કરે. આનાથી અધ્યાપકોના સ્વભાવમાં લવચિકતા આવે છે અને તે વધારે ધૈર્યશીલ બની જાય છે, જેનાથી વિદ્યાર્થીઓ માટે તેમની સાથે વર્ગમાં સમય વીતાવવો, પહેલા કરતાં ક્યાંય વધારે સહેલું બની જાય છે.

માનવામાં આવે છે કે જે અધ્યાપક પોતાના વિદ્યાર્થીઓ પાસેથી ઘણી વધારે અપેક્ષા નથી રાખતા, તેને ખૂબ સારા પરિણામ પણ મળતા નથી. માઈન્ડ કંટ્રોલમાં પ્રશિક્ષણ પ્રાપ્ત કરી ચૂકેલા અધ્યાપકને 'કોસ્મિક બિલ ઓફ રાઈટ' નો પહેલો અનુભવ મળ્યો, જેના વિશે જોસે ચૌદમા પ્રકરણમાં જાણકારી આપી હતી. આ માહિતી મેળવ્યા પછી કોઈપણ અધ્યાપક, જીવનમાં ક્યારેય, કોઈપણ માનસિક ક્ષમતાને ઓછી ન આંકી શકે. તે જાણે છે કે દરેક માણસની પાસે મનની અસીમ ક્ષમતા અને યોગ્યતા હોય છે. પરિણામે તે એક શ્રેષ્ઠ અધ્યાપક તરીકે આગળ આવે છે, ભલે તેના વિદ્યાર્થીઓએ ક્યારેય માઈન્ડ કંટ્રોલ વિશે સાંભળ્યું પણ ન હોય.

જો કે, હવે વિદ્યાર્થી અને અધ્યાપક બંને માઈન્ડ કંટ્રોલના ગ્રેજ્યુએટ બની જાય છે, તો વર્ગમાં ઘણા અદ્‌ભુત અનુભવ થવા લાગે છે.

ટ્યુન ઈન ની રીત

ન્યૂયોર્કના સૌથી વધારે વસ્તી ધરાવતા શહેર બફેલોની એક ગ્રેડ-સ્કૂલની અધ્યાપિકાએ પોતાના વિદ્યાર્થીઓને જ્યોર્જ વોશિંગ્ટન અને અન્ય ઐતિહાસિક

પાત્રો સાથે પોતાને ટ્યુન થવાનું એટલે કે તેમની સાથે એકરૂપ થવાનું કહ્યું જેથી તેમને ઈતિહાસના અભ્યાસમાં મદદ મળે. આ માટે વિદ્યાર્થીઓને એ તકનીકોનો ઉપયોગ કરવાનું કહેવામાં આવ્યું, જે તેઓ માઈન્ડ કંટ્રોલના અંતિમ તબક્કામાં પોતાના કેસ પર કામ કરતી વખતે શીખ્યા હતા. આ રીતે તેમણે ઈતિહાસનો અનુભવ મેળ્યો. પરીક્ષા દરમિયાન જ્યારે વિદ્યાર્થી પ્રશ્નોના જવાબ લખતા હોય છે, ત્યારે તે પોતાની અધ્યાપિકા સાથે જ ટ્યુન થઈ જાય છે. આમ કરવાથી તે પોતાના પ્રશ્નોના જવાબ સાચા છે કે નહીં, એ વાતની પુષ્ટિ કરે છે.

એક અન્ય અધ્યાપિકા, જે કોલેજમાં ભણાવતી હતી, તેણે પોતાના વિદ્યાર્થીઓને અભ્યાસ દરમિયાન મુશ્કેલ પ્રશ્નોનો જવાબ મેળવવા માટે એ જ દાર્શનિકો સાથે 'ટ્યુન ઈન' થવા માટે કહ્યું, જેમણે તે પુસ્તકો લખ્યા હતા. અધ્યાપિકાના કહેવા પ્રમાણે આ રીતે ખરેખર ખૂબ કારગર રહી.

મિસેજ જો લિટલ, વર્જીનિયા બીચમાં માઈન્ડ કંટ્રોલ લેક્ચરર છે. તેમને ૭ થી ૧૭ વર્ષની ઉંમરના બાળકોને ભણાવવામાં ખૂબ આનંદ આવે છે. તેમના કેટલાક અનુભવ નોરફોલ્ક કાઉંટીથી પ્રકાશિત થનારા 'લેજર સ્ટાર' ના અંકમાં ૧૬ જુલાઈ, ૧૯૭૫માં પ્રકાશિત થઈ ચૂક્યા છે. તેમના લેખનું શીર્ષક હતું, 'માઈન્ડ કંટ્રોલ કોર્સ પછી આગળ આવેલા ઉત્કૃષ્ટ વિદ્યાર્થી.' તેમનો એક વિદ્યાર્થી હાઈપરઈન્સિસ (બાળકોની સક્રિયતા અને ધ્યાન કેન્દ્રિત કરવામાં અસમર્થતા દર્શાવતો એક વિકાર) ની દવા લઈ રહ્યો હતો. તેને એકાગ્ર થવામાં મુશ્કેલી થતી હતી પણ કોર્સ કરવાના થોડા જ સમય પછી તેની અંદર પરિવર્તન દેખાયું. તેની મા એ જણાવ્યું, 'જ્યારથી મારા દીકરાએ માઈન્ડ કંટ્રોલનો કોર્સ કર્યો છે, તેને દવાની જરૂર પડતી નથી. સ્કૂલમાં તેના ગ્રેડ્સ પણ સી થી આગળ વધીને એ સુધી પહોંચી ગયા છે. પોતાનામાં પરિવર્તન લાવવાની ક્ષમતા તેની અંદર છે, એ જ્ઞાન માઈન્ડ કંટ્રોલે તેને શીખવ્યું છે.'

માઈન્ડ કંટ્રોલ કોર્સથી જુનિયર હાઈસ્કૂલની એક બીજી વિદ્યાર્થીનીના ગ્રેડ્સ સી થી આગળ વધીને એ સુધી પહોંચવા લાગ્યા હતા, પરંતુ સ્પેલિંગના ટેસ્ટમાં તેને હજુ પણ મુશ્કેલી પડતી હતી. કોર્સના થોડા સમય પછી તે સ્પેલિંગ ટેસ્ટમાં પણ એ ગ્રેડ લાવવામાં સફળ રહી અને એક જ વર્ષની અંદર તેની ભણવાની ક્ષમતા, ચોથા પરથી નવમા ગ્રેડના સ્તર પર આવી ગઈ.

આ કોર્સ કરનારા અને ન કરનારા વચ્ચે તુલના કરવાની કોઈ વ્યવહારિક રીત ઉપલબ્ધ નહોતી. આ બંને ટુકડીઓની વચ્ચે કોર્સ પછી આવેલા ફેરફારને માપવાની પણ કોઈ રીત નહોતી કારણ કે જે ત્રણ સ્કૂલોમાં ડૉ.સાઉના કોર્સના પહેલા અને પછીવાળા ટેસ્ટ કર્યા હતા, એ ત્રણેયના લગભગ બધા વિદ્યાર્થીઓએ માઈન્ડ કંટ્રોલ કોર્સ કર્યો હતો.

જો કે પેન્સિલવેનિયાના સ્ક્રાન્ટન વિશ્વવિદ્યાલયમાં તેમને એવું કરવાની તક મળી ગઈ. માનવ સંસાધન વિભાગના પ્રોફેસર ડોનાલ્ડ એલ. એંજલે પુનર્વાસ પરામર્શ સેવામાં ગ્રેજ્યુએટ થયેલા વિદ્યાર્થીઓને આ કોર્સ કરવાની સલાહ આપી. તેમાંથી ઘણા વિદ્યાર્થીઓએ તેમાં ભાગ લેવાની ના પાડી દીધી. આ રીતે ડૉ.સાઉને એ તક મળી ગઈ કે તે કોર્સ કરનારા અને ન કરનારાઓની વચ્ચેના અંતર પર કામ કરી શકે. તેમણે કોર્સ કરનારા ૩૫ અને કોર્સ ન કરનારા ૩૫ વિદ્યાર્થીઓને એ જ ટેસ્ટ આપ્યો, જે તેમણે હાઈસ્કૂલો માટે તૈયાર કર્યો હતો.

કોર્સ શરૂ થતાં પહેલા જ બંને વિદ્યાર્થીઓમાં અંતર જણાવા લાગ્યું. જેમણે માઈન્ડ કંટ્રોલના પ્રશિક્ષણને પસંદ કર્યો, તે અનુભવ લેવા પ્રત્યે વધારે ખુલ્લા થયા હતા અને પોતાના અંદરના અવાજ પ્રમાણે ચાલતા હતા. બીજી તરફ જે વિદ્યાર્થી આ પ્રશિક્ષણનો ભાગ બનવા ઈચ્છતા નહોતા, તે ઘણા વધારે પારંપરિક અને વ્યવહારિક હતા અને પોતાની નક્કી કરેલી ભૂમિકાની સીમામાંથી બહાર આવવા માટે તૈયાર નહોતા.

કોર્સના એક મહિના પછી, ફરીથી બંને અલગ-અલગ વિદ્યાર્થીઓની ટુકડીનો ટેસ્ટ લેવામાં આવ્યો. બંને ટુકડીના વિદ્યાર્થીઓમાં મૂળભૂત અંતર તો પહેલા જેવા જ હતા, પણ તે ઉપરાંત કેટલાક અન્ય પરિવર્તન પણ બહાર આવ્યા. માઈન્ડ કંટ્રોલ પ્રશિક્ષણની ટુકડી ભાવનાત્મક રીતે ઘણી વધારે સ્થિર અને પરિપક્વ હતી. આ ટુકડીના વિદ્યાર્થી બીજી ટુકડીની તુલનામાં પોતાના પ્રત્યે વધારે આશ્વસ્ત હતા અને વધારે શાંતિ અનુભવતા હતા.

ટૂંકમાં કહીએ તો આ અભ્યાસના પરિણામો પ્રમાણે જે લોકોએ પોતાના માટે માઈન્ડ કંટ્રોલને પસંદ કર્યો, તે આ કોર્સને ન પસંદ કરનારાઓ કરતાં બિલકુલ અલગ હતા. તેમને માઈન્ડ કંટ્રોલ કોર્સ કરવાનો ફાયદો પણ થયો હતો.

આમ તો આત્મવિશ્વાસમાં વધારો દરેક માટે મહત્ત્વપૂર્ણ હોય છે, પરંતુ આ એ વ્યક્તિ માટે જીવનરક્ષક પણ સાબિત થઈ શકે છે, જે નશીલી દવાઓ લેવા માટે ટેવાઈ ગઈ છે અને આ લતમાંથી છુટકારો મેળવવા ઈચ્છે છે. નશાની ટેવ ધરાવતા લોકોની સાથે માઈન્ડ કંટ્રોલનો અનુભવ સીમિત જ રહ્યો છે, પણ આ અનુભવ ખૂબ સારો રહ્યો.

નશાથી મુક્તિ માટે માઈન્ડ કંટ્રોલ

મૈનહટ્ટનમાં માઈન્ડ કંટ્રોલ કેન્દ્રના સહનિર્દેશક પૉલ ગ્રીવાસ એ સમજવા ઈચ્છતા હતા કે માઈન્ડ કંટ્રોલથી નશીલી દવાઓની ટેવ ધરાવતા લોકોની મદદ કેવી રીતે કરવામાં આવે. તેમણે એવા ચાર લોકો પર કામ કરવાનું શરૂ કર્યું, જે નશાનો

શિકાર હતા. તેમાંથી બે જણા મેથાડોન અને બાકીના બે હેરોઈન જેવા નશીલા પદાર્થ લેવા ટેવાયેલા હતા. મેથાડોન લેનારાને આ કોર્સ ઉપયોગી પણ લાગ્યો પણ તે પોતાની લતથી છુટકારો મેળવી શક્યા નહીં. મેથાડોનની લત ખૂબ ખરાબ હોય છે અને ઘણા ડ્રગ કાર્યક્રમોમાં હેરોઈનની આદત છોડાવવા માટે તેને આપવામાં આવે છે. મેથાડોનની આદત છોડાવવી શારીરિક રીતે ઘણું પીડાદાયક પણ હોઈ શકે છે. નશાની લત ધરાવતા લોકોનું કહેવું છે કે 'આ પીડા એટલી ભીષણ હોય છે કે તે માઈન્ડ કંટ્રોલ સાથે જોડાયેલા અભ્યાસો પર ધ્યાન એકાગ્ર કરી જ શકતા નહોતા.'

હેરોઈનની લતના શિકાર બનેલી વ્યક્તિને અચાનક આવેલી એક કૌટુંબિક સમસ્યાને કારણે પહેલા જ દિવસે કોર્સ છોડવો પડ્યો. બીજી વ્યક્તિ માઈન્ડ કંટ્રોલના પ્રશિક્ષણથી પોતાને આ લતથી છુટકારો અપાવવામાં સફળ રહ્યો અને કોર્સ પછી ઘણા મહિના સુધી નશીલી દવાઓથી દૂર રહ્યો. પરંતુ ફરી એક દિવસ તેણે પૉલ ગ્રીવાસને ફોન કરીને કહ્યું કે તે ફરીથી હેરોઈન લેવા માંડ્યો છે. તેને એકવાર ફરીથી કોર્સ કરવાનું કહેવામાં આવ્યું. પૉલ ગ્રીવાસે તેની સાથે એક આખો દિવસ વીતાવી આખો કોર્સ ફરીથી કર્યો અને થોડાક જ દિવસોમાં તે આ લતથી મુક્ત થઈ ગયો. તે પછી એ બીજા શહેરમાં ચાલ્યો ગયો એટલે પૉલ ગ્રીવાસનો તેની સાથે કોઈ સંપર્ક ન રહ્યો.

માઈન્ડ કંટ્રોલની મદદથી નશાથી ટેવાયેલા લોકોની મદદ કરવા માટે બીજો પ્રયોગ પ્રાંક્સમાં એક સામુદાયિક પરિયોજનાના આરંભથી થયો. તેમાં એવા ૧૮ લોકો સામેલ હતા, જે કોઈ જમાનામાં નશાથી ટેવાયેલા હતા. તેમાંથી કેટલાક પરિયોજનાના પ્રશાસક અને સ્ટાફના સભ્ય હતા. જેમણે કોર્સ કર્યો, તેમનું કહેવું હતું કે હવે તે પોતાના પર ખૂબ સારી રીતે કાબૂ મેળવી રહ્યા છે. કેટલાક મહિના પછી તેમાંથી કેટલાકે જણાવ્યું કે તે પોતાના પરિવારના સભ્યોને પણ આ જ પ્રશિક્ષણ આપી રહ્યા છે. આ ટેસ્ટ પહેલા અને પછી લગભગ ત્રણ મહિના સુધી કોઈ વિશ્વસનીય તપાસ કરવાનું શક્ય નહોતું કારણ કે એ અઢારમાંથી મોટાભાગના લોકો એ માટે ઉપલબ્ધ નહોતા.

શું આ બંને અનુભવોમાંથી કશું શીખી શકાય તેમ છે ? પૉલ ગ્રીવાસ કહે છે, 'હા, ભલે આપણી પાસે સાંખ્યિકીય પ્રમાણ ન હોય, પણ આ લોકોના અનુભવથી અહીં આપવામાં આવેલી બે વાતો જાણવા મળે છે.

૧) એવું ન હોવું જોઈએ કે નશાથી ટેવાયેલી કોઈ વ્યક્તિને માત્ર ૪૮ કલાક સુધી માઈન્ડ કંટ્રોલ કોર્સ કરાવ્યા પછી હંમેશા માટે તેના હાલ પર છોડી દેવામાં આવે. વાસ્તવમાં આપણામાંથી મોટાભાગના લોકો માટે આ કોર્સ એક સ્થાયી રૂપાંતરણ આપનારો અનુભવ છે, પણ નશાથી ટેવાયેલી વ્યક્તિ વર્ષો સુધી

નશાના સકંજામાં રહી ચૂકી હોય છે અને તેને શારીરિક અને માનસિક, બંને પ્રકારની લતથી છુટકારો મેળવવાનો હોય છે. તેથી એ જરૂરી થઈ જાય છે કે આ પ્રક્રિયામાં વારંવાર તેની મદદ કરવામાં આવે અને જેટલી વાર જરૂર પડે, એટલી વાર કોર્સને પુનરાવર્તિત કરવામાં આવે. પૉલ ગ્રીવાસ કહે છે, 'જો મને કોઈ નશા મુક્તિ કાર્યક્રમમાં માઈન્ડ કંટ્રોલ કોર્સને લાગુ કરવા દેવામાં આવે, તો મને પૂરી આશા છે કે કેટલાય શ્રેષ્ઠ પરિણામ મળી શકે તેમ છે.'

૨) બીજી વાત એ છે કે નશાની લતથી છુટકારો મેળવવો ભલે મુશ્કેલ હોય છે, પરંતુ નશાથી ટેવાયેલા લોકો માઈન્ડ કંટ્રોલ તકનીકોને સહેલાઈથી શીખી લે છે. પૉલ ગ્રીવાસના કહેવા પ્રમાણે તેનું કારણ એ છે કે આ કોર્સ દરમિયાન ચેતનાનું જે રૂપાંતરણ કરવાનું હોય છે, તે મોટાભાગના લોકોએ ભલે ક્યારેય કર્યું ન હોય, પરંતુ નશો કરનારા પોતાની લતને કારણે એવું ઘણીવાર કરી ચૂક્યા હોય છે. બસ તેમને એ ખબર નથી હોતી કે એ દરમિયાન પોતાને મનના ઉપયોગી સ્તર પર કેવી રીતે લઈ જવું જોઈએ, જ્યાં જઈને તે નિયંત્રણ ગુમાવવાને બદલે તેને પ્રાપ્ત કરી શકે. એ જ કારણ છે કે માઈન્ડ કંટ્રોલ આ લોકો માટે એક વરદાન સાબિત થઈ શકે છે.

જો કે આ વિશે વિસ્તૃત અભ્યાસ નથી થયા, પણ આપણી પાસે આ બાબત સાથે જોડાયેલા સફળતાના કેટલાક કિસ્સા ચોક્કસ છે, જેનાથી સાબિત થાય છે કે પૉલ ગ્રીવાસે માઈન્ડ કંટ્રોલ પર જે વિશ્વાસ દેખાડ્યો તે પાયાવિહીન નહોતો.

નશાથી મુક્ત થયેલા ગ્રેજ્યુએટનું ઉદાહરણ

એમાંથી જ એક કિસ્સો આગળ આપવામાં આવી રહ્યો છે, જે એક માઈન્ડ કંટ્રોલના ગ્રેજ્યુએટનો છે, જેણે ૧૯૭૧માં નશાની લતથી છુટકારો મેળવ્યો અને આજે પણ તેનાથી પૂર્ણપણે આઝાદ છે. તેનો કિસ્સો, તેના જ શબ્દોમાં :

હું જાણતો હતો કે મારી સમસ્યા ગંભીર છે, હું હેરોઈનની લતનો શિકાર થઈ ગયો હતો. માઈન્ડ કંટ્રોલનો કોર્સ મારી આ આદતને છોડાવવામાં કેવી રીતે સફળ થઈ શકતો હતો, તે મારા માટે આશ્ચર્યની વાત હતી કારણ કે હું મારા તરફથી દરેક ઉપાય અજમાવી ચૂક્યો હતો અને એકપણ ઉપાય સફળ રહ્યો નહોતો. આ લતથી છુટકારો મેળવવા માટે હું મારા તરફથી મનોવિજ્ઞાની, મનોચિકિત્સક, મેથાડોન પ્રોગ્રામ અને હોસ્પિટલ વગેરે દરેક જગ્યાએ જઈ ચૂક્યો હતો અને હવે કશું જ નવું અજમાવવા ઈચ્છતો નહોતો. દરરોજ ૨૦૦ ડૉલરની નશીલી દવાઓનું સેવન કરવું મારી દિનચર્યા બની ગઈ હતી અને મને લાગવા માંડ્યું હતું કે જો મેં નશો કરવાનો છોડ્યું નહીં તો કદાચ હું આવનારા ત્રણ વર્ષમાં મારા ૩૦ જન્મદિવસ સુધી પણ જીવી શકીશ નહીં.

માઈન્ડ કંટ્રોલના પ્રશિક્ષકે કહ્યું, 'વ્યક્તિની કોઈપણ આદત, તેના મગજની કોશિકાઓ પર પડનારા દબાણથી વધારે બીજું કશું નથી, જેને તે પુનરાવર્તિત કરી-કરીને તાકાતવર બનાવતો રહે છે. આ પ્રોગ્રામિંગ બદલવા માટે તેના મૂળ સુધી જવું પડશે, જ્યારે તમે તેને માત્ર ઉપરની સપાટી પર જ બદલવાનો પ્રયત્ન કરતા રહો છો. કોઈ ટેવને બદલવા માટે તેના અવચેતન સ્તર સુધી જવું જરૂરી હોય છે.' આ વાત ભલે તાર્કિક હતી પણ ભાવનાત્મક રીતે મને એવું જ લાગતું હતું કે મારા જીવનને ચલાવવા માટે અને પોતાના વિશે પોતાની નકારાત્મક ભાવનાઓથી પોતાનું રક્ષણ કરવા માટે, નશો કરવો જરૂરિયાત બની ગયો છે. એ પછી એ પ્રશિક્ષકે મને પોતાની છબી બદલવાની એક તકનીક શીખવી. જેનાથી મારે એક નબળી, ઓછી સંકલ્પ શક્તિ અને અપ્રભાવી વ્યક્તિમાંથી એક આત્મવિશ્વાસ અને સ્વાભિમાનથી ભરપૂર સ્વસ્થ વ્યક્તિ બનવાનું હતું.

જો કે સંદેહ તો હજુ પણ હતો, પરંતુ આશાનું એક કિરણ મને દેખાતું હતું એટલે હું અલ્ફા અવસ્થામાં કલ્પના કરવા લાગ્યો કે મારી અંદર પરિવર્તન આવી શકે છે. હું સવાર, બપોર અને સાંજ, દિવસમાં ત્રણ વાર પોતાનું પ્રોગ્રામિંગ કરવા લાગ્યો અને ૨૦ જુલાઈ એટલે કોર્સના ૩૦ દિવસ પછી, નશો કરવાની મારી ઈચ્છા જતી રહી. જો કે આ ૩૦ દિવસો દરમિયાન પણ હું નશો કરતો રહ્યો, પણ તેની માત્રા ક્રમશઃ ઓછી કરતો રહ્યો જેથી હું નક્કી કરેલી તારીખ સુધીમાં તેનાથી છુટકારો મેળવી શકું.

૨૦ જુલાઈ પછીથી આજ સુધી મેં હેરોઈનને હાથ પણ લગાવ્યો નથી. પહેલા જ્યારે પણ મેં નશાની આદત છોડી, થોડાક જ દિવસો પછી ફરીથી શરૂ કરી દીધી, પરંતુ આ વખતે એવું ન થયું. જાણે અંદરથી કોઈ સમજાવી રહ્યું હતું કે મારે નશો ન કરવો જોઈએ. નશો કરવાની મારી ઈચ્છા જ સમાપ્ત થઈ ગઈ, મારે કોઈ બીજા વ્યસનનો સહારો પણ ન લેવો પડ્યો અને કોઈપણ રીતે મારી ભાવનાઓનું દમન ન કરવું પડ્યું, ના કોઈ પ્રકારની તકલીફનો સામનો કરવો પડ્યો. બધું મળીને, માઈન્ડ કંટ્રોલના આ પ્રશિક્ષણે પોતાનું કામ કર્યું અને આખરે હું નશાની લતથી હંમેશા માટે મુક્ત થઈ ગયો.

શરાબની લતથી મુક્તિ

માદક પદાર્થોની સાથે જ શરાબની લત પણ ઘણા લોકોનું જીવન બરબાદ કરી નાખે છે. યુ.એસ.માં જ લાખો લોકો તેના શિકાર થઈને બરબાદ થવાને આરે છે. આ લોકોને અસહાય અવસ્થા, નિષ્ફળતા અને અપરાધબોધના ભાવમાંથી બહાર લાવવા પણ જરૂરી હોય છે જેથી તે ફરીથી પોતાનો આત્મવિશ્વાસ મેળવી શકે, પોતાના પર સંયમ રાખી શકે અને સ્વસ્થ થઈ શકે.

૧૯૭૩માં, વર્ષોથી શરાબની લતમાં ફસાયેલા ૧૫ લોકોએ હાફ વે હાઉસમાં શરાબથી મુક્તિ મેળવવા માટે એક શોધ પરિયોજનામાં ભાગ લીધો. આ પરિયોજનામાં તેમણે માઈન્ડ કંટ્રોલનું પ્રશિક્ષણ પ્રાપ્ત કર્યું. ડૉ.ડી.સાઉએ તેમના પરિણામોનું આકલન કર્યું. તેમણે આ લોકોની સાથે પણ વ્યક્તિત્વ મૂલ્યાંકનના એ જ ટેસ્ટનો ઉપયોગ કર્યો, જે પહેલા તેમના અધ્યયનમાં હતું અને આ જ ટેસ્ટ તે સ્કાન્ટન વિશ્વવિદ્યાલયના વિદ્યાર્થીઓની સાથે કરી ચૂક્યા હતા. ડૉ.ડી.સાઉ એ આ લોકોનો આ ટેસ્ટ, કોર્સથી પહેલા એક મહિનો અને કોર્સ પૂરો થયાના પછી લીધો.

કોર્સના પહેલા અને પછી, આ લોકોમાં જે સૌથી મોટું પરિવર્તન જોવા મળ્યું, તે હતું તેમના કપટી વ્યવહારમાં આવેલું પરિવર્તન. હવે તે પોતાના ઉદ્દેશોની પૂર્તિ માટે અને દરેક વસ્તુ પર નિયંત્રણ પ્રાપ્ત કરવા માટે કપટ નહોતા કરતા બલકે આત્મસંયમ શીખી રહ્યા હતા. સાથે જ તેમના વિચારમાં ખુલ્લાપણું પણ દેખાવા લાગ્યું હતું. આ એવું પરિવર્તન હતું, જે હજાર વારમાં ક્યારેક એકવાર જ શક્ય બની શકતું હતું. હાઈસ્કૂલ અને ગ્રેજ્યુએટ વિદ્યાર્થીઓમાં ટેસ્ટ અને કોર્સ પછી જે પરિવર્તન આવ્યા હતા, એ જ પરિવર્તન ત્યાં પણ જોવા મળ્યા. હવે તે માનસિક રીતે વધારે સશક્ત અનુભવી રહ્યા હતા અને તેમને પોતાના પર પહેલા કરતા વધારે ભરોસો હતો. તેમની સહજતા વધી ગઈ હતી અને નવા અનુભવો માટે તેમના વિચારમાં ખુલ્લાપણું વધી ગયું હતું. જે માણસ શરાબ છોડવા ઈચ્છી રહ્યો હોય, તેના માટે આ પરિવર્તન પોતાનામાં અદ્ભુત હતા.

એક સૌથી મોટું પરિવર્તન એ આવ્યું કે તેમની જોખમ પ્રત્યે સંવેદનશીલતા અને તણાવમાં ઘટાડો થયો. ડૉ.સાઉ લખે છે, 'જો તમારે શરાબ પીનારા લોકોનું વર્તન સમજવું હોય તો તમારે જોવું જોઈએ કે તેમની સંવેદનશીલતાને કઈ વાતોથી પડકાર મળે છે. તે હંમેશા શરાબને જ પોતાના માનસિક અને ભૌતિક લક્ષણોમાં સંતુલન લાવવાનું માધ્યમ બનાવી લે છે. પછી આ જ શરાબ તેમને તેમની બેચેની અને ગભરામણથી મુક્ત કરે છે. માઈન્ડ કંટ્રોલ કોર્સથી આત્મ-છબીમાં નિખાર આવે છે અને તણાવનો સામનો કરવાની યોગ્યતા પણ સુધરે છે. આ કોર્સ શરાબનો એક સાર્થક વિકલ્પ હોઈ શકે છે.'

હાફવે હાઉસના નિર્દેશકે રિપોર્ટ આપ્યો કે કોર્સના છ મહિના પછી, ૧૫ નવા માઈન્ડ કંટ્રોલ સ્નાતક શું કરતા હતા. તેમની ગોપનીયતા જાળવવા માટે, તેમને કોઈ નામથી સંબોધવાને બદલે માત્ર 'એસ' એટલે કે સબ્જેક્ટ કહેવામાં આવ્યા છે.

એસ-૧ : ૯૦ દિવસના નશા મુક્તિ કાર્યક્રમમાં એકવાર પણ એસ-૧ એ શરાબને હાથ નથી લગાવ્યો. માઈન્ડ કંટ્રોલ કોર્સ કરતા પહેલા એસ-૧ સુસ્ત, વિરક્ત અને ઉદાસીન પ્રકારની વ્યક્તિ હતી, પરંતુ કોર્સ પછી તે ખૂબ

જ ખુલ્લા દિલની હાસ્યપ્રિય વ્યક્તિ બની ગઈ.

એસ-૨ : માઈન્ડ કંટ્રોલ કોર્સ કર્યા પછી એસ-૨ એ નશા મુક્તિ કાર્યક્રમને વચ્ચે જ છોડી દીધો. તે આત્મવિશ્વાસથી એટલો ભરેલો હતો કે તેને હવે આવા કોઈ કોર્સની જરૂર જ ન રહી.

એસ-૩ : જ્યારથી તેણે હોસ્પિટલના નશા મુક્તિ કાર્યક્રમમાં ભાગ લીધો છે, એ દિવસ પછી તેણે શરાબ નથી પીધો. માઈન્ડ કંટ્રોલ કોર્સ કર્યા પછી તેને પોતાની લત છોડવામાં ઘણી મદદ મળી.

એસ-૪ : માઈન્ડ કંટ્રોલ કોર્સ કરતા પહેલા તે હોસ્પિટલમાં દાખલ થયો હતો. તે પછીથી તેણે ક્યારેય શરાબને હાથ પણ લગાડ્યો નથી. માઈન્ડ કંટ્રોલ કોર્સે ચોક્કસપણે તેના ઉપચારમાં મદદ કરી અને હંમેશા માટે તેનો સહારો બની ગયો.

એસ-૫ : તેને પણ નશા મુક્તિ કાર્યક્રમમાંથી પાછા આવ્યા પછી ફરીથી શરાબને હાથ લગાવવાનું મન ન થયું. તેના માટે તે માઈન્ડ કંટ્રોલ કોર્સનો આભારી છે.

એસ- ૬ : એસ ૬ એ પણ કોર્સ કર્યા પછી ફરીથી ક્યારેય શરાબ પીધો નથી. તેની અંદર આત્મ કલ્યાણની ભાવના પેદા થઈ છે અને હવે તેના આખા પરિવારમાં એક પ્રકારની સ્થિરતા જોઈ શકાય છે. કોલેજમાં, તેના ગ્રેડ્સમાં પણ સુધારો થયો છે.

એસ-૭ : અત્યાર સુધી એસ-૭ ફરીથી શરાબ તરફ આકર્ષિત થયો નથી. માઈન્ડ કંટ્રોલ કોર્સ પછી તેણે નશા મુક્તિ કાર્યક્રમ વચ્ચે જ છોડી દીધો. જો કે એ સ્પષ્ટ રીતે જોઈ શકાય છે કે તે આ કાર્યક્રમની દાર્શનિક સમજની સાથે જ પોતાનું જીવન જીવી રહ્યો છે. તેના પારિવારિક સંબંધોમાં પણ સુધારો થયો છે.

એસ- ૮ : એસ-૮ એ ફરીથી શરાબને હાથ લગાવ્યો નથી. તેના કૌટુંબિક સંબંધોમાં મહત્ત્વપૂર્ણ સુધારો થયો છે. હવે તે પહેલા જેવી ગુસ્સાભરી વ્યક્તિ નથી રહી પરંતુ એવી વ્યક્તિ બની ગઈ છે, જે પોતાના પડોશીઓને પણ પ્રેમ કરે છે.

એસ-૯ : એસ-૯ એક મહિલા છે. હવે તે શરાબને હાથ પણ લગાડતી નથી અને એક સારા પદ પર કાર્યરત છે.

એસ-૧૦ : એસ ૧૦ ફરીથી શરાબ તરફ આકર્ષિત થઈ નથી. હવે પોતાના

લક્ષ્યો પર કેન્દ્રિત રહેવાનું શીખી ગઈ છે. તેણે પોતાના પર લગાવેલી સીમાઓને તોડી નાખી છે અને હવે ઊંચી ઉપલબ્ધિઓ પ્રાપ્ત કરવા માટે નવી તકોની શોધમાં છે.

એસ-૧૧ : એસ ૧૧નું કહેવું છે કે માઈન્ડ કંટ્રોલ કોર્સ કર્યા પછી તેના જીવનનું રૂપાંતરણ થઈ ગયું છે, જેનો સકારાત્મક પ્રભાવ તેના પરિવાર અને કામ પર જોઈ શકાય છે. કોર્સ કર્યા પછી તેણે ફરીથી શરાબનું સેવન નથી કર્યું.

એસ-૧૨ : એસ ૧૨ એ નશા મુક્તિ કાર્યક્રમમાં બાર વર્ષ વીતાવ્યા. માઈન્ડ કંટ્રોલ કોર્સ કર્યા પછી, બસ એકવાર એક કલાક માટે શરાબની તલબ લાગી. એ પછી ફરીથી એવું નથી થયું.

એસ-૧૩ : હોસ્પિટલના નશા મુક્તિ કાર્યક્રમમાં ભાગ લીધા પછી એસ ૧૩ એ આજ સુધી ક્યારેય શરાબ નથી પીધો. માઈન્ડ કંટ્રોલ કોર્સ કર્યા પછી તે પોતાનું જીવન પાટા પર લઈ આવ્યો છે. પરિવાર અને કામકાજમાં પણ સુધારો દેખાઈ રહ્યો છે.

એસ-૧૪ : માઈન્ડ કંટ્રોલ કોર્સ લીધા પછી એસ ૧૪ ઘણી વાર શરાબ તરફ પાછો ફર્યો, પરંતુ દરેક વખતે તેણે કોઈની મદદ વિના જ પોતાને સંભાળી લીધી. કોઈપણ પ્રસંગે તેને હોસ્પિટલના નશા મુક્તિ કાર્યક્રમની જરૂર નથી પડી, જ્યારે માઈન્ડ કંટ્રોલ કોર્સ કરતા પહેલા તેણે દરેક વખતે પોતાની લત છોડવા માટે તેની મદદ લેવી પડતી હતી.

એસ-૧૫ : એસ ૧૫ એ આઠ વર્ષ સુધી ઘણીવાર નશા મુક્તિ કાર્યક્રમની મદદ લેવી પડી. પહેલી વાર નશાની લતનો શિકાર થઈને તેને એવું કરવું પડતું હતું, પરંતુ માઈન્ડ કંટ્રોલ કોર્સ કર્યા પછી તેણે માત્ર ચાર વાર શરાબનું સેવન કર્યું, જેમાંથી બે વાર તેને થોડા સમય માટે નશા મુક્તિ કાર્યક્રમની મદદ લેવી પડી.

શરાબ પીવાની લતના શિકાર આ પંદર વ્યક્તિના જીવનમાં માઈન્ડ કંટ્રોલ કોર્સ પોતાની રીતે પરિવર્તન લાવવામાં સફળ રહ્યો.

આ એક સંક્ષિપ્ત અભ્યાસ છે, જે આ વાતની પુષ્ટિ નથી કરતો કે માઈન્ડ કંટ્રોલ કોર્સને શરાબ જેવા વ્યસનોથી મુક્તિ મેળવવાના ઈલાજમાં એક મહત્ત્વના ભાગ તરીકે સ્વીકાર કરવો જોઈએ. જો કે આ અભ્યાસનો ભાગ બનેલા વિદ્યાર્થી અને માનસિક રોગીઓમાં આત્મ-કલ્યાણની જે ભાવના દેખાઈ અથવા ટેસ્ટ આપ્યા પછી તેમના વ્યક્તિત્વમાં જે પરિવર્તન આવ્યું, તેને જોઈને કહી શકાય છે કે શરાબ

છોડવાની ઈચ્છા ધરાવનારાઓ માટે માઈન્ડ કંટ્રોલ કોર્સ ઘણી રીતે સહાયક થઈ શકે છે. તેમણે તેને ચોક્કસ અજમાવવા જોઈએ.

કોઈના પણ આત્મવિશ્વાસ અને સ્વાભિમાનને ચૂર-ચૂર કરવા માટે શરાબ ઉપરાંત, નિર્ધનતા પણ મહત્ત્વની ભૂમિકા ભજવે છે. સમાજમાં હંમેશાથી એ ચર્ચા થતી રહી છે કે ગરીબી પેદા કરનારા કારણ ક્યા છે અને તેને દૂર કરવાની પ્રભાવશાળી રીતો કઈ છે. માઈન્ડ કંટ્રોલ આ ચર્ચામાં સામેલ નથી પણ એટલું તો નક્કી છે કે આ નિર્ધનોને સશક્ત બનાવવામાં ચોક્કસ સહાયક થઈ શકે છે જેથી તે આત્મ-કલ્યાણ માટે જરૂરી પગલાં ઉઠાવવા યોગ્ય બની શકે.

બની શકે છે કે કેટલાક લોકોને એવું લાગે કે નિર્ધનોએ પોતાની મદદ જાતે કરવા માટે કહી, આપણે એ સાબિત કરવા ઈચ્છીએ છીએ કે પોતાની હાલત માટે તે પોતે જવાબદાર છે, જ્યારે આ સાચું નથી. પરંતુ હકીકત તો એ છે કે જો દરેક ગરીબ માણસને માઈન્ડ કંટ્રોલની મદદ મળે, તો તે પોતાના સીમિત ક્ષેત્રમાંથી બહાર આવી શકે છે અને પોતાના જીવન પર શ્રેષ્ઠ નિયંત્રણ પ્રાપ્ત કરી શકે છે.

સમાજ કલ્યાણના એક કાર્યક્રમ હેઠળ ૪૧ સ્ત્રી-પુરુષો પર થઈ રહેલા અભ્યાસ દરમિયાન એ જોવાનો પ્રયત્ન કરવામાં આવ્યો કે શું માઈન્ડ કંટ્રોલ કોર્સ આ બાબતમાં સહાયક થઈ શકે છે ?

આપણે બધા જાણીએ છીએ કે જે માણસની પાસે પોતાની આજીવિકા માટે કોઈ કામ નથી હોતું, તેના સ્વાભિમાનને ઠેસ લાગે છે. તેના માટે પોતાની સમસ્યા વિશે વિચારવું અને તેમાંથી બહાર આવવું મુશ્કેલ થઈ જાય છે. એક હારેલી અને નિરાશ મનઃસ્થિતિ વાળી વ્યક્તિ સારો ઈન્ટરવ્યૂ આપી શકતી નથી અને તેની બેકારી ચિંતાઓને વધારતી જાય છે. આ રીતે તેની પાસે મદદ લેવા સિવાય બીજો કોઈ આરો રહેતો નથી. જો તેની સ્થિતિ આ હદ સુધી બગડે તે પહેલા કોઈ તેને આત્મસમ્માન જાળવી રાખવા અને પોતાની સમસ્યાઓનો ઉકેલ લાવવાની સલાહ આપી દેત, તો કદાચ તે પણ પોતાના જીવનમાં કશું કરી શકતી.

મિશિગનમાં, ઓટાવા કાઉન્ટી ડિપાર્ટમેન્ટ ઓફ સોશિયલ સર્વિસના ડાયરેક્ટર લૈરી કિલડોરનું પણ આ જ માનવું હતું. તેમણે પોતે માઈન્ડ કંટ્રોલનો કોર્સ કર્યો હતો અને તે જાણતા હતા કે આ પ્રશિક્ષણ શું કમાલ કરી શકતું હતું. તેમના મનમાં બસ આ જ એક પ્રશ્ન હતો કે શું તેના પરિણામોને માપી શકાય છે અને તે પરિણામ કેવા હશે ?

આ શોધ પરિયોજનાને તૈયાર કરવા અને તપાસવા માટે, લૈરી કિલડોર અને ડૉ.સાઉએ હોલેન્ડના હોપ કોલેજના મનોવિજ્ઞાન વિભાગના ડૉ.જેમ્સ મોટિફની

મદદ લીધી. ટેસ્ટ માટે તેમણે છ પાનાવાળા એ સો પ્રશ્નોને પસંદ કર્યા, જે 'ટેનેસી સેલ્ફ કોનસેપ્ટ ટેસ્ટ' કહેવાય છે. આ ટેસ્ટમાં પોતાના વિશે એક વ્યક્તિની સલાહના પાંચ પાસાને પરખવામાં આવે છે. આ પાસા છે - ભૌતિક, નૈતિક, અંગત, કૌટુંબિક અને સામાજિક. આ ટેસ્ટ બે વાર કરવામાં આવ્યો. એકવાર કોર્સથી પહેલા અને બીજીવાર કોર્સ પછી.

કેટલાક લોકો આ પરીક્ષણો (ટેસ્ટ) ને 'હાથ્રોન પ્રભાવો'[1] તરીકે લઈ શકે છે. ૧૯૨૦ના દાયકાના અંતમાં અને ૧૯૩૦ના આરંભમાં, વેસ્ટર્ન ઈલેકટ્રિક કંપનીએ એક શોધ પરિયોજનાનો આરંભ કર્યો હતો, જેમાં શિકાગોના હાથ્રોન પ્લાન્ટમાં કામ કરનારા કર્મચારીઓના કામકાજમાં એવું પરિવર્તન લાવવાની વાત કરવામાં આવી હતી, જે તેમનું પ્રોત્સાહન વધારી શકે. આ પરિયોજનામાં કંપનીએ જે કંઈપણ કર્યું, તેનાથી ખરેખર તેમના કર્મચારીઓનું મનોબળ વધ્યું. તે ગમે તે કરતા, તેનાથી કર્મચારીઓનું મનોબળ વધતું રહ્યું.

આ જ હાથ્રોન પ્રભાવને માપવા માટે, ડૉ.મોટિફે લોક-કલ્યાણ યોજનાઓ પાસેથી અનુદાન મેળવનારી એક બીજી ટુકડીની તપાસ કરી, જેમણે માઈન્ડ કંટ્રોલ કોર્સ કર્યો નહોતો. તેમણે બે વાર ટેસ્ટ કર્યો પણ તેમને કોઈ ફેર દેખાયો નહીં. આ ટુકડીમાં હાથ્રોન પ્રભાવ તો દેખાયો નહીં.

જેમણે માઈન્ડ કંટ્રોલ કોર્સ કર્યો, તે પોતાના વિશે શ્રેષ્ઠ વિચારની સાથે આગળ આવ્યા. કેટલાક લોકોમાં એવું પરિવર્તન દેખાયું, જે લાખો લોકોમાંથી કોઈ એકમાં હોય છે. દરેક શ્રેણીમાં અદ્‌ભુત પરિવર્તન દેખાયું. માઈન્ડ કંટ્રોલના આ નવા ગ્રેજ્યુએટ લોકોએ પહેલાની સરખામણીએ પોતાને શ્રેષ્ઠ વ્યક્તિ તરીકે જોયા અને જાણ્યા. પોતાની સમસ્યાઓનો ઉકેલ લાવવાની તેમની ક્ષમતામાં એક નવો આત્મવિશ્વાસ દેખાયો.

આ પરિવર્તનને જોતા ડૉ.મોટિફે કહ્યું, 'આ શોધ પરિયોજનાથી જે પરિણામ સામે આવ્યા, તે મેં અત્યાર સુધી જોયેલા પરિણામોમાં સૌથી વધારે ઉલ્લેખનીય છે.'

આ અભ્યાસના રિપોર્ટમાં કહેવામાં આવ્યું :

> આ વિશે વિચાર કરવામાં આવ્યો કે દુઃખ અને કષ્ટદાયક સ્થિતિમાં રહેનારી એક મા ના જીવનમાં અચાનક માઈન્ડ કંટ્રોલ કોર્સથી પરિવર્તન આવી જાય, તો આ આશાવાદી વલણ પ્રત્યે તે મા કેટલી ગ્રહણશીલ હશે ? આ ચિંતા ઝડપથી દૂર પણ થઈ ગઈ. બીજા અઠવાડિયાના અંતમાં

---

[1] હાથ્રોન પ્રભાવ એક પ્રકારની પ્રતિક્રિયા છે, જેમાં લોકોને તેમની જાગરૂકતાના જવાબમાં તેમના વ્યવહારના એક પાસાને સંશોધિત કરવામાં આવે છે.

તે બધા લોકો કોર્સ પૂરો કરવા આવ્યા, જેમણે તેના માટે પોતાનું નામ લખાવ્યું હતું. આ આંકડો પૂરા સો ટકાનો હતો. હવે તે પહેલાની જેમ શરમાળ નહોતા પરંતુ એકબીજા સાથે ખૂલીને વાતચીત કરી શકતા હતા.

દરેકની પાસે જણાવવા માટે કશુંક ને કશુંક રચનાત્મક ચોક્કસ હતું. જેમ કે કેટલાક લોકો પોતાના બાળકો પ્રત્યે નિકટતા અનુભવી રહ્યા હતા, જે તેમના માટે એક નવી અનુભૂતિ હતી....કેટલાક લોકોને હંમેશા થનારો ભયંકર માથાનો દુખાવો ગાયબ થઈ ગયો હતો....કોઈની કુંઠા કે નિરાશા ઓછી થઈ ગઈ...અને જે પોતાની સ્થૂળતાથી ચિંતિત હતા, તેમનું વજન ઘટી ગયું હતું....એક ઉજ્જવળ યુવાન મા એ તેને રોજગાર મળશે કે નહીં, એ જાણવા માટે માઈન્ડ કંટ્રોલની ‘મનનો અરીસો’ એ તકનીકની મદદ લીધી. પોતાની કલ્પનામાં તેને માત્ર એક હાથ દેખાયો, જે એક ચેક પર સાઈન કરી રહ્યો હતો. બીજા જ દિવસે તેને પોતાની મનપસંદ નોકરી મળી ગઈ.

કેદીઓ માટે પણ ઉપયોગી માઈન્ડ કંટ્રોલ કોર્સ

હંમેશા લોકો પોતાની બગડેલી આત્મછબી અને નકારાત્મક વિચારને કારણે કંઈક એવું કરી બેસે છે, જેનાથી તેમને જેલની હવા ખાવી પડે છે. આ જ વિચાર તેમને જેલમાં એક કઠોર વ્યક્તિ પણ બનાવે છે. જેલમાંથી નીકળ્યા પછી વ્યક્તિએ પોતાની બગડેલી આત્મછબીથી આઝાદી મેળવવાની હોય છે, જેમાં માત્ર તેની વિચારસરણી જ કામ આવી શકે છે. બસ તેણે પોતાની અંદર પરિવર્તન લાવવાની જરૂર હોય છે અને વિચારસરણીને સકારાત્મક બનાવવાની હોય છે. માઈન્ડ કંટ્રોલ આવા કેદીને માનસિક રીતે જે રીતે મુક્ત કરે છે, એ જ રીતે તે દરેક વ્યક્તિને કરી શકે છે. ઘણીવાર પોતાના મનોભાવોનું દમન કરવાથી જ વ્યક્તિને માથામાં દુખાવો, અલ્સર, અનિદ્રા અને વ્યવસાયી જીવનમાં નિષ્ફળતા જેવી મુશ્કેલીઓનો સામનો કરવો પડે છે. જે રીતે કેદી જેલમાં તડપે છે, એ જ રીતે વ્યક્તિ પણ તડપવા સિવાય બીજું કશું જ કરી શકતી નથી.

જેલમાં માઈન્ડ કંટ્રોલ કોર્સનો સીમિત અનુભવ કહે છે કે આ ત્યાં જ સફળ થઈ શકે છે, જ્યાં નિર્દયતા ઓછી હોય. પરંતુ આ કોર્સ પછી કેદી માટે જેલની અંદર રહેવું સજા કાપવી નહીં પરંતુ પોતાનો વિકાસ કરવા અને પોતાની જાતને શોધવાની એક તક બની જાય છે. જો કે એવું નથી કે માઈન્ડ કંટ્રોલ કોર્સ કરવાથી જેલ જ કેદી માટે સ્વર્ગ જેવું બની જશે, પણ એ નક્કી છે કે જો જેલના કેદી આ કોર્સ કરે, તો જેલ અપેક્ષા કરતાં વધારે સભ્ય સ્થળ ચોક્કસ બની શકે છે, જેની અંદર રહીને એક કેદી પોતાનો વિકાસ પણ કરી શકે છે.

જો કે આની સાથે સંબંધિત કોઈ આંકડા નોંધવામાં આવ્યા નથી, પણ કેદીઓ અને તેમના નિર્દેશકોના અનુભવ ખૂબ વિસ્તૃત રહ્યા છે. લી લોજોવિક જ્યારે ન્યૂજર્સીમાં માઈન્ડ કંટ્રોલ કોર્સના કો-ઓર્ડિનેટર હતા, ત્યારે તેમણે રાવે સ્ટેટ જેલમાં સાત વાર આ જ કોર્સ કરાવ્યો હતો. ૪ વાર, ૬૦ કેદીઓના સમૂહને અને ૩ વાર જેલના સ્ટાફને કોર્સ કરાવ્યો હતો. પછી ૧૯૭૬માં પોતાના પદ પરથી રાજીનામું આપ્યા પછી તેમણે હોમ (Hohm) નામના એક આધ્યાત્મિક સંગઠનની સ્થાપના કરી લીધી.

તેમનું કહેવું છે કે 'આ વાતને નકારી શકાય નહીં કે માઈન્ડ કંટ્રોલ કોર્સ કરવાથી કેદીઓ અને સ્ટાફને ખૂબ ફાયદો થયો. તમે તેમના ચહેરાઓ પર તેનો પ્રભાવ જોઈ શકતા હતા.' જેલના મુખ્ય અધિકારી માઈન્ડ કંટ્રોલ કોર્સથી એટલા પ્રભાવિત થયા કે તેમણે કોલેજની ડિગ્રી મેળવવા માટે ભણી રહેલા કેદીઓને પાઠ્યક્રમ માટે શૈક્ષણિક ક્રેડિટ (Academic credit) પણ આપી.

લી લોજોવિક પછી રોનાલ્ડ ગોરાયેબ પદ પર આવ્યા અને તેમણે ન્યૂજર્સીમાં દસ કેદીઓને માઈન્ડ કંટ્રોલ કોર્સ માટે મોકલ્યા. એક કેદીને જેલમાંથી મુક્ત થવાને કારણે કોર્સ વચ્ચે જ છોડીને જતા રહેવું પડ્યું, પરંતુ તે કોર્સ પૂરો કરવા માટે જેલમાં પાછો આવવા ઈચ્છતો હતો. જો કે તેને આમ કરવાની ના પાડી દેવામાં આવી. એક બીજો કેદી એકાંતમાં ધ્યાન કરવા ઈચ્છતો હતો. તેણે આગ્રહ કર્યો કે સજા સમાપ્ત થયા પછી પણ તેને થોડા વધારે દિવસ જેલમાં જ રહેવા દેવામાં આવે અને તેને તેની પરવાનગી પણ મળી ગઈ. એક બીજા કેદીએ મનની કાલ્પનિક સ્ક્રીન તકનીકની મદદથી એવી કલ્પના કરી કે તેને એક નોકરી મળી ગઈ છે કારણ કે જેલમાંથી જમાનત પર છોડવા દેવા માટે તેની સામે એવી શરત મૂકવામાં આવી હતી કે તે પોતાના માટે એક નોકરી શોધી લે. આખરે તેને નોકરી મળી ગઈ અને તે જમાનત પર છૂટી ગયો.

૧૯

વ્યવસાયિક વિશ્વમાં માઈન્ડ કંટ્રોલ

કલ્પના કરો કે તમે મર્ફીના આ નિયમમાં વિશ્વાસ ધરાવો છે કે 'જો કશું ખોટું થઈ શકે તેમ છે તો ચોક્કસ થશે અને સૌથી ખરાબ સમયે થશે.' પછી અચાનક તમને જાણ થાય છે કે એવો કોઈ નિયમ જ નથી, બલકે જોસે આનાથી પહેલા જે નિયમ વિશે લખ્યું હતું, તે છે, અધિકારોનું કોસ્મિક બિલ (Cosmic Bill of Rights) એ જ સાચું છે – 'તમે પોતાને ભાગ્યશાળી એટલા માટે અનુભવો છો કારણ કે તમે ભાગ્યશાળી છો.'

અનેક માઈન્ડ કંટ્રોલ ગ્રેજ્યુએટ્સનું કહેવું છે કે તેમના વ્યવસાયી જીવનમાં આ જ થઈ રહ્યું છે. જેમ કે સેલ્સમેનને લાગે છે કે ગ્રાહક હવે ઘણી સારી રીતે મળવા લાગ્યા છે....વૈજ્ઞાનિકને પોતાની જૂની સમસ્યાઓના ઉકેલ પણ ઝડપથી મળવા લાગ્યા છે....વ્યવસાયી એથલિટની રમતમાં ઘણો સુધારો થયો છે....બેરોજગારોને કામ મળી રહ્યું છે....અને કર્મચારીને પોતાનું કામ કરવામાં આનંદ આવી રહ્યો છે.

ન્યૂજર્સીના નટલી શહેરમાં હોફમેન-લા રોશ, ઈંક નામની કંપનીના રોજગાર વિભાગના નિર્દેશક ૪૪ વર્ષીય માઈકલ હિંગિસનું કહેવું છે, 'જ્યારે પણ હું કંપનીના માઈન્ડ કંટ્રોલ ગ્રેજ્યુએટ્સને મળું

છું, ત્યારે મને તેમનામાં હંમેશા સ્થાયી સકારાત્મક વલણ અને ખુશમિજાજીપણું દેખાય છે. દરેક વખતે મને આ જ અનુભવ થાય છે.'

હોફમેન-લા રોશ, ઈંક. વિશ્વની સૌથી મોટી દવા નિર્માણ કંપનીઓમાંની એક છે. હિંગિસ કહે છે, 'હું એક પીડાશામક દવા બનાવનારી કંપનીનો પ્રતિનિધિ છું એટલે તમને મારી વાત પર આશ્ચર્ય થઈ શકે છે, પરંતુ સાચું એ જ છે કે આપણે શ્રેષ્ઠ માનસિક સ્વાસ્થ્ય સાથે જોડાયેલા વૈકલ્પિક ઉપાયો પ્રત્યે પણ મુક્ત વલણ ધરાવીએ છીએ. આ જ કારણ છે કે આપણે ૧૯૭૩માં સિલ્વા માઈન્ડ કંટ્રોલ સાથે જોડાઈ ગયા હતા.'

મિ.હિંગિસને એક બીજી વાતે આ કોર્સની તપાસ કરવા માટે પ્રોત્સાહિત કર્યા કે કોઈપણ કંપનીના કેટલાક સૌથી પ્રભાવી કર્મચારી, પૂર્ણપણે પોતાની શક્યતાઓને ખોલતા પ્રભાવશાળી રીતે કાર્ય કરે છે. તેમને માઈન્ડ કંટ્રોલમાં જે જોવા મળ્યું, તેના કારણે તેમણે પોતાની કંપની માટે એક નવી પરિયોજના પર કામ શરૂ કર્યું. શરૂઆતમાં આ યોજના કંપનીના સહારે જ કાર્યરત થશે, પરંતુ આગળ જતાં તેમાં એટલો ઉત્સાહ પેદા થશે કે તે પોતાના દમ પર પોતે કાર્ય કરશે. આ યોજના અનુસાર કાર્ય કરવા માટે મિ.હિંગિસે રાતોરાત ૫૦ લોકોને નિયુક્ત કર્યા અને પડોશમાં રહેલા એક ચર્ચના પાદરી આલ્બટ ગોરયેબની મુલાકાત લીધી, જે માઈન્ડ કંટ્રોલના જાણીતા-માનીતા વ્યાખ્યાતાઓ પૈકીના એક હતા.

તેમની આ યોજના સફળ રહી. આજે ત્રણ વર્ષ પછી, તેમની કંપનીમાં ત્રણસોથી વધારે માઈન્ડ કંટ્રોલ ગ્રેજ્યુએટ્સ છે. જેમાં ઉચ્ચ અધિકારી, વૈજ્ઞાનિક, સેક્રેટરી, એન્જિનિયર, પ્રયોગશાળા સહાયક અને ખાનગી પ્રબંધક બધા સામેલ છે. આમાંથી ઘણાના પ્રશિક્ષણને કંપનીએ પ્રાયોજિત કરી અને કેટલાકે ખાનગી ધોરણે આ કોર્સ કર્યો.

માઈકલ હિંગિસ કહે છે, 'હું વિશેષપણે સંશોધન સાથે જોડાયેલા લોકોને જોઈને ઉત્સાહિત થઈ ગયો. પહેલા-પહેલા તો તે લોકો કમને આ કોર્સ કરી રહ્યા હતા, પણ થોડા જ સમયમાં તેમને તેમાં રસ પડવા લાગ્યો.'

હોફમેન-લા રોશના માઈન્ડ કંટ્રોલ ગ્રેજ્યુએટ્સના કેટલાક વિચાર તમારા માટે અહીં પ્રસ્તુત કરવામાં આવ્યા છે, જે સૌથી પહેલા કંપનીના ખાનગી અખબાર 'ઈનસાઈડ રોશ' માં પ્રકાશિત કરવામાં આવ્યા હતા.

૧) **મર્ચેન્ડાઈઝિંગ ડાયરેક્ટર (વેચાણ સંચાલક) :** 'આ કોર્સના કારણે મારી અંદર પોતાના પ્રત્યે સજાગતા આવી અને સાથે જ હું શીખ્યો કે કર્મચારીઓની સાથે સંવાદ સ્થાપિત કરતા કામ કેવી રીતે કરવાનું હોય છે. હવે હું મારી રુચિઓ

અને યોગ્યતાઓનો ઉપયોગ યોગ્ય દિશામાં કરવાનો પ્રયત્ન કરી રહ્યો છું જેથી મારા સમય અને ઉર્જાનું યોગ્ય રોકાણ થઈ શકે.'

૨) **સહાયક બાયોકેમિસ્ટ :** 'આ કોર્સ કર્યા પછી મારો માનસિક દૃષ્ટિકોણ બદલાઈ ગયો. જેના પરિણામ સ્વરૂપ હવે હું એ માનવા લાગ્યો છું કે જ્યારે તમારું વલણ સકારાત્મક હોય છે, ત્યારે તમારા જીવનમાં સારી બાબતો આપોઆપ જ થવા લાગે છે. આ અનુભવ કરવો ખરેખર અદ્ભુત છે કે જ્યારે બે વ્યક્તિ એકબીજા પ્રત્યે સુખદ અને સકારાત્મક દૃષ્ટિકોણ ધરાવે છે, ત્યારે તેમના સંબંધોમાં કેટલો ઉત્સાહ આવી જાય છે.'

૩) **વિભાગીય પ્રશાસક :** 'આ કોર્સ કરવાનો નિર્ણય લેવો, મારા જીવનના સૌથી સારા નિર્ણયોમાંનો એક રહ્યો. આ પ્રશિક્ષણ પ્રાપ્ત કરવું મારા માટે સૌભાગ્યની વાત છે. આમાં સકારાત્મક ચિંતન પર ભાર મૂકવામાં આવ્યો છે, જેના કારણે મને મારી માનસિક શાંતિ જાળવી રાખવાની સાથે-સાથે આત્મવિશ્વાસ વધારવામાં પણ મદદ મળી.'

૪) **પ્લાન્ટ સર્વિસ સુપરવાઈઝર :** 'આ કોર્સ કર્યા પછી હું માનસિક રીતે શાંત થઈ ગયો. હવે હું વધારે ચિંતા નથી કરતો અને દરેક વસ્તુને જરૂરથી વધારે ગંભીરતાથી નથી લીધો. મેં શાંત રહીને, પોતાના માથાના દુખાવાને નિયંત્રિત કરવાનું શીખી લીધું છે. આ કોર્સ પછી મને અહેસાસ થયો કે વિશ્વાસ જ સફળતાની ચાવી છે.'

૫) **વરિષ્ઠ સિસ્ટમ વિશ્લેષક :** 'આ કોર્સના કારણે મારા આત્મવિશ્વાસ અને સૌના હિતની ભાવનામાં વધારો થયો. આનાથી હું મારા સ્વભાવના એ પાસાઓને ઓળખવાનું શીખ્યો, જેને આપણે હંમેશા વણજોયા કરીએ છીએ. ઉદાહરણ તરીકે, આનાથી બીજાઓ પ્રત્યે અમારી સંવેદનશીલતા વધી અને અમે એવા અનુભવ મેળવ્યા, જેને તાર્કિક મન સહજ ભાવથી માનવા નથી ઈચ્છતું.'

આઈડિયા બેંક

શિકાગોમાં માઈન્ડ કંટ્રોલના વિદ્યાર્થીઓ માટે એક સહકારી સંસ્થા છે, જે બજારમાં વેચાણ યોગ્ય શોધો પર કામ કરે છે. સંસ્થાનું નામ છે, આઈડિયા બેંક, ઈંક. આ સંસ્થાનો વ્યવસાય માઈન્ડ કંટ્રોલ તકનીકોના પાયા પર જ ઊભો છે. તેની શરૂઆત ત્યારે થઈ, જ્યારે રિચર્ડ હેરો જે એ દિવસોમાં શિકાગોમાં માઈન્ડ કંટ્રોલ પ્રવૃત્તિઓના પ્રમુખ હતા, તેમણે એક જટિલ માર્કેટિંગ સમસ્યાને માઈન્ડ કંટ્રોલના વિદ્યાર્થીઓની સામે મૂકી જેથી જાણી શકાય કે અલ્ફા અને થીટાની વચ્ચે મળનારું સહજ જ્ઞાન વ્યવહારિક ઉત્તર આપી શકે છે કે નહીં? મિ.હેરો, જેમની પાસે માર્કેટિંગ

સલાહકાર તરીકે દસ વર્ષનો અનુભવ હતો, તેમની પાસે પહેલેથી જ આ માર્કેટિંગ સમસ્યાનો યોગ્ય ઉકેલ હતો, જેને શોધવામાં તેમને દસ વર્ષ લાગ્યા હતા. પરંતુ માઈન્ડ કંટ્રોલના વિદ્યાર્થીઓએ એ સમસ્યાને દસ મિનિટમાં ઉકેલીને દેખાડી દીધી.

હું આવું જ કશું થાય તેની આશા રાખી રહ્યો હતો, પરંતુ મને એ જોઈને હજુ વધારે સારું લાગ્યું કે જ્યારે લોકોએ તકનીકી સમસ્યાઓને વિશેષજ્ઞો કરતાં પણ સારી રીતે ઉકેલી દેખાડી. આ લોકો તર્કની સીમિત સીમાઓમાં બંધાયેલા નથી અને વધારે શ્રેષ્ઠ સંભાવનાઓની શોધ કરી શકે છે.

તેમણે કહ્યું, 'હું એ પરિણામ પર પહોંચ્યો છું કે આવા વીસ લોકો, જે પોતાના લેવલ પર આવીને, સામૂહિક સમજ અને કલ્પનાના જોર પર કામ કરે છે, તે એ વીસ લોકો કરતાં હજાર ગણા પ્રભાવશાળી સાબિત થાય છે, જે તર્કના જોરે સમસ્યાનો ઉકેલ શોધે છે.'

સમસ્યાઓનો ઉકેલ લાવવા માટે આ જ તકનીકોનો ઉપયોગ કરતા, રિચર્ડ હૈરોએ પ્રીસ્ટેસ્ડ કોંક્રિટના નિર્માણની નવી રીત શોધી અને તેની પેટન્ટ પણ કરાવી દીધી. આ પછી માઈન્ડ કંટ્રોલ ગ્રેજ્યુએટ્સ પોતાના નવા-નવા વિચારોની સાથે આગળ આવવા લાગ્યા. તે તેની માર્કેટિંગ વિશે જાણવા ઈચ્છતા હતા. આ રીતે આઈડિયા બેંકનો જન્મ થયો.

બધું મળીને, આઈડિયા બેંકને શરૂ થયે લગભગ બે વર્ષ થઈ ચૂક્યા છે અને હવે તેની ૧૮ શોધો બજારમાં આવવા માટે તૈયાર છે. આમાંથી એક છે 'લીફ-ઈટર', જે લોનના ઘાસની છટણી કરે છે. ઘાસને પલાળી બગીચાની માટીનું ધોવાણ રોકવા માટે તેનો ઉપયોગ કરી શકાય છે. ટી.વી. દ્વારા ઉત્પાદનોનું માર્કેટિંગ કરનારી એક ફર્મએ ૨૫ લાખ લીફ-ઈટર ખરીદી લીધા છે. આ ઉપરાંત તેમની એક અન્ય શોધ છે 'બગ પ્લગ.' આ એક પ્રકારનો ગુંદર છે, જે તૂટેલી સ્ક્રીનને જોડવા માટે કામ આવે છે. જો કે ઉપયોગ પછી તે અદશ્ય નથી થતો પરંતુ કોઈ રંગીન કીડા જેવું દેખાય છે.

કંપનીના સભ્ય મહિનામાં એકવાર, ધ્યાનના માધ્યમથી સમસ્યાઓને ઉકેલવા માટે એકબીજાની મુલાકાત લે છે. તેના સભ્યોમાં તે બધા લોકો સામેલ છે, જેમનો કોઈ આઈડિયા બજારમાં નફો કમાઈ શકે છે. આ માટે તે એક આરંભિક અને માસિક શુલ્ક આપે છે અને કંપનીના નફામાં ભાગ મેળવે છે.

રોકાણ ક્લબની શરૂઆત

શિકાગોમાં માઈન્ડ કંટ્રોલના ગ્રેજ્યુએટ તરફથી એક બીજું બિઝનેસ ગ્રુપ બનાવવામાં આવ્યું, જે એક પ્રકારની રોકાણ ક્લબ હતી. એક સ્ટોકબ્રોકરને એ વિચાર આવ્યો કે સમયમાં આગળ અને પાછળ જવાની જે ક્ષમતા મારામાં છે, તેનો

ઉપયોગ સ્ટોક એટલે કે શેર પસંદ કરવામાં પણ કરી શકાય છે. જો તમે ધ્યાનની અવસ્થામાં કોઈ શેરને ભવિષ્યમાં સારી સ્થિતિમાં જુઓ અને તેને હમણાં એટલે કે વર્તમાનમાં ખરીદીને પછી વેચી દો, તો આ નફાનો સોદો થઈ શકે છે. આ યોજના મિ. હૈરોને સારી લાગી અને તેના માટે રોકાણ ક્લબ બનાવી દેવામાં આવી. મિ,હૈરો અને અન્ય લોકો આનાથી ઉત્સુક તો હતા પરંતુ તેના માટે પૂર્ણપણે આશ્વસ્ત નહોતા. માઈન્ડ કંટ્રોલે આજ સુધી ઘણા પ્રકારની સમસ્યાઓનો ઉકેલ આપ્યો હતો, પરંતુ વાસ્તવમાં આવનારી કાલને જોવી કે વૉલ સ્ટ્રીટ (સ્ટોક એક્ષચેંજ)ના ઉતાર-ચઢાવને પહેલેથી જાણી લેવાનું સહેલું નહોતું.

આ જ શંકાને કારણે સભ્યોએ આ યોજનામાં પહેલા છ મહિના દરમિયાન સાપ્તાહિક રીતે માત્ર પ્રયોગ તરીકે જ રોકડ રોકાણ કર્યું.

દર અઠવાડિયે તે શેર બ્રોકર, દસ શેરના નામ લેતો અને બધા સભ્ય અલ્ફા અવસ્થામાં ગયા પછી, આવનારા ત્રીસ દિવસમાં પોતાના મનમાં કલ્પના કરતા. જેમાં તેમણે જોયું કે તે એ બ્રોકરની ઓફિસમાં છે અથવા અખબાર વાંચતા પોતાના શેર વિશે જ વાતો કરી રહ્યા છે. જ્યારે તે વર્તમાનમાં પાછા ફરીને, બીટા અવસ્થામાં આવ્યા ત્યારે તેમની વાતોની તપાસ કરવામાં આવી. જ્યારે કોઈ શેરને એકની સરખામણીએ ચાર વોટ મળતા, તો તેને આભાસી રીતે કાગળ પર ખરીદી લેવામાં આવતા.

પરંતુ શરૂઆતના તબક્કામાં જ એક સમસ્યા ઊભી થઈ. સભ્યોની અંદર ઘણી સકારાત્મકતા હતી, જે માઈન્ડ કંટ્રોલના વિદ્યાર્થીઓની ઓળખ હોય છે. તેથી આ સભ્યોએ શરૂઆતમાં એ જ જોયું કે તેમના શેરના ભાવ વધી રહ્યા છે, પરંતુ વધારે સકારાત્મકતાના ભરોસે શેર બજાર વિશે યોગ્ય માર્ગદર્શન મળવું મુશ્કેલ હતું. જો કે તેમણે થોડા સમયમાં જ આ વાત સમજી લીધી અને તેમાં સુધારો પણ કર્યો. પછી તેમના અનુમાન સાચા સાબિત થવા લાગ્યા. તેમની ટુકડીનો પોર્ટફોલિયો (રોકાણ સૂચિ) શેર બજારની સરેરાશ કરતાં વધારે સારો થવા લાગ્યો.

થોડા સમયમાં જ એક બીજી સમસ્યા ઊભી થઈ ગઈ. વધતા ઉત્સાહની સાથે, આ સાઈકિક રોકાણકાર પોતાના પસંદ કરેલા શેર વિશે ઘણું બધું વાંચવા લાગ્યા અને તેના વિશે વધારેમાં વધારે જાણકારી મેળવવા લાગ્યા. ધ્યાન દરમિયાન પણ આ જાણકારીનો બોજ તેમના માથા પર રહેતો, જેના કારણે તેમના નફામાં ઘટાડો થવા લાગ્યો.

તેનો ઉકેલ એ જ હતો કે દરેક શેરને એક કોડ કરેલો અંક આપી દેવામાં આવે જેથી કોઈને એ ખબર જ ના પડે કે તે ક્યા શેરનો અભ્યાસ કરી રહ્યા છે. આનાથી તેમના પરિણામમાં સુધારો થયો અને તે એકવાર ફરીથી બજારની સરેરાશથી આગળ

પહોંચી ગયા. છ માસના પરિણામોએ તેમની યોગ્યતાને પ્રમાણિત કરી દીધી હતી, તેથી હવે સાચા અર્થમાં પૈસા લગાવવાનો સમય આવી ગયો હતો.

પ્રયોગ તરીકે આભાસી રોકાણ કરવાને બદલે વાસ્તવિક ઘન રોકાણ કરવાનું આ પરિવર્તન સહેલાઈથી શક્ય બની ગયું. સભ્યો વાસ્તવમાં નફો કમાયા. જ્યારે બજાર નીચું જતું હતું ત્યારે તેના શેરની સાથે પણ એ જ થયું, પરંતુ તેના પર આખા બજાર જેટલી નકારાત્મક અસર ના પડી. જ્યારે બજારમાં ભાવ વધ્યા ત્યારે તેમને બજાર કરતાં પણ વધારે ફાયદો થયો. જો કે એક વર્ષ પછી નવી મુશ્કેલી સામે આવી. બજાર ઘણું વધારે નીચે ઉતરી ગયું. જેનાથી તેના શેર પણ નીચે ગયા. બજાર આ રીતે નીચે જવાથી ટુકડીના પોર્ટફોલિયો પર અસર પડી અને તેમને જે નુકસાન થયું, તેણે તેમનું પ્રોત્સાહન ઘટાડી દીધું.

કોઈપણ સારો રોકાણકાર તમને એમ જ કહેશે કે આ પરિસ્થિતિમાં પણ તમે પૈસા કમાવી શકો છે, બસ તમારે થોડા ઓછા શેર વેચવા પડશે. તમે એક શેર વેચો છો, ભલે તે તમારી પાસે નથી, છતાં પણ એ શેરનો ભાવ ઘટી જાય છે, તો તમે તેને ખરીદીને સામેવાળાને આપી દો છો. તેમાં વેચવાના ભાવ અને તમારા ખરીદવાના ભાવમાં જે ફેર હોય છે, તે તમારો નફો છે. તેને 'શોર્ટ સેલિંગ' કહેવામાં આવે છે. આ સંપૂર્ણ કાયદેસર છે, પણ આ કંઈક એવું છે, જાણે તમે બીજાને નુકસાન પહોંચાડી નફો કમાવી રહ્યા છો અથવા એમ કહો કે બીજાનું ખરાબ કરી તમે પોતાનું ભલું કરી રહ્યા છો. તેની સાથે જ આ રીતમાં લોકો માત્ર પોતાના ફાયદા માટે શેર બજાર પડવા જેવા ખરાબ સમાચારની રાહ પણ જુએ છે. આ પ્રવૃત્તિ માઈન્ડ કંટ્રોલ વિદ્યાર્થીઓમાં નહોતી તેથી આ રોકાણ ક્લબને બંધ કરી દેવામાં આવી.

જ્યારે આ પુસ્તક લખાતું હતું ત્યારે બજારમાં તેજી હતી અને મિ.હૈરોનું કહેવું હતું કે તે સભ્ય ફરીથી ક્લબનો ભાગ બની શકે છે.

રમત જગતમાં માઈન્ડ કંટ્રોલ

વ્યવસાયિક વિશ્વમાં માઈન્ડ કંટ્રોલની ઉપયોગિતા વિશે મિ.હૈરોના વિચાર ખૂબ સ્પષ્ટ છે, જે તેમને રમતો તરફ લઈ ગયા. તેમનું માનવું છે કે રમત પણ નવા ઉત્પાદનોનું માર્કેટિંગ અને સ્ટોક માર્કેટિંગમાં રોકાણ કરવા જેવું જ હોય છે. તમે પણ સાંભળ્યું હશે કે શિકાગોમાં ઘણા બધા વ્હાઈટ સોક્સ ખેલાડીઓએ માઈન્ડ કંટ્રોલમાં ભાગ લીધો. ૧૯૭૫ની ગરમીઓમાં આ વાતની ચર્ચા સીબીએસ ટી.વી. ના '૬૦ મિનિટ' અને એનબીસી ટી.વી.ના 'ટુડે શો' આ કાર્યક્રમોમાં થઈ. આ બધું મિ.હૈરોના કારણે શક્ય બન્યું.

જ્યારે બેઝબોલનું સત્ર પૂર્ણ થયું, ત્યારે મિ. હૈરોએ ખેલાડીઓના અંગત

સ્કોરની તુલના કરી. માઈન્ડ કંટ્રોલ પહેલા (૧૯૭૪) અને પછી (૧૯૭૫) ના સ્કોરમાં નાટકીય ફરક જોવા મળ્યો. બધાની રમતમાં સુધારો થયો હતો.

માઈન્ડ કંટ્રોલના ફાયદાના કેટલાક ઉદાહરણ

માઈન્ડ કંટ્રોલ ગ્રેજ્યુએટ્સમાં ઘણા બધા સેલ્સમેનનો પણ સમાવેશ થાય છે. વૉલ સ્ટ્રીટની એક પ્રતિષ્ઠિત ફર્મ માટે કાર્ય કરી રહેલો એક સેલ્સમેન કહે છે, 'હું મારા લેવલ પર જઈને કલ્પના કરું છું કે મને એક સફળ સેલ્સ કોલ મળી રહ્યો છે. તેના પરિણામ ખરેખર અદ્ભુત રહ્યા છે. હું પોતાને દર મહિને જણાવી દઉં છું કે આ વખતે હું આટલી રકમ કમાવવા જઈ રહ્યો છું અને પછી મહિનાના અંતમાં તે શક્ય પણ થઈ જાય છે.'

એક સ્ટીલ કંપનીના વાઈસ-પ્રેસિડેન્ટ કહે છે, 'મને મારા વ્યવસાય અને અંગત જીવનમાં પણ આ કોર્સથી ઘણો ફાયદો થયો છે એટલે હું આ કોર્સની ભલામણ મારા કર્મચારીઓ, સાથીઓ અને બાળકો માટે પણ કરવા લાગ્યો છું. આનાથી બધા લાભ મેળવી શકે છે. આનાથી તેમને પોતાના વ્યવસાયી જીવનમાં ફાયદો થશે બલકે તેમનું અંગત જીવન પણ સુધરી શકશે.'

માઈન્ડ કંટ્રોલના વિદ્યાર્થીઓના રિપોર્ટ પર વાત કરીએ, તો સૌથી શ્રેષ્ઠ પરિણામો નવી નોકરી શોધવાના કિસ્સામાં મળ્યા છે. માઈન્ડ કંટ્રોલ કોર્સથી મળનારો આત્મવિશ્વાસ સહેલાઈથી નોકરી મેળવવામાં મદદરૂપ સાબિત થાય છે. આ કોર્સ કરનારા ગ્રેજ્યુએટ્સ ઘણી સારી રીતે ઈન્ટરવ્યુ આપી શકે છે, જેનાથી તેમના જીવનની દિશા બદલાઈ જાય છે.

એક ફોટોગ્રાફરની નોકરી અચાનક ચાલી ગઈ. તેના પરિવારમાં પત્ની અને બે બાળકો હતા. તેણે પોતાના લેક્ચરરને લખ્યું :

> જો આ બધું મારા જીવનમાં આજથી પાંચ વર્ષ પહેલા થયું હોત, તો નિઃશંક હું કોઈ નજીકના શરાબખાનામાં જતો. મેં શરાબ પીને ક્યાંકને ક્યાંક મારી ગાડી ઠોકી દીધી હોત કે કોઈ બીજા શરાબીના ખભા પર માથું મૂકીને જોર-જોરથી રડતો દેખાતો.
>
> હવે માઈન્ડ કંટ્રોલ કોર્સની સાથે, હું મારા જીવનમાં આવેલા આ દુઃખદ વાદળોને હટાવી રહ્યો છું જેથી તેનો પડછાયો પણ મારા જીવન પર ના પડે. હવે હું મારા જીવનનો એરિયલ ફોટો (વિમાન કે અન્ય ઉડાન વસ્તુથી હવાઈ ફોટોગ્રાફી કરવી) લઈ રહ્યો છું એટલે કે પોતાના જીવનને ઉચ્ચ દૃષ્ટિકોણથી જોઈ રહ્યો છું. પોતાના બધા દુઃખોને એકબાજુ પર મૂકી, હું મારા મનની કાલ્પનિક સ્ક્રીન પર પોતાનું ભવિષ્ય જોવા માટે

તૈયાર છું. મને આ વાતમાં કોઈ શંકા નથી કે ટૂંક સમયમાં જ મારી પાસે એક સારી નોકરી હશે.

હું માત્ર મારા સ્તર પર ગયો અને પછી મેં પોતાને કોલેજ જતો જોયો. જ્યારે હું ઘણા સમય પહેલા જ કોલેજમાં ગ્રેજ્યુએશનનો અભ્યાસ પૂર્ણ કરી ચૂક્યો છું. આ પછી મને જાણવા મળ્યું કે 'જીઆઈ બિલ'[1] અંતર્ગત કેટલીક સુવિધાઓ માટે હું પાત્ર છું. જેનાથી મને ૪૦૦ ડૉલર મળતા અને બેરોજગારી ભથ્થાના ૩૦૦ ડૉલર અલગથી મળતા એટલે કે મને દર મહિને ૭૦૦ ડૉલર મળવાના હતા. જ્યારે નોકરીમાં મને ૫૦૦ ડૉલર જ મળતા હતા. તેની સાથે જ એક બીજો ફાયદો એ પણ થયો કે હવે હું માસિક પત્રિકાઓ કે મેગેઝિન્સ માટે ફ્રીલાન્સર તરીકે પણ કામ કરી શકતો હતો.

ન્યૂયોર્કમાં કોઈ કારણોસર એક વ્યક્તિની નોકરી ચાલી ગઈ. તેણે થોડા સમય પહેલા જ માઈન્ડ કંટ્રોલ કોર્સ કર્યો હતો. નોકરી ગયા પછી તેણે ગુસ્સામાં આવીને જોસને ફોન કર્યો અને કહ્યું કે 'હવે હું જાણવા ઈચ્છું છું કે આ સ્થિતિમાં માઈન્ડ કંટ્રોલ કોર્સ મારા માટે શું કરી શકે છે ?' જોસે તેને શાંત થઈને માઈન્ડ કંટ્રોલ કોર્સની તકનીકો અજમાવવાનું કહ્યું. ત્રણ દિવસ પછી જ એ વ્યક્તિએ ફોન કરીને કહ્યું કે તેને પહેલા કરતાં ઘણી સારી નોકરી મળી ગઈ, જેમાં તેને ત્રણ ગણું વેતન મળી રહ્યું છે.

માઈન્ડ કંટ્રોલ કોર્સના અનુભવોમાં સૌથી મજેદાર અનુભવ એક પતિ-પત્નીનો રહ્યો. તેમનો વ્યસાય હતો, લોકોની ચાવીઓ ગુમ થતાં તેમની તિજોરીઓના તાળા ખોલવા. આ કામ માટે એ બંનેમાંથી એક માનસિક રીતે પ્રયોગશાળામાં જઈ, તિજોરી અને તેના માલિકનું માનસિક ચિત્રણ કરે છે. પછી તે ક્ષણને પલટાવી એટલે કે અતીતમાં જઈને એ વ્યક્તિ પહેલા જ્યારે તિજોરી ખોલતી હતી, તે દૃશ્ય પોતાની કલ્પનામાં જુએ છે. બીજો સાથીદાર ઓરિયંટોલોજિસ્ટની ભૂમિકામાં, એ વ્યક્તિ દ્વારા બોલવામાં આવતા અંકોની રંગીન નોટ બનાવી લેતી. એ પછી બીટા અવસ્થામાં આવીને તે તિજોરીના માલિકની જાણકારીમાં તિજોરી ખોલી દેતા. આ જોઈ એ તિજોરીનો માલિક આશ્ચર્યમાં પડી જાય છે. આ રીતે સંયુક્ત રાજ્ય અમેરિકાના એક ક્ષેત્ર મિડવેસ્ટમાં એક લાઈસન્સ પ્રાપ્ત લુહાર સાઈકિક પણ હતો, જેને હંમેશા લોકોના તાળા ખોલવા માટે બોલાવવામાં આવતો હતો, જે પોતાની તિજોરીઓ પર નંબર લગાવી તેને ભૂલી જતા હતા.

---

[1] જીઆઈ વિધેયક પરિભાષા – ૧૯૪૪માં એક કાયદો બનાવવામાં આવ્યો, જેમાં બીજા વિશ્વ યુદ્ધમાં સશસ્ત્ર બળોમાં સેવા કરનારા લોકો માટે શૈક્ષણિક અને અન્ય લાભ પ્રદાન કરવામાં આવ્યા હતા. સશસ્ત્ર બળોથી સમ્માનિત લોકો માટે ફાયદા હજુ પણ ઉપલબ્ધ છે.

૨૦

આપણે અહીંથી ક્યાં જઈશું ?

માઈન્ડ કંટ્રોલમાં પહેલી સફળતા મળતા જ તમારી પોતાની શોધની એક નવી યાત્રા શરૂ થઈ જશે. પછી તમે પોતાના વિશે જે કંઈપણ જાણશો, તે બધું સકારાત્મક જ હશે. છેવટે, જ્યારે તમે જોસના કહેવા પ્રમાણે બધા અભ્યાસ પૂરા કરી લેશો, ત્યારે તમારી સામે આગળ વિકાસ કરવાના ઘણા નવા માર્ગ ખૂલી જશે.

તમે મિત્રો, પુસ્તકો અને બીજા કોર્સિસની મદદથી કેટલીક બીજી તકનીકો પણ શીખી શકો છો અને પોતાના માનસિક સ્તરને હજુ વધારે આગળ લઈ જઈ શકો છો. ત્યાં બીજી તરફ તમે એ પણ જોશો કે ચમત્કાર વારંવાર થઈ રહ્યા છે અને પછી તે તમારા માટે સામાન્ય બાબત બની જશે. તમારી સામે ખૂલનારા રહસ્યો પ્રત્યે તમારી ઉત્કંઠા અને જોશ ઘટવા લાગશે કારણ કે તેમાં નવીનતા નહીં રહે. બની શકે છે કે પછી તમે ફરીથી પોતાની જૂની અવસ્થામાં આવી જાઓ. એવું પણ બની શકે કે કોઈ એક માઈન્ડ કંટ્રોલ તકનીક, કોઈ બીજી તકનીકની તુલનામાં તમારા માટે વધારે કારગર સાબિત થાય. બની શકે છે કે તમે કોઈ એક તકનીકમાં જ વિશેષજ્ઞ થઈ જાઓ અને તે તમારા જીવનનો અગત્યનો ભાગ બની જાય.

આમાંથી કોઈપણ માર્ગ તમારા માટે સર્વશ્રેષ્ઠ માર્ગ નથી.

જો તમે બીજી તકનીકોની શોધ શરૂ કરી, તો તમને એવી ઘણી તકનીકો મળશે, જે તમારા માટે કારગર હશે. એવું પણ બની શકે છે કે તમે જે તકનીકોની શોધ કરી હોય, તેને જોસ પહેલેથી જ શોધી ચૂક્યા હોય અને તમારા કોર્સમાં તેનો ઉપયોગ કરવા માટે તેને અલગ રાખી લીધી હોય. જે લોકો નવી-નવી તકનીકો શોધવાનું કામ કરવા લાગે છે, તે તેમાંથી કેટલાકમાં વિશેષજ્ઞતા મેળવવા માટે અલગથી સમય પણ કાઢે છે. આ વિશે પછી ક્યારેક વિસ્તારથી ચર્ચા થશે.

જો તમને લાગે કે તમારા ઉત્સાહમાં ઘટાડો થઈ રહ્યો છે અને તમે પહેલાની જેમ માઈન્ડ કંટ્રોલનો અભ્યાસ કરી શકતા નથી, તો તમે આવી એકમાત્ર વ્યક્તિ નથી. એ ન ભૂલશો કે તમારો અનુભવ નકામો નથી ગયો. જોસે જોયું કે જે વ્યક્તિ એકવાર માઈન્ડ કંટ્રોલ પ્રશિક્ષણ મેળવી લે છે, તે તેને ક્યારેય ભૂલી શકતા નથી. તેને સહેલાઈથી યાદ કરી શકાય છે અને કટોકટીના સમયે તેનો ઉપયોગ પણ કરી શકાય છે.

મોટાભાગના માઈન્ડ કંટ્રોલ વિદ્યાર્થી પોતાના માટે કોઈ એક તકનીકને પસંદ કરે છે, જે તેમના માટે ખૂબ જ કારગર સાબિત થઈ હોય. તે તેમાં જ વિશેષજ્ઞતા પ્રાપ્ત કરી લે છે. તે તેનો જેટલો વધારે ઉપયોગ કરે છે, એટલા જ શ્રેષ્ઠ પરિણામો તેમને મળે છે.

માઈન્ડ કંટ્રોલ સાવચેતીથી પસંદ કરેલા એ માનસિક અભ્યાસો અને તકનીકોનો સમૂહ છે, જે એક-બીજાને બળ પૂરું પાડે છે. કોઈ રીત કારગર નથી રહી, એમ વિચારી તેની ઉપેક્ષા કરવી યોગ્ય નહીં ગણાય કારણ કે આ રીતે તમે સંપૂર્ણ વિકાસની શક્યતાને નકારી દો છો. ડ્રીમ કંટ્રોલથી માનસિક સ્ક્રીનની ક્ષમતાને બળ મળે છે, માનસિક સ્ક્રીન ડ્રીમ કંટ્રોલને ભરોસાપાત્ર અને જીવંત બનાવે છે. આ કોર્સ અને પુસ્તકમાં આપવામાં આવેલા પ્રકરણ તો માત્ર એક નાનકડો ભાગ છે, સંપૂર્ણ જાણકારી તો આના કરતાં ક્યાંય વધારે છે.

છતાં પણ તમે વિચારી રહ્યા હશો કે તેનો અભ્યાસ કરી તેને કારગર બનાવ્યા પછી તમે બીજું શું કરી શકો છો ?

માત્ર માઈન્ડ કંટ્રોલ કરવું જ પૂરતું નથી. તે પણ ઘણું અગત્યનું છે કે આ નિયંત્રણ કેટલા સ્તરના હોવા જોઈએ અને ભવિષ્યમાં તમારો અનુભવ શું હશે.

એકવાર એક વિદ્યાર્થીએ જોસને પૂછ્યું, 'કઈ ક્ષણે અથવા બિંદુએ વ્યક્તિને એવું લાગવા માંડે છે કે તેણે માઈન્ડ કંટ્રોલથી બધું જ પ્રાપ્ત કરી લીધું છે ?'

જોસે જવાબમાં કહ્યું, 'જ્યારે તમે પોતાની સમસ્યાઓને યોજનાઓમાં પલટાવી, તેમાંથી પોતાના ઈચ્છિત પરિણામો પ્રાપ્ત કરવા લાગો છો....' પછી એક

ક્ષણ થોભીને જોસે આગળ કહ્યું, 'ના....આ વાત તેના કરતાં પણ ઊંડી છે. જ્યારે તમને અનુભૂતિ થાય છે કે આપણે કેટલી અસીમ શક્તિની સાથે જન્મ્યા હતા, જ્યારે તમે પોતાના અનુભવોમાં પણ એ જોઈ શકો છો કે આ શક્તિઓનો માત્ર રચનાત્મક ઉપયોગ જ થઈ શકે છે, ત્યારે તમને અનુભૂતિ થાય છે કે આ ગ્રહ પર આપણી ઉપસ્થિતિ પાછળ એક ઉદ્દેશ છે, જે આપણા માટે પ્રતિષ્ઠાની બાબત છે. મારું પોતાનું એ માનવું છે કે આપણે જે ઉદ્દેશને પૂર્ણ કરવા માટે આ સંસારમાં આવ્યા છીએ, તે છે પોતાનો વિકાસ કરવો અને તે આપણી અંગત જવાબદારી છે. મને લાગે છે કે મોટાભાગના લોકોને આ વાતનો અંદાજ જ નથી. તમે માઈન્ડ કંટ્રોલનો જેટલો વધારે અભ્યાસ કરશો, તે અનુમાન એટલું જ સટીક થતું જશે અને એક દિવસ નક્કર હકીકતમાં બદલાઈ જશે.'

મનની તાકાત પર વિશ્વાસ

આ એ જ અનુભવનું ઊંડાણ છે, જેની તમે રાહ જોઈ રહ્યા છો. જ્યાં તમને એક નક્કર હકીકત મળે છે અને દરેક બાબત પાછળ તેનો એક સૌમ્ય ઉદ્દેશ હોય છે. માઈન્ડ કંટ્રોલમાં, આ બધું વર્ષોના ઊંડા ધ્યાન પછી મળનારી રહસ્યમયી ઝલક રૂપે આગળ નથી આવતું, બલકે પોતાના રોજબરોજના જીવનને વધારે પ્રભાવશાળી રીતે જીવવાના રૂપમાં આગળ આવે છે. તેમાં રોજબરોજના જીવનની સાથે-સાથે, નિયતિ દ્વારા આકાર આપવામાં આવતી ઘટનાઓ પણ સામેલ છે.

આવો, હવે એક નાનકડી ઘટના વિશે ચર્ચા કરીએ. આ ઘટના કંઈક આવી છે, જેનો અનુભવ કોઈપણ માઈન્ડ કંટ્રોલ ગ્રેજ્યુએટને જ થઈ શકે છે. આપણે જોઈશું કે તેના જીવનમાં આ કેવી રીતે નક્કર હકીકત તરફનું એક પગલું હશે.

હાલમાં જ માઈન્ડ કંટ્રોલના એક નવા ગ્રેજ્યુએટે રજાઓમાં ઘરે આવ્યા પછી સૌથી પહેલા પોતાનો કેમેરો કાઢ્યો અને પછી સામાનમાં એક અન્ય રોલ શોધવા લાગ્યો. જેનો તે પહેલા જ ઉપયોગ કરી ચૂક્યો હતો, પરંતુ તે રોલ તેને મળ્યો નહીં. તેના માટે આ કોઈ મોટું નુકસાન નહોતું, પરંતુ તે તેના લીધે ખૂબ ચિડાઈ ગયો કારણ કે ખોવાયેલા રોલમાં તેની રજાના આગળના અઠવાડિયાની તસવીરો હતી.

તે પોતાના લેવલ પર ગયો અને એ ક્ષણોને યાદ કરવા લાગ્યો જ્યારે તેણે કેમેરામાં તે રોલ નાખ્યો હતો. તેને પોતાના મનની કાલ્પનિક સ્ક્રીન પર તે મેજ દેખાયું, જ્યાં તેણે તે પહેલો રોલ મૂક્યો હતો. જો કે તેને બીજો રોલ દેખાતો નહોતો. તે એ જ લેવલ પર સ્થિર રહ્યો અને એક-એક તસવીર લેવાના દૃશ્યને પોતાના મનમાં પુનરાવર્તિત કરતો રહ્યો,

તેમ છતાં કેમેરામાં રોલ ભરતો કોઈ સીન તેની સામે આવ્યો નહીં. બસ મેજવાળું દૃશ્ય વારંવાર આંખ સામે આવતું રહ્યું.

તેને લાગ્યું કે તેના મનની કાલ્પિનિક સ્ક્રીનનો ઉપાય કારગર સાબિત નથી થયો. તેથી તે પોતાનો પહેલો રોલ સાથે લઈને જ તેને ધોવડાવવા માટે સ્ટુડિયો ચાલ્યો ગયો. જ્યારે તસવીરો ધોવાઈને આવી, ત્યારે જોયું કે તેમાં તો પહેલા દિવસથી માંડીને છેલ્લા દિવસ સુધીની બધી જ તસવીરો હતી જ. તેનો અર્થ બીજો કોઈ રોલ તેણે કેમેરામાં નાખ્યો જ નહોતો.

ઘટના ભલે નાની હતી, પણ તેનાથી એ ગ્રેજ્યુએટને કોર્સ પૂરો થયા પછી પોતાના મનની તાકાત પર વધારે વિશ્વાસ બેસી ગયો. આવી જ કેટલીક બીજી ઘટનાઓ તેના જીવનમાં આવશે, આ ઘટનાઓમાં, તે પોતાની સાથે-સાથે બીજાઓની પણ મદદ કરશે. પોતાના વિશે અને આસપાસની દુનિયા વિશે તેનો દૃષ્ટિકોણ બદલાશે. તેનું જીવન પણ બદલાશે કારણ કે તે એ નક્કર હકીકતના આધાર પર ઊભો હશે.

માનસિક સ્ક્રીન તકનીકનો ઉપયોગ

બની શકે કે આ બધા પ્રવાસ દરમિયાન તેને એવું કશું પણ મળે, જેમ કે એક માઈન્ડ કંટ્રોલ ગ્રેજ્યુએટ લાંબા સમયથી આ કોર્સ સાથે જોડાયેલો હતો. તેની દીકરીને ઘરની બે પાલતુ બિલાડીઓથી એલર્જી હતી. તે જ્યારે પણ તેમની સાથે રમતી ત્યારે તેને છીંક આવવા માંડતી અને શરીર પર લાલ ચકામા (Rash) પડી જતા. તે ગ્રેજ્યુએટે પૂરા એક અઠવાડિયા સુધી, પોતાના ધ્યાન દરમિયાન બાળકીની તકલીફને પોતાની માનસિક સ્ક્રીન પર લાવીને તેનો ઉકેલ શોધવાનો પ્રયત્ન કર્યો. તેણે ઉકેલની કલ્પના કરતા જોયું કે તેની દીકરી બિલાડીઓની સાથે આરામથી રમી રહી છે અને તેને કોઈ તકલીફ થતી નથી. પછી એક દિવસ તેને ખરેખર આવું દૃશ્ય જોવાનો અવસર મળ્યો. હવે તેની દીકરીને બિલાડીઓથી કોઈપણ પ્રકારની એલર્જી નથી થતી.

આ બંને કિસ્સાઓમાં માત્ર માનસિક સ્ત્રીનની તકનીકને જ સામેલ કરવામાં આવી હતી. બંને કિસ્સાઓમાં આ તકનીક સમસ્યાને ઉકેલવામાં સફળ રહી. હવે તમે પૂછી શકો છો કે જો આ તકનીક આટલી સફળ છે, તો પછી આપણે બીજી તકનીકો પર કામ કરવાની શું જરૂર છે?

હવે પહેલી ઘટનાને સમજીએ. પહેલી ઘટનામાં એ ગ્રેજ્યુએટ સમસ્યાને ઉકેલવા માટે માનસિક સ્ક્રીનના ઉપયોગ સિવાય બીજું કશું શીખ્યો ન હોત તો પણ

શક્ય છે કે તેને એ જ પરિણામ મળતા. તે માની લેત કે તેણે તો બસ એક ભૂલેલી વાતને ફરીથી યાદ કરી લીધી છે, જેમાં કોઈ મહાન પ્રજ્ઞાની કોઈ ભૂમિકા નથી, પરંતુ વાસ્તવમાં હકીકત તેનાથી અલગ છે.

જ્યારે બીજી ઘટનામાં માઈન્ડ કંટ્રોલ પ્રશિક્ષણના ઘણા પાસા સામેલ છે, જેમ કે પોતાના લેવલ સુધી જવું, માનસિક ચિત્રણ કરવું, ટેલીપથીથી આરોગ્ય આપવા માટે દૃશ્યને મનમાં ઉતારવું, સ્વપ્નો પર નિયંત્રણ કરવું અને કેસ પર કામ કરવું વગેરે. આ બધા પાસા એટલા માટે જરૂરી હતા જેથી વ્યક્તિ પોતાના વિશ્વાસની પૂરી શક્યતાને શોધી પોતાની ઈચ્છા પૂરી કરી શકે.

માનસિક સ્ક્રીન તકનીકથી પોતાનો જીવ બચાવ્યો.

જો તમે સારી રીતે અભ્યાસ કરો છો, તો તમારું મન શોર્ટ-કટ લેવા લાગે છે. પછી આ અગત્યના કિસ્સાઓમાં નાના-નાના સંકેતોને પણ પકડી લેશે અને તમારા શોધ્યા વિના જ, તેમને તમારી સામે લાવીને મૂકી દેશે. એક માઈન્ડ કંટ્રોલ ગ્રેજ્યુએટનું જીવન જોખમમાં હતું અને તેને એ જ રીતે બચાવવામાં આવ્યો. એક દિવસ તે કામ પર જતાં પહેલા, ધ્યાન કરી રહી હતી. તે પોતાની માનસિક સ્ક્રીન પર ઓફિસની કોઈ સમસ્યાને ઉકેલવા ઈચ્છતી હતી. અચાનક મનના પડદા પર કાળા રંગનું એક મોટી ચોકડીનું નિશાન ઉપસી આવ્યું. તેણે તેના ઓફિસ સાથે જોડાયેલા બધા દૃશ્યોને છુપાવી દીધા. તે એ સંકેત સમજી ગઈ અને એ દિવસે ઓફિસે ગઈ જ નહીં. એ પછી તેને ખબર પડી કે જો તે ઓફિસ ગઈ હોત તો તેણે પણ એ દિવસે લૂંટફાટની એક ઘટનાના શિકાર થવું પડતું. વાસ્તવમાં એ દિવસે તેની ઓફિસમાં કેટલાક લૂંટારા ઘૂસી આવ્યા હતા. તેમણે ત્યાં લૂંટફાટ તો કરી જ સાથે ઓફિસના ઘણા કર્મચારીઓને મારામારી કરી ઘાયલ પણ કરી દીધા. આ પ્રકારની સૂચના તમને ડ્રીમ કંટ્રોલની તકનીકથી મળી શકે છે. જો કે તે ગ્રેજ્યુએટ એ દિવસો માનસિક સ્ક્રીનનો ઉપયોગ કરી રહી હતી એટલે તેણે આ બધું પહેલેથી જ જોઈ લીધું હતું, નહીં તો તેની સાથે કોણ જાણે શું થઈ જતું.

ઘા પર નિયંત્રણ મેળવવાનું ઉદાહરણ

અહીં એક બીજો કિસ્સો આપવામાં આવી રહ્યો છે, જેમાં માઈન્ડ કંટ્રોલના એક ગ્રેજ્યુએટના મનને એટલી સારી રીતે પ્રશિક્ષિત કરવામાં આવ્યું હતું કે અલ્ફા અવસ્થામાં જવાનો સમય લીધા વિના જ તે એક કટોકટીની પરિસ્થિતિને નિયંત્રિત કરવામાં સફળ રહ્યો. અહીં આપવામાં આવેલા પત્રમાં વર્ણિત ઘટનાઓમાંથી કેટલીક ઘટનાઓ એવી છે, જેની પુષ્ટિ નવ અલગ-અલગ સાક્ષીઓએ આપી છે :

બુધવારે હું ઘણીબધી બેગ ઊંચકી, ખરીદી કરીને પાછો આવ્યો. મેં બહારનો દરવાજો ખોલ્યો અને પછી અંદરનો દરવાજો ખોલવા માટે મેં તેને જોરથી ધક્કો માર્યો. ત્યારે અચાનક તે દરવાજો ઝટકાથી પાછો આવી મારા હાથ સાથે અથડાયો. તે એટલી જોરથી અથડાયો કે દરવાજાનું અણીદાર હેન્ડલ મારી કોણીના નીચેના ભાગમાં ઘૂસી ગયું. મેં બધી બેગ ત્યાં જ ફેંકી અને ગમે તેમ કરી એ હેન્ડલને મારા હાથમાંથી બહાર કાઢ્યું. હવે મને મારા હાથમાં એક ઊંડો ખાડો દેખાતો હતો.

તેમાંથી સતત લોહી નીકળતું હતું. મારી પાસે બેભાન થવાનો સમય નહોતો. મેં ત્યારે જ લોહીને અટકાવવા પર ધ્યાન આપ્યું અને જ્યારે ખરેખર આવું થયું, ત્યારે મને ખૂબ આનંદ થયો – મને મારી આંખો પર વિશ્વાસ જ ન બેઠો.

જ્યારે હું મારા ઘાને ધોઈને સૂકવી રહ્યો હતો, ત્યારે પીડાની એક ભયંકર લહેર ઉઠી. હું ત્યાં જ બેસીને મારા લેવલમાં આવી ગયો અને એ તપાસ કરવાનો પ્રયત્ન કરવા લાગ્યો કે શું અત્યારે મારે માઈન્ડ કંટ્રોલ મીટિંગમાં મેજર થોમ્પસનનું વ્યાખ્યાન સાંભળવા માટે બોસ્ટન જવું જોઈએ, કે પછી ડૉક્ટરની પાસે જવું જોઈએ ? મારા હાથને તકલીફ થઈ રહી હતી, પરંતુ તેમ છતાં મારી બોસ્ટન જવાની ઈચ્છા ખૂબ તીવ્ર હતી. હું માઈન્ડ કંટ્રોલ કોર્સમાં શીખ્યો હતો કે શરીર પર થયેલા ઘા ની તકલીફ પર નિયંત્રણ કેવી રીતે મેળવી શકાય. તેથી મેં વિચાર્યું કે અત્યારે મારે પીડાને વશમાં કરનારી તકનીકનો ઉપયોગ કરવો જ પડશે.

બોસ્ટન જવાના રસ્તે પણ હું એ દિશામાં કામ કરતો રહ્યો. આખરે હું મેજર થોમ્પસનનું વ્યાખ્યાન સાંભળવા માટે બોસ્ટન પહોંચી ગયો, પરંતુ લેક્ચર દરમિયાન પીડા એટલી વધી ગઈ કે મારા લેવલમાં હોવા છતાં, મારા હાથની આંગળીઓ સુન્ન થઈ ગઈ. મને સંકોચ હતો કે હું લેક્ચરને સારી રીતે સાંભળી ન શક્યો. જો કે તેમ છતાં બીજા દિવસે હું એ લેક્ચરનો એક-એક શબ્દને પુનરાવર્તિત કરી શકતો હતો.

આ પીડામાં પણ હું મનમાં ને મનમાં લોકોને મદદ માટે બોલાવતો રહ્યો. કદાચ માર્થાએ મારો પોકાર સાંભળ્યો. જ્યારે લેક્ચર પછી લોકો કોફી ટેબલ તરફ જઈ રહ્યા હતા ત્યારે તે મારી પાસે આવી અને મને મારો ઘા દેખાડવા માટે કહ્યું. મેં પટ્ટી ખોલી તેને ઘા દેખાડ્યો. જ્યારે મેં હેન્ડલ ખેચ્યું ત્યારે કદાચ માંસનો એક ટુકડો પણ તેની સાથે જ નીકળી ગયો હતો, એટલે એ જગ્યાની બધી ચામડી હલકી, રીંગણ જેવા રંગની

અને કાળા રંગની થઈ ગઈ હતી. તે તરત આજુબાજુમાં કોઈ હોસ્પિટલ શોધવા માંડી પણ હું હોસ્પિટલમાં જવા ઈચ્છતો નહોતો. એટલે તે બીજા કોઈ પાસે મદદ લેવા નીકળી અને પોતાની સાથે માઈન્ડ કંટ્રોલના જ એક ગ્રેજ્યુએટ ડેનિસ સ્ટોરિનને લઈને આવી. હું ઈચ્છતો હતો કે ડેનિસ એ ઘા પર કામ કરે. અમે ત્રણેય એક ખૂણામાં ચાલ્યા ગયા અને ઘા પર હાથ મૂકી ડેનિસ પોતાના લેવલ પર ચાલ્યો ગયો.

જ્યારે તે મારા ઘા પર કામ કરવા લાગ્યો ત્યારે પીડા એટલી વધી ગઈ કે મારે પણ મારા લેવલ પર આવવું પડ્યું. જ્યારે તે મારા હાથના તૂટેલા સ્નાયુઓ (માંસતંતુ) ને એકબીજા સાથે વણતો હોય તેમ જોડી રહ્યો હતો, ત્યારે એવું લાગતું હતું કે તેની આંગળીઓ પીડાને બહાર ખેંચી રહી છે. ત્યારે પીડા એટલી તીવ્ર હતી કે મારા મોં માંથી ચીસ જ નીકળી જતી. એટલે મેં એ વાત પર ધ્યાન એકાગ્ર કર્યું કે મારી પીડા ઘટતી જાય અને હું ડેનિસની સાથે પોતાને પણ મદદ કરું, એવી મેં બીટા અવસ્થામાં જઈને કલ્પના કરી. ડેનિસને અટકાવી તરત જ એક્સિડેન્ટ રૂમમાં જવાની મારા મનમાં તીવ્ર ઈચ્છા ઉઠી રહી હતી. પરંતુ છતાં પણ હું તે તકલીફ સહન કરી રહ્યો હતો કારણ કે હું ઈચ્છતો હતો કે અમારી તકનીક સફળ થઈ જાય.

ઘણા કલાકો પછી એવું લાગવા માંડ્યું કે પીડા ઘટી ગઈ છે. પહેલા દસ ટકા પીડા ઘટી, પછી પંદર ટકા. પછી જ્યારે ડેનિસે મને મારા હાલ પૂછ્યા ત્યાં સુધીમાં તો એક ચર્તુથાંશ પીડા ઓછી થઈ ગઈ હતી.

અમે અભ્યાસ કરવાનું ચાલુ રાખ્યું. થોડા સમયમાં જ અંદરના સ્નાયુ ભરાઈ ગયા. એ પછી જ્યારે બહારના પડ (સ્તર) માં સુધારો થવા માંડ્યો ત્યારે પીડા અસહ્ય થઈ ગઈ. આરોગ્ય પર પૂર્ણ ધ્યાન કેન્દ્રિત કરવા છતાં હું આસપાસના લોકોને અનુભવી રહ્યો હતો. જ્યારે મેં કોઈની મદદની સૌથી વધારે આવશ્યક્તા અનુભવી, ત્યારે મેં ધ્યાન આપ્યું કે કોઈ મારી પાછળ ઊભા રહી મારી પીડાને પોતાની તરફ ખેંચી રહ્યું છે. મેં મનમાં કૃતજ્ઞતાનો ભાવ અનુભવ્યો. એ પછી પીડાની આગળની લહેર ઉઠી અને મારે મારા ધ્યાનને વધારે ઊંડાણથી એકાગ્ર કરવું પડ્યું.

એ પછી અમે ઘા ના સૌથી ઊંડા ભાગ પર કામ શરૂ કર્યું. ત્યારે અચાનક મેં અનુભવ્યું કે અમને ઉર્જા પ્રદાન કરવા માટે અમારી આસપાસ કેટલાક લોકોએ મળીને વર્તુળ કર્યું છે. હું અનુભવી શકતો હતો કે મારી અંદરથી ઉર્જાનો સ્રોત ફૂટી રહ્યો હતો – જાણે હું ખુરશીમાંથી ઉપર ઉઠવાનો છું.

ડેનિસ પણ આ ઉર્જાને અનુભવી રહ્યો હતો. બીજાની મદદને કારણે મારી સારવાર ઝડપથી થવા માંડી. વર્તુળમાં ઊભેલા કેટલાક લોકોએ મને પછી જણાવ્યું કે તે જોઈ શકતા હતા કે કેવી રીતે ઘા ભરાઈ રહ્યો છે, સોજો ઘટી રહ્યો છે અને ચામડીનો રંગ ફરીથી સામાન્ય હળવા ગુલાબી રંગમાં બદલાઈ રહ્યો છે. એ પછી ત્વચાના બહારના બે પડ પણ આ રીતે જોડાઈ ગયા, જાણે કોઈ પઝલના છૂટા પડી ગયેલા ભાગોને ઝડપથી જોડી દીધા હોય.

જ્યારે અમે મારી કારની પાસે પાછા આવ્યા ત્યારે મારા મિત્રોએ કહ્યું કે તે મને ઘરે મૂકવા આવવા ઈચ્છે છે. તે નહોતા ઈચ્છતા કે કાર ચલાવવાથી મારો ઘા ફરીથી ખૂલી જાય. પણ મેં ના પાડી દીધી. હું સારી રીતે જાણતો હતો કે હવે હું સુરક્ષિત હતો. પછી હું જાતે કાર ચલાવી પાછો આવ્યો અને મને જરાય પીડા ન થઈ.

પછીની સવારે જ્યારે હું ઉઠ્યો ત્યારે હું બિલકુલ સાજો હતો. મને મારા હાથમાં કશુંક અનુભવાતું હતું, જાણે હું કોઈ લડાઈમાં ઝઝૂમીને પાછો આવ્યો છું. મેં ક્યારેય કોઈના હાથે માર પણ ખાધો નથી, છતાં મારો અંદાજ હતો કે માર ખાધા પછી શરીરમાં આવું જ કંઈ અનુભવાતું હશે. હું ઉઠીને બેઠો અને જોયું કે મારી સામે કેટલી સુંદર દુનિયા છે. એવું લાગતું હતું જાણે મારો નવો જન્મ થયો હોય.

તમે જોઈ શકો છો કે, જો તમે મનની શક્યતાઓની શોધમાં રહો તો તમે અનેક અણમોલ ખજાનાને પામી શકો છો. માઈન્ડ કંટ્રોલના શોધ નિર્દેશક ડૉક્ટર જે વિલફ્રેડ હાન્હનું કહેવું છે, 'દરેક માઈન્ડ કંટ્રોલ ગ્રેજ્યુએટ પોતાની જ શોધનો નિર્દેશક બની જાય છે.'

તેમનું કહેવું છે કે 'આ શોધમાં તેમને મોંઘી પ્રયોગશાળાઓ અને સંવેદનશીલ સાધનોની આવશ્યક્તા નથી હોતી. શોધનું સૌથી આધુનિક સાધન એટલે કે આપણું મન, હંમેશા આપણી પાસે જ હોય છે અને દિવસના ચોવીસેય કલાક આપણી સાથે જ રહે છે. તે પોતાનામાં જ એક અદ્ભુત આશ્ચર્ય છે. આ રીતે આપણે બધા પોત-પોતાની શોધના નિર્દેશક છીએ.'

એક બીજા ફાયદાની વાત એ પણ છે કે આધુનિક વિજ્ઞાનના ઈતિહાસમાં પહેલી વાર, સાઈકિક શોધને સમ્માન આપવાની શરૂઆત થઈ છે. પહેલા આ ક્ષેત્રમાં જે પણ ઊંડાણમાં જઈ શોધકાર્ય કરતું, તેને બેજવાબદાર અને મૂર્ખ ગણવામાં આવતો. આ પુસ્તકના લેખક જોસને પણ તેમના આરંભના દિવસોમાં ધિક્કારવામાં આવ્યા પરંતુ હવે એવું થવાની શક્યતા ઓછી થતી જાય છે.

જો કે આ જોખમ હજુ સુધી પૂરું ટળ્યું નથી. હવે તો ડૉક્ટર્સ પણ પોતાના અન્ય અભ્યાસોની સાથે-સાથે માઈન્ડ કંટ્રોલમાં પ્રશિક્ષણ લેવા લાગ્યા છે. ઔદ્યોગિક વિશ્વના વિજ્ઞાની ડ્રીમ કંટ્રોલના માધ્યમથી, નવા ઉત્પાદનોને આગળ લાવી રહ્યા છે. અન્ય ક્ષેત્રોમાંથી પણ દરેક પ્રકારના લોકો આમાં સામેલ થયા છે. જો કે કેટલાક લોકોએ આ પુસ્તકમાં પોતાનું નામ પ્રકાશિત કરવાની ના પાડી દીધી કારણ કે તેમને લાગે છે કે જો આ વાત તેમના મિત્રો જાણશે તો તેમને મૂર્ખ માનવામાં આવશે, પણ તે તેની તાકાતને સ્વીકારવાની ના નથી પાડતા.

જો કે હવે આવું ખૂબ ઓછું જ બને છે. સેંકડો-હજારો માઈન્ડ કંટ્રોલના ગ્રેજ્યુએટ્સ ખૂબ જ ગર્વથી પોતાની ઉપલબ્ધિઓના વખાણ કરે છે. ઘણા પ્રતિષ્ઠિત મેડિકલ જર્નલ, સાઈકિક આરોગ્ય અને મન તથા શરીરના સંપર્ક સાથે જોડાયેલા વિષયો પર વૈજ્ઞાનિક અને સંશોધનાત્મક લેખો પણ પ્રસ્તુત કરતા રહે છે.

સાર્વજનિક ક્ષેત્રો સાથે જોડાયેલા અનેક લોકોએ સાર્વજનિક સ્તરે માઈન્ડ કંટ્રોલ સાથે જોડાયેલા અનુભવોનો હવાલો આપ્યો છે, જેમાં શિકાગો વ્હાઈટ સોક્સ એન્ડ પરફોર્મિંગ આર્ટિસ્ટના સભ્ય કૈરોલ લોરેન્સ, માર્ગરીટ પિઆજા, લૈરી બ્લાઈડન, સ્લેસ હોમ, લૉરીટા સ્વિટ, એલેક્સિ સ્મિથ તથા વિકી કાર જેવા ઘણા લોકો સામેલ છે.

આપણે અહીંથી આગળ ક્યાં જઈશું ? તેનો જવાબ એ છે કે તમે આત્મ-અન્વેષણ એટલે કે સ્વયંની શોધના નવા માર્ગ પર અગ્રેસર થશો. દરેક નવી શોધની સાથે તમે એ – એ અંતિમ શોધના ઉદ્દેશની નજીક હશો, જેના વિશે વિલિયમ બ્લેકે લખ્યું છે :

રેતના એક કણમાં વિશ્વને જોવા,
એક જંગલી ફૂલમાં સ્વર્ગને શોધવા,
પકડી લો અનંતને પોતાની હથેળીમાં,
અને શાશ્વતતાને સમયના એક નાનકડા દાયરામાં

'To see a world in a grain of sand
And a heaven in a wild flower,
Hold infinity in the palm of your hand
And eternity in an hour.'

પહેલું પરિશિષ્ટ

માઈન્ડ કંટ્રોલ અને તેનું સંગઠન

-જોસ સિલ્વા

આ પુસ્તક વાંચીને તમે એ ચોક્કસપણે જાણી ગયા હશો કે માઈન્ડ કંટ્રોલ શું છે અને કેવી રીતે હજારો-લાખોની સંખ્યામાં લોકો તેનો ફાયદો ઉઠાવી રહ્યા છે. આ એક એવું આંદોલન છે, જે ખૂબ ઝડપથી ગતિ પકડી રહ્યું છે. જો કે તેમ છતાં તમને પૂર્ણપણે આ જણાવવું શક્ય નહીં બને કે આ કોર્સથી દરેક ગ્રેજ્યુએટને કેટલો લાભ થયો છે.

જો તમે કોઈ માઈન્ડ કંટ્રોલના ગ્રેજ્યુએટને જાણતા હો, તો તમે તેની પાસેથી આ કોર્સથી થનારા ફાયદાઓ વિશે પણ ચોક્કસ સાંભળ્યું હશે. કેટલાક લોકો આ કોર્સનો આરોગ્ય માટે ઉપયોગ કરે છે, કેટલાક લોકો અભ્યાસ માટે ઉપયોગ કરે છે અને કેટલાક લોકો કૌટુંબિક જીવન અને વ્યવસાય વગેરેમાં આનો ઉપયોગ કરે છે. કેટલાક લોકો અન્ય લોકોની મદદ કરવા માટે પણ તેનો ઉપયોગ કરે છે.

તેના વિવિધ ઉપયોગો જોતા તમારા મનમાં એ પ્રશ્ન ઉદ્ભવી શકે કે શું આ કોર્સ દરેક માટે અલગ-અલગ હોય છે ? ના, સમગ્ર વિશ્વમાં માઈન્ડ કંટ્રોલ કોર્સ એકસરખો જ છે. ભલે કોર્સના પ્રશિક્ષક અલગ-અલગ ક્ષેત્રોમાંથી આવ્યા હોય અને તેમની પ્રશિક્ષણ આપવાની

પદ્ધતિમાં તેમના અંગત અનુભવ પણ સામેલ થતા હોય, તેમ છતાં આ કોર્સ સૌના માટે એકસરખો છે. આમાં બધાને એક સરખો માનસિક અભ્યાસ કરાવવામાં આવે છે, એક સરખું માનસિક પ્રશિક્ષણ આપવામાં આવે છે અને પરિણામો પણ લગભગ એકસરખા જ આવે છે.

વાસ્તવમાં કોર્સ કરનારાની અંગત જરૂરિયાત તેને દરેક માટે અલગ-અલગ રીતે ઉપયોગી બનાવે છે. દરેક વ્યક્તિની સમસ્યા એકસરખી નથી હોતી અને તેમની જરૂરિયાતો પણ અલગ-અલગ હોય છે. માઈન્ડ કંટ્રોલમાં ગ્રેજ્યુએટ બન્યા પછી દરેક વ્યક્તિ પોતાનું બધું જ ધ્યાન પ્રશિક્ષણના એ ભાગ પર કેન્દ્રિત કરી લે છે, જે તેની પોતાની સમસ્યાને ઉકેલવામાં સૌથી વધારે કારગર સાબિત થયો હોય.

એ પછી, જ્યારે અન્ય સમસ્યાઓ સામે આવે છે, ત્યારે કોર્સના એ ભાગ પર પણ કામ થવા લાગે છે, જેના પર અત્યાર સુધી કોઈ કામ નહોતું થયું. માઈન્ડ કંટ્રોલ ગ્રેજ્યુએટ તેની તકનીકોને ક્યારેય ભૂલતો નથી અને જરૂર પડતા તે તેને ઝડપથી યાદ આવી જાય છે. જ્યારે તમે પ્રકરણ ૩ થી ૧૪ સુધી તકનીકોને ફરીથી વાંચ્યા પછી પોતાના જીવનમાં ઉતારશો, ત્યારે તમે સમજી જશો કે આ વાત બિલકુલ સાચી છે. તમે સહેલાઈથી પોતાની સમસ્યા પર ધ્યાન સ્થિર કરી તેનો ઉપાય શોધી લેશો. આ કોર્સની સાથે-સાથે તેના દરેક ભાગને પણ સાર્થક રીતે તૈયાર કરવામાં આવ્યા છે અને તેના માટે લાંબા સમય સુધી સંશોધન અને અનુભવની મદદ લેવામાં આવી છે. જે ભાગ તમને કામ નથી લાગતો, તે પણ પોતાની રીતે અન્ય ભાગને બળ પૂરું પાડતો હોય છે.

જો તમે કોઈ પ્રમાણિત પ્રશિક્ષકની દેખરેખમાં આ કોર્સ કર્યો હોય તો તમે જોશો કે તેમના દ્વારા ઉપલબ્ધ કરાવવામાં આવેલી કેટલીક સામગ્રી આ પ્રકરણોમાં આપવામાં આવી નથી. તમારા મનમાં પ્રશ્ન ઉદ્ભવી શકે છે કે શું આમ થવાથી કોર્સમાં ફેર પડી જશે ? વાસ્તવમાં તેનાથી કોર્સમાં બે પ્રકારના ફેરફાર આવશે – પહેલો, માઈન્ડ કંટ્રોલ કોર્સને તમે ૪૮ કલાકમાં શીખી શકો છો પણ જ્યારે તમે આ પુસ્તકમાંથી શીખશો તો તમને ઘણા અઠવાડિયા લાગશે. આ રીતે ઝડપમાં ફેર પડશે. બીજું, હંમેશા જ્યારે લોકો કોઈ સમૂહમાં એકબીજાને મળીને કોઈ કામ કરે છે ત્યારે તેમની સામૂહિક ઉર્જા પણ તેમના માટે સહાયક બને છે. બરાબર એ જ રીતે વર્ગમાં બેસીને આ કોર્સ કરવાથી અન્ય બધા વિદ્યાર્થીઓની ઉર્જા પણ તમને મદદ કરશે, પરંતુ પુસ્તકમાંથી શીખવાથી તમારા માટે તે સામૂહિક ઉર્જા ઉપલબ્ધ નહીં થાય. જો કે, જો તમે પૂરી સજાગતા સાથે પ્રસ્તુત પુસ્તકમાં આપવામાં આવેલા અભ્યાસોનું પુનરાવર્તન કરશો, તો ચોક્કસ જ તમે પણ તે બધું જ કરી શકશો, જે એક માઈન્ડ કંટ્રોલનો ગ્રેજ્યુએટ કરી શકે છે.

આ કોર્સમાં કેટલોક ભાગ એવો છે, જેને શીખવા માટે પ્રમાણિત પ્રશિક્ષકની આવશ્યક્તા હોય છે. તેથી કોર્સના કેટલાક ભાગને આ પુસ્તકમાં સમાવવામાં આવ્યા નથી.

ઘણા ગ્રેજ્યુએટ્સે જોયું કે કેટલાક અભ્યાસ અને માનસિક પ્રશિક્ષણ એવા છે, જે કોર્સ કર્યા પછી ફરીથી એકવાર પુનરાવર્તિત કરવામાં આવે તો તે હજુ વધારે મજબૂત થઈ જાય છે. તેમને આ કોર્સ ફરીથી કરવાની પૂરી તક આપવામાં આવે છે અને બીજી વાર કોઈ ફીઝ પણ લેવામાં આવતી નથી. આ રીતે હંમેશા માઈન્ડ કંટ્રોલ વર્ગોમાં દસથી વીસ લોકો એવા જ હોય છે, જે પહેલા એકવાર કોર્સ કરી ચૂક્યા હોય. ઘણાનું કહેવું છે કે બીજી વારમાં તેમનો અનુભવ હજુ વધારે ગહન થઈ ગયો. જો કે જો તમે આ પુસ્તકને વાંચ્યા પછી, વર્ગમાં પહેલી વાર કોર્સ કરવા જશો તો તમને તેનાં જ ગહન અનુભવ મળશે કારણ કે પુસ્તક વાંચીને તમે પહેલા જ બધી તકનીકોનો અભ્યાસ કર્યો છે.

માઈન્ડ કંટ્રોલના પ્રશિક્ષણ વર્ગમાં વિદ્યાર્થીને શું-શું શીખવા મળે છે, તેની રૂપરેખા આગળ આપવામાં આવી છે.

કોર્સના પહેલા દિવસની સવાર

૦૯.૦૦ પહેલા દિવસની શરૂઆત એક વ્યાખ્યાનની સાથે થાય છે, જેમાં વિદ્યાર્થીઓને આ કોર્સ ના અભ્યાસક્રમની સામાન્ય જાણકારી આપવામાં આવે છે.

૧૦.૨૦ કૉફી બ્રેક

૧૦.૪૦ પ્રશ્નોત્તર અને ચર્ચાનું એક સત્ર, એ પછી પહેલા ધ્યાનનું વિસ્તૃત વિવરણ

૧૧.૩૦ પ્રશિક્ષક વિદ્યાર્થીઓને પહેલી વાર ધ્યાન કે અલ્ફા અવસ્થામાં જવા માટે માર્ગદર્શન આપે છે. વિદ્યાર્થી પહેલી વખત ધ્યાનમાં સ્થિર બેસી શકતા નથી પરંતુ જ્યારે તે પોતાની મરજીથી ધ્યાનના વધારે ઊંડા સ્તર સુધી જાય છે, ત્યારે શરીર પર ધ્યાન આપવાની આવશ્યક્તા ઓછી થઈ જાય છે. જ્યારે તે એ બિંદુ સુધી પહોંચી જાય છે, જ્યાં શાંતિની અવસ્થા શક્ય છે, ત્યારે તે ખૂબ સહજ થઈ જાય છે.

૧૨.૦૦ કૉફી બ્રેક

૧૨.૨૦ પ્રશિક્ષક ફરીથી વિદ્યાર્થીઓને ધ્યાનમાં લઈ જાય છે. તે અલ્ફા અવસ્થામાં જ ધ્યાનના ઊંડા સ્તર સુધી ચાલ્યા જાય છે.

૧૨.૫૦ પ્રશ્નોત્તર સત્ર, સાથે જ વિદ્યાર્થીઓ વચ્ચે અનુભવો વિશે વાતચીત થાય છે.

૦૧.૨૦ લંચ બ્રેક

કોર્સના પહેલા દિવસનો બપોર

૦૨.૦૦ આ વ્યાખ્યાનમાં પ્રશિક્ષક પદાર્થના બધા ભાગ જેમ કે અણુ, પરમાણુ અને કોશિકીય વિશે જણાવતા મનુષ્યના મગજમાં વિકાસની જાણકારી આપે છે. તે પછી ‘મેંટલ હાઉસક્લીનિંગ’ વિશે વિસ્તારથી ચર્ચા કરવામાં આવે છે. (આ પુસ્તકના આઠમા પ્રકરણમાં તેનું વર્ણન આપવામાં આવ્યું છે.’

૦૩.૨૦ કૉફી બ્રેક

૦૩.૪૦ ત્રીજા ધ્યાન વિશે વિસ્તારથી વાત થાય છે અને અલ્ફા અવસ્થા સુધી ઝડપથી જવાનો ઉપાય પણ બતાવવામાં આવે છે.

૦૪.૦૦ વિદ્યાર્થી ધ્યાનના વધારે ઊંડા સ્તર સુધી જાય છે અને શારીરિક શાંતિની શ્રેષ્ઠ અવસ્થામાં પહોંચી જાય છે

૦૪.૪૦ કૉફી બ્રેક

૦૫.૦૦ સમસ્યાનો ઉકેલ દર્શાવતી તકનીકોની સાથે ડાઈનેમિક મેડિટેશન શરૂ થાય છે. આ ચોથું ધ્યાન છે, જે પાછળના ત્રણ ધ્યાનને બળ આપે છે અને પછીના ધ્યાન વિશે જણાવે છે.

૦૫.૩૦ ઘણા બધા વિદ્યાર્થી પોતાને શાંત અવસ્થામાં અનુભવે છે. તે એકબીજા સાથે આ અનુભવને વહેંચે છે.

૦૬.૦૦ ડિનર બ્રેક

કોર્સના પહેલા દિવસની સાંજ

૦૭.૦૦ એવી ત્રણ તકનીકો વિશે જણાવવામાં આવે છે, જે સમસ્યાનો ઉકેલ લાવી શકે છે : દવાઓ વિના ગાઢ નિદ્રા કેવી રીતે લેવી, એલાર્મ વિના સમયસર કેવી રીતે જાગી જવું અને તંદ્રા (ઉર્નદિપન) તથા થાકમાંથી કેવી રીતે બહાર આવવું, તેના વિશે વિસ્તારથી ચર્ચા થાય છે.

૦૮.૨૦ કૉફી બ્રેક

૦૮.૪૦ પાંચમા ધ્યાન દરમિયાન પ્રશિક્ષક વિદ્યાર્થીઓને તેમના અલ્ફા અને થીટા સ્તરોમાં આ તકનીકો શીખવામાં મદદ કરે છે.

૦૯.૦૦ પ્રશિક્ષક બીજા દિવસનો એજન્ડા તૈયાર કરે છે અને સ્વપ્નોનો પ્રોગ્રામ કરનારી તકનીકની રૂપરેખા જણાવે છે. તેની સાથે માઈગ્રેન અને માથાના દુખાવાથી છુટકારો મેળવવાની માઈન્ડ કંટ્રોલ તકનીક પર વાત થાય છે. પ્રશ્નોત્તર સત્ર પછી, અંદરોઅંદર ચર્ચા કરવામાં આવે છે.

૧૦.૧૦ કૉફી બ્રેક

૧૦.૩૦ છઠ્ઠા ધ્યાનથી દિવસનું પ્રશિક્ષણ પૂરું થાય છે. જેમાં વિદ્યાર્થી મનના ઊંડા સ્તર પર શાંત રહેવાનું શીખે છે અને સમસ્યા ઉકેલવા માટે આ ઊંડા સ્તરોનો ઉપયોગ કરવાનું પણ શીખે છે.

કોર્સના બીજા દિવસની સવાર

૦૯.૦૦ પ્રશિક્ષક પછીના દિવસ વિશે જણાવે છે અને સમજાવે છે કે માનસિક સ્ક્રીનનો ઉપયોગ કેવી રીતે કરવામાં આવે (પ્રકરણ ૩). એ પછી તે મેમરી પેગ વિશે જાણકારી આપે છે અને આ વિષય પર પોતાની મહારત પણ વિદ્યાર્થીઓને દેખાડે છે (પ્રકરણ ૫).

૧૦.૨૦ કૉફી બ્રેક

૧૦.૪૦ મેમરી વ્યાયામ વિશે જણાવવામાં આવે છે અને પછીના ધ્યાનનું વિસ્તારથી વર્ણન થાય છે.

૧૧.૦૦ સાતમું ધ્યાન, જે દરમિયાન ઝડપથી શીખવા (Speed learning)ની તકનીક દ્વારા મેમરી પેગને યાદ કરવાનું શરૂ કરે છે. તેની સાથે જ તે પોતાની માનસિક સ્ક્રીન પણ રચે છે (પ્રકરણ ૬)

૧૧.૪૦ કૉફી બ્રેક

૧૨.૦૦ એક ટૂંકા લેક્ચર દરમિયાન, વિદ્યાર્થી ત્રણ આંગળીઓની તકનીક વિશે પૂર્ણ જાણકારી લે છે અને એ પણ શીખે છે કે તેનો પોતાની યાદશક્તિમાં સુધારો કરવા માટે (પ્રકરણ ૫) અને ઝડપથી શીખવા માટે તેનો કેવી રીતે ઉપયોગ કરવામાં આવે (પ્રકરણ ૬).

૧૨.૧૫ આઠમા ધ્યાનમાં પણ વિદ્યાર્થી ત્રણ આંગળીઓવાળી તકનીક પર જ કામ કરે છે અને પ્રશિક્ષક તેમને તેનો પ્રયોગ કરવાનું શીખવે છે. બીજા દિવસે સવારનું સત્ર પ્રશ્નોત્તર અને અંદરોઅંદર ચર્ચાની સાથે સમાપ્ત થઈ જાય છે.

૦૧.૦૦ લંચ બ્રેક

કોર્સના બીજા દિવસની બપોર

૦૨.૦૦ બીજા દિવસે બપોરે, ડાયનેમિક મેડિટેશનની સમસ્યાને ઉકેલનારી તકનીક પર ચર્ચા થાય છે. પછી માનસિક સ્ક્રીન અને ધ મિરર ઓફ ધ માઈન્ડ વિશે વાત કરવામાં આવે છે. આ ઉપરાંત ડીપનિંગ વ્યાયામ, હેન્ડ લેવીએશન, પીડા પર કાબૂ મેળવવાની તકનીક અને ગ્લબ એનેસ્થેશિયા વગેરેની ચર્ચા થાય છે. એ પછી પ્રશ્નોત્તર સત્ર હોય છે.

૦૩.૨૦ કૉફી બ્રેક

૦૩.૪૦ એક બીજા પ્રશ્નોત્તર સત્ર પછી નવમું ધ્યાન કરવામાં આવે છે, જેમાં વિદ્યાર્થી મિરર ઓફ માઈન્ડ શીખે છે. એ પછી ચર્ચા કરવામાં આવે છે.

૦૪.૪૦ કૉફી બ્રેક

૦૫.૦૦ દસમું ધ્યાન ગહન હોય છે. આ સ્તર પર મેમરી પેગ વિશે ફરીથી વાત થાય છે. વિદ્યાર્થી હેન્ડ લેવીએશન અને ગ્લબ એનેસ્થેશિયા જેવા અભ્યાસોનું પુનરાવર્તન કરે છે. ચર્ચા દરમિયાન એકબીજા સાથે થયેલા અનુભવો પણ વહેંચવામાં આવે છે.

૦૬.૦૦ ડિનર બ્રેક

કોર્સના બીજા દિવસની સાંજ

૦૭.૦૦ પ્રશિક્ષક પુનર્જન્મ સાથે જોડાયેલા સંશોધન અને માન્યતાઓ વિશે વાત કરે છે. સમસ્યા ઉકેલનારા સ્વપ્નો માટે, ગ્લાસ ઓફ વૉટર તકનીક વિશે વાત કરવામાં આવે છે.

૦૮.૨૦ કૉફી બ્રેક

૦૮.૪૦ પ્રશ્નોત્તર સત્ર પછી, વિદ્યાર્થી ગ્લાસ ઓફ વૉટરની તકનીક શીખે છે.

૦૯.૧૦ પ્રશિક્ષક જણાવે છે કે માઈન્ડ કંટ્રોલના માધ્યમથી અનિચ્છિત ટેવોથી છુટકારો કેવી રીતે મેળવી શકાય છે (પ્રકરણ ૯)

૦૯.૪૦ કૉફી બ્રેક

૧૦.૦૦ પ્રશિક્ષક ત્રીજા દિવસની ઘટનાઓ વિશે જણાવે છે અને એક નાના પ્રશ્નોત્તર સત્ર પછી, અગિયારમા ધ્યાનમાં ટેવને વશ કરવાનું શીખવવામાં આવે છે. અંતે પ્રશિક્ષક કોઈ માઈન્ડ કંટ્રોલ ગ્રેજ્યુએટની મદદથી એ દેખાડી શકે છે કે ચોથા દિવસે કેસિસ પર કેવી રીતે કામ થશે.

વિદ્યાર્થી ઊંડી શાંતિ અને ભલાઈની ભાવનાને પોતાની અંદર વધતી અનુભવે છે.

કોર્સના ત્રીજા દિવસની સવાર

૦૯.૦૦ આ દિવસ એવી ચર્ચા સાથે શરૂ થાય છે કે માઈન્ડ કંટ્રોલ અને સંમોહનમાં શું ફેર છે. આ ચર્ચા વિશેષ રૂપે તેના આધ્યાત્મિક આયામ પર કેન્દ્રિત હોય છે કારણ કે વિદ્યાર્થીઓએ આના પર જ કામ કરવાનું હોય છે. એ પછી પ્રશ્નોત્તર સત્રનો આરંભ થાય છે.

૧૦.૨૦ કૉફી બ્રેક

૧૦.૪૦ વિદ્યાર્થીઓને સાઈકિક સ્તર પર કામ કરવા માટે કહેવામાં આવે છે. પહેલા તબક્કામાં તેમને કહેવામાં આવે છે કે તે પોતાને માનસિક સ્તર પર પોતાના ઘરના લિવિંગ રૂમમાં જુએ અને પછી એ કલ્પના કરે કે તે એ ઓરડાની દક્ષિણ દીવાલમાં પ્રવેશ કરી ગયા છે (પ્રકરણ ૧૨)

૧૦.૫૫ ઊંડા ધ્યાનમાં વિદ્યાર્થીઓને ઈએસપીના અલગ-અલગ અનુભવ થાય છે. તે મનમાં ને મનમાં પોતાના ઓરડાની દક્ષિણી દીવાલનું ચિત્રણ કરે છે.

૧૧.૪૦ કૉફી બ્રેક, આ દરમિયાન વિદ્યાર્થી ખૂબ ઉત્સાહમાં હોય છે, ત્યારે તેમને ધાતુથી બનેલા ક્યૂબો વિશે જણાવવામાં આવે છે (પ્રકરણ ૧૨)

૧૨.૦૦ પ્રશિક્ષક વિદ્યાર્થીઓને જણાવે છે કે તેમણે પોતાને ધાતુના એ ક્યૂબોની અંદર પ્રવેશ કરવાની કલ્પના કરવી પડશે. તેરમા ધ્યાનમાં તે ધાતુના રંગ, તાપમાન, ગંધ અને ધ્વનિનો અનુભવ મેળવે છે. એ પછી તે અંદરોઅંદર પોતાના અનુભવ વહેંચે છે.

૦૧.૦૦ લંચ બ્રેક

કોર્સના ત્રીજા દિવસની બપોર

૦૨.૦૦ પ્રશિક્ષક વિદ્યાર્થીઓની સાથે બે નવા અનુભવો વિશે વાત કરે છે. આ દરમિયાન તેમને સજીવ છોડોમાં પ્રવેશ કરવાનું અને સમયમાં આગળ તથા પાછળ જવાનું શીખવવામાં આવે છે. એ પછી વિસ્તારથી સમજાવવાનો પ્રયત્ન કરવામાં આવે છે કે માઈન્ડ કંટ્રોલનો વાસ્તવિક અર્થ શું છે.

૦૩.૨૦ કૉફી બ્રેક

૦૩.૪૦ ચૌદમા ધ્યાનમાં વિદ્યાર્થીઓને કહેવામાં આવે છે કે તે દરેક ઋતુમાં એક ફળથી લચી પડેલા વૃક્ષની કલ્પના કરે અને મનમાં ને મનમાં પોતાને તેના પાંદડાઓમાં જતા જુએ. એ પછી અંદરોઅંદર એકબીજા સાથે પોતાના અનુભવ વહેંચવામાં આવે છે.

૦૪.૪૦ કૉફી બ્રેક

૦૫.૦૦ પ્રશિક્ષક આગળ આવનારા ધ્યાન વિશે જણાવે છે. હવે તમારે પોતાની કલ્પના એક સજીવ જાનવર તરીકે કરવાની છે એટલે કે પોતાને એ પ્રાણીની અંદર જોવાનું છે.

૦૫.૧૫ પંદરમા ધ્યાન દરમિયાન વિદ્યાર્થી એક પાલતુ જાનવરની કલ્પના કરે છે અને માનસિક ચિત્રણના આધારે એ પાલતુ જાનવરની અંદર પ્રવેશ કરે છે. પછી તે એ પાલતુ જાનવરના ઈંદ્રિયનો અનુભવ કરે છે. જ્યારે તે મનુષ્યના કેસિસ પર કામ કરશે, ત્યારે એ અનુભવ તેમના માટે સહાયક નીવડશે. એ પછી આ વિશે ખૂબ ચર્ચા થાય છે.

૦૬.૦૦ ડિનર બ્રેક

કોર્સના ત્રીજા દિવસની સાંજ

૦૭.૦૦ પ્રશિક્ષક વિદ્યાર્થીઓને સચ્ચાઈ તપાસ કરવા માટે સૂક્ષ્મ દૃષ્ટિનો અનુભવ મેળવવા માટે તૈયાર કરે છે, જે તે પછીના દિવસે કરવાના છે. સૌથી પહેલા તેમને આ માટે એક પ્રયોગશાળાની જરૂર પડશે.

૦૮.૨૦ કૉફી બ્રેક

૦૮.૪૦ વિદ્યાર્થીઓને કહેવામાં આવે છે કે તે પૂરી આઝાદીની સાથે પોતાની કલ્પનાનો ઉપયોગ કરીને પોતાની પ્રયોગશાળા અને તેના ઉપકરણો વિશે વિચારે. સોળમા ધ્યાનની સાથે મનમાં ને મનમાં પ્રયોગશાળા નિર્માણ કરવામાં આવે છે. મોટાભાગના કિસ્સાઓમાં તે વર્ષોના વર્ષો સુધી એમ જ રહે છે અને ગ્રેજ્યુએટ તેની સાથે એવા પરિચિત થઈ જાય છે, જાણે તે તેનો પોતાનો ઓરડો હોય. એ પછી પ્રયોગશાળાના નમૂનાઓ વિશે ચર્ચા થાય છે.

૦૯.૪૦ કૉફી બ્રેક

૧૦.૦૦ પ્રશિક્ષણનો સૌથી મહત્ત્વનો દિવસ આવતા પહેલા મનોચિકિત્સકોને પોતાના માટે સલાહકારોની જરૂર પડશે. પ્રશિક્ષક શીખવે છે કે તેમને કેવી રીતે બોલાવવાના કે જગાડવાના છે. એ પછી તે વિદ્યાર્થીઓના બધા

પ્રશ્નોના જવાબ આપે છે.

૧૦.૧૫ સત્તરમું ધ્યાન પોતાનામાં યાદગાર હોય છે. પ્રયોગશાળામાં બે સલાહકાર હાજર હોય છે, જે વિદ્યાર્થીઓને જરૂર પડતા દરેક શક્ય મદદ કરે છે.

૧૦.૪૫ દિવસની અંતિમ ચર્ચા વિદ્યાર્થીઓ દ્વારા વહેંચવામાં આવેલા અનુભવો પર કેન્દ્રિત હોય છે. ઘણા લોકો તો પોતાના સલાહકારોને જોઈ નવાઈ પામે છે અને ઘણા પોતાની સાથે થયેલા અનુભવો પર મુગ્ધ થઈ જાય છે.

કોર્સના ચોથા દિવસની સવાર

૦૯.૦૦ ચોથા દિવસે સાઈકિક અને પ્રાર્થનાથી પ્રાપ્ત થતા આરોગ્ય પર વ્યાખ્યાન આપવામાં આવે છે. આમાં વિદ્યાર્થીઓને આગળની ઘટનાઓની એક ઝલક મળી જાય છે.

૧૦.૨૦ કૉફી બ્રેક

૧૦.૪૦ ઊંડા ધ્યાનમાં, વિદ્યાર્થી પોતાના સલાહકારોની મદદથી, પહેલી વાર કોઈ મિત્ર કે સાથીના શરીરનું પરીક્ષણ કરે છે જેથી માનવીય શરીરનો સંદર્ભ તરીકે ઉપયોગ કરી શકે.

૧૧.૪૦ કૉફી બ્રેક

૧૨.૦૦ ઓગણીસમા દિવસે અંતિમ સામૂહિક ધ્યાન થાય છે અને વિદ્યાર્થી પોતાના મિત્ર કે સંબંધીના શરીરનું માનસિક પરીક્ષણ પૂર્ણ કરે છે.

૦૧.૦૦ લંચ બ્રેક

કોર્સના પાંચમા દિવસની બપોર અને સાંજ

૦૨.૦૦ પ્રશિક્ષક વિદ્યાર્થીઓને વિસ્તૃત નિર્દેશ આપે છે કે તેમણે પોતાના કેસિસ પર કેવી રીતે કામ કરવાનું છે. તે જોડીઓ બનાવીને કામ કરવા લાગે છે. જો કે પહેલા તે શંકામાં હોય છે પરંતુ ધીરે-ધીરે તેમનો વિશ્વાસ વધવા માંડે છે. તેમને અનુભૂતિ થાય છે કે તેમને ઉચ્ચતમ પ્રજ્ઞા સાથે સંપર્ક સાધવા માટે અને પોતાની ઈચ્છાનુસાર કામ કરવા માટે સફળતાપૂર્વક પ્રશિક્ષિત કરવામાં આવ્યા છે.

આ આખું વિવરણ વાંચ્યા પછી તમારા મનમાં એ પ્રશ્ન ચોક્કસ થયો હશે કે આ દરમિયાન આટલા કોફી બ્રેક શા માટે આપવામાં આવે છે. વાસ્તવમાં આ બ્રેક્સ દરમિયાન કૉફી ખૂબ જ ઓછી પીવામાં આવે છે અને આ સમયનો ઉપયોગ કેટલાક મહત્ત્વના કામો માટે કરવામાં આવે છે. જેમ કે વિદ્યાર્થીઓ અંદરોઅંદર

પોતાના અનુભવોની વાત કરે છે. વિદ્યાર્થીઓને એકબીજા સાથે પરિચિત થવા માટે પ્રશિક્ષણ ઉપરાંત વધારાનો સમય મળે છે. એકબીજા સાથે ઓળખાણ વધ્યા પછી તેમની અંદર એક સામૂહિકતાની ભાવના જન્મે છે. આનાથી એક સામૂહિક ઉર્જા પેદા થાય છે, જે તેમની સફળતા અને આત્મવિશ્વાસ વધારવાની શક્યતા ઝડપી બનાવે છે. આ દરમિયાન વિદ્યાર્થી તાજગી અનુભવે છે અને બીટા સ્તર પર આવે છે, જેનાથી આગળવાળા ધ્યાન સ્તર પર જવામાં સરળતા રહે છે. આ જ કારણ છે કે ઘણા પ્રશિક્ષક આ કૉફી બ્રેકને બીટા બ્રેકના નામે પણ જાણે છે.

વ્યાખ્યાન માટે જરૂરી સામગ્રી એકત્રિત કરવાનું કામ મુખ્યત્વે પ્રશિક્ષક જ કરે છે. જેની રૂપરેખા તેમને લેરાડો સ્થિત મુખ્ય કાર્યાલયથી મળે છે. તે મોટાભાગે પોતાની પૃષ્ઠભૂમિ અને અનુભવોની પણ મદદ લે છે. જો કે ધ્યાન દરમિયાન વિદ્યાર્થીઓને જે અભ્યાસ અને નિર્દેશ આપવામાં આવે છે, તેનો એક-એક શબ્દ હું પોતે જ તૈયાર કરું છું.

જ્યારે વિદ્યાર્થી ગ્રેજ્યુએટ થઈ જાય છે, ત્યારે શોધ નિર્દેશક ડૉ.વિલફ્રેડ, સંયુક્ત નિર્દેશક હૈરી મેકનાઈટ, ગ્રેજયુએટ પ્રશિક્ષણના નિર્દેશક જેમ્સ નીડહૈમ અને હું, તેમના માટે એક ત્રણ દિવસીય ગ્રેજ્યુએશન કોર્સ પણ આયોજિત કરીએ છીએ. આ કોર્સ માઈન્ડ કંટ્રોલ પ્રશિક્ષણનો બૌદ્ધિક આધાર તૈયાર કરે છે અને કેટલીક વધારાની તકનીકો પણ શીખવે છે.

ઘણા માઈન્ડ કંટ્રોલ કેન્દ્ર પોતાની રીતે જ કાર્યશાળાઓનું આયોજન કરે છે. કેટલાક લોકો વર્તમાન કેસિસ પર કામ કરે છે તો કેટલાક યાદદાસ્તમાં સુધારો લાવનારી તકનીકો પર ભાર મૂકે છે. ઘણી જગ્યાએ આરોગ્ય અને રચનાત્મકતાને જગાડવા પર પણ ભાર મૂકવામાં આવે છે.

કેટલાક ગ્રેજ્યુએટ પોતાના સંગઠન બનાવી લે છે અને તે હંમેશા સભ્યોના ઘરોની મુલાકાત લે છે જેથી ધ્યાન સાથે જોડાયેલી તકનીકો અને પદ્ધતિઓ પર એકબીજા સાથે વિચાર-વિમર્શ કરી શકે.

માઈન્ડ કંટ્રોલ સંગઠન એક સામાન્ય સંગઠન છે. ઈન્સ્ટિટ્યૂટ ઓફ સાઈકોઓરિયંટોલોજી તેની અભિભાવક સંસ્થા છે. આ કોર્સ સિલ્વા માઈન્ડ કંટ્રોલ સંગઠન દ્વારા ૩૪ દેશોમાં શીખવવામાં આવે છે. સિલ્વા સેન્સર સિસ્ટમ તેનો જ એક ભાગ છે. તે ટેપ, અધ્યયન સામગ્રી અને શોધ ઉપકરણ તૈયાર કરે છે, જે વિદ્યાર્થીઓ અને ગ્રેજ્યુએટસને ઉપલબ્ધ કરાવવામાં આવે છે. તે માઈન્ડ કંટ્રોલ બુકસ્ટોરને પણ સંભાળે છે. ઈન્સ્ટિટ્યૂટ ઓફ સાઈકોઓરિયંટોલોજી પોતાના ગ્રેજ્યુએટ્સ માટે ન્યૂઝલેટર પ્રકાશિત કરે છે અને ઘણા પ્રકારના સત્ર, ગ્રેજ્યુએટ કોર્સ, સેમિનાર

અને કાર્યશાળાઓ આયોજિત કરે છે. ઈન્સ્ટિટ્યૂટ ઓફ સાઈકોઓરિયંટોલોજી માઈન્ડ કંટ્રોલ વિશે સંશોધન પણ કરે છે. આ એક બિનફાયદાકારક સંગઠન છે. એમએમસીઆઈ પ્રોગ્રામ, ઈંક.તણાવ મુક્તિ સેમિનારના માર્કેટિંગ પર ધ્યાન આપે છે. તેમાંથી કેટલાકને અધિકારીઓ માટે બાયોફીડબેક તરીકે ઉપયોગમાં લેવામાં આવે છે.

બીજું પરિશિષ્ટ

સિલ્વા માઈન્ડ કંટ્રોલ અને માનસિક રોગી

- ક્લૈંસી ડિ મૈકેંજી, એમ.ડી.
લાંસ એસ. રાઈટ, એમ.ડી.

નવેમ્બર ૧૯૭૦માં, અમે ફિલાડેલ્ફિયામાં સિલ્વા માઈન્ડ કંટ્રોલ વર્ગમાં ભાગ લીધો કારણ કે અમે તેમના કેટલાક દાવાઓ માટે ઉત્સુક હતા. જેમ-જેમ કોર્સ આગળ વધ્યો, અમને સ્પષ્ટ દેખાવા માંડ્યું કે ત્રણ જણા ભાવનાત્મક રીતે સારા નહોતા અને ચોથાની માનસિક સ્થિતિ પણ સારી લાગતી નહોતી. તેનું શું કારણ હતું ? શું આ કોર્સથી ભાવનાત્મક રોગ જન્મી રહ્યો હતો ? શું તે લોકો પહેલેથી આ રોગોથી ગ્રસ્ત હતા ? શું આવા લોકોને જાણી જોઈને કોર્સ સાથે જોડવામાં આવ્યા હતા ?

અમે અમારા સહકર્મીઓ સાથે આ વિશે વાત કરી અને તેમાંથી અનેકનું એમ માનવું હતું કે આ કોર્સ મનોરોગીઓના ઉપચારમાં પણ સહાયક નીવડી શકે છે. આ વાત અમને પ્રશંસનીય જણાઈ. હંમેશા એવું માનવામાં આવે છે કે આરંભિક માનસિક અવસ્થા તરફ પાછા ફરવાના (રિગ્રેશન) માધ્યમથી કરવામાં આવેલો કોઈપણ ઉપચાર આ રીતે કોઈ વ્યક્તિ માટે મનોવિકૃતિનું કારણ બની શકે છે, જે અતીતમાં માનસિક સમસ્યાઓનો શિકાર રહી હોય. ઘણીવાર સેંસરી ડિપ્રેવેશન (સંવેદના-ક્ષય) અને હેલુસિનોજેનિક દવાઓ (મતિભ્રમ પેદા કરનારી દવાઓ) થી પણ આવું થઈ જાય છે. આ ઉપરાંત બાયોફીડબેક અને સંમોહન જેવી તકનીકો પણ માનસિક

અવસ્થામાં પરિવર્તન લાવી શકે છે. મોટાભાગના મનોવિશ્લેષક, મનોરોગીને સોફા પર સૂવડાવી કરવામાં આવતા ઔપચારિક મનોવિશ્લેષણની પરવાનગી આપતા નથી. કારણ કે આનાથી રિગ્રેશન એટલે કે આરંભિક માનસિક અવસ્થા તરફ પાછા ફરવાની શક્યતા વધી જાય છે. જો કે અત્યાર સુધી એ શોધી શકાયું નથી કે આ કેટલું ગંભીર છે. પરંતુ એવા પણ દાવા કરવામાં આવી રહ્યા છે કે આ બધી પ્રક્રિયાઓ મનોવિકૃતિઓ પર જઈને જ અટકે છે.

૧૯૭૨માં, ફિલાડેલ્ફિયાના બે હજાર વિદ્યાર્થી એમએમસી પ્રશિક્ષણ માટે ગયા અને તેમાંથી કોઈ મનોરોગી નહોતું. આ જાણકારી અમને એક વિશ્વાસપાત્ર અધિકારી પાસેથી મળી. આ રીતે અમારું કુતૂહલ હજુ વધી ગયું. સામાન્ય રીતે કિશોરવયે લોકો પહેલેથી જ અહંકારની બાબતમાં અસુરક્ષાની ભાવનાથી ઘેરાયેલા હોય છે. આ સ્થિતિમાં આ દાવાઓએ અમને હજુ ચિંતામાં મૂકી દીધા કે ભાવનાત્મક રીતે અસુરક્ષિત લોકો માટે આ કોર્સ જોખમી નીવડી શકે છે. અમે ત્રીસ જણાની ટુકડીમાં ત્રણ વ્યક્તિને માનસિક રીતે ચિંતિત જોયા અને અમે જાણતા નહોતા કે આનાથી તેમની હાલતમાં સુધારો થયો કે તે વધારે બગડી ગઈ છે. વૈજ્ઞાનિક સમુદાયના કેટલાક સભ્યોનો દાવો હતો કે માઈન્ડ કંટ્રોલ કોર્સ કર્યા પછી ઘણા બધા લોકો મનોરોગી બનતા જતા હતા, પરંતુ હાઈસ્કૂલના અભ્યાસ પરથી જાણવા મળ્યું કે આવી કોઈ વાત નથી. વાસ્તવમાં, અમારા પોતાના જ કેટલાક ગંભીર રોગીઓએ આ કોર્સ કર્યો અને તેમને આનાથી જે ફાયદો થયો, તે ખરેખર આશ્ચર્ય પમાડે તેવો હતો. આ અંગે જે પણ સામગ્રી ઉપલબ્ધ હતી, તેની સમીક્ષાથી એ તો જાણવા મળ્યું કે આ વિશે લોકોનું શું માનવું છે, પરંતુ તેમાં કોઈ વાસ્તવિક અભ્યાસ સામેલ નહોતો.

આ કિસ્સાને સમજવાની સૌથી યોગ્ય રીત એ જ હતી કે કોર્સ પહેલા અને પછી રોગીઓનું પરીક્ષણ કરવામાં આવે. આવનારા ચાર વર્ષોમાં ૧૮૯ મનોરોગીઓએ પોતાની મરજીથી માઈન્ડ કંટ્રોલ કોર્સનો ભાગ બનવા માટે મંજૂરી આપી દીધી. એ સમયે તેમની સારવાર ચાલુ હતી. વિસ્તૃત અભ્યાસ માટે તેમણે એવા લોકોને પણ કોર્સમાં જોડવાની ઈચ્છા રાખી, જે મનોરોગી હતા અથવા મનોરોગી બનવાની નજીકમાં હતા અથવા પછી જેનો મનોરોગ સારો થઈ રહ્યો હતો. આ કોર્સમાં એવા ૭૫ વ્યક્તિ સામેલ હતા. આ લોકોના સમૂહને 'ગંભીર રીતે ચિંતિત લોકોનો સમૂહ' એવું કહેવામાં આવ્યું. આમાંથી લગભગ ૬૦ વ્યક્તિ પોતાના જીવનમાં ક્યારેક ને ક્યારેક માનસિક સ્તર પર વિકૃત (જઅષ્ઠૈંષ્ઠ) હતા અથવા તેમને હોસ્પિટલમાં ભરતી કરવામાં આવ્યા હતા.

આ ૭૫ રોગીઓમાંથી ૬૬ રોગી ડૉ.મૈકેંજી અને ૯ રોગી રાઈટના હતા અને ચાર વર્ષથી તેમની પાસે પોતાની સારવાર કરાવી રહ્યા હતા. આ ઉપરાંત ૭ રોગી એવા પણ હતા, જે ગંભીર રીતે મનોરોગથી ગ્રસ્ત હતા. તેમના માટે આ

કોર્સ મફત હતો, પરંતુ તેમ છતાં તેમણે આમાં ભાગ લેવાની ના પાડી દીધી. જો કે તેમની પરિસ્થિતિ આ કોર્સમાં ભાગ લેનારા રોગીઓ કરતા વધારે ગંભીર નહોતી. વાસ્તવમાં જેમણે કોર્સમાં ભાગ લીધો, તે માનસિક રીતે વધારે ખુલ્લા હતા. માત્ર કટ્ટર વિચાર ધરાવનારાઓએ જ આમાં ભાગ ન લીધો. આ લોકો એવા રોગીઓનું પ્રતિનિધિત્વ નથી કરતા, જેમને કોર્સ દરમિયાન કોઈ પ્રકારની તકલીફ થઈ શકતી હતી કારણ કે તેમણે તો કોર્સનો ભાગ બનવાની જ ના પાડી દીધી હતી.

શરૂઆતમાં ગંભીર રીતે ચિંતિત લોકોના સમૂહ માટે ઘણી સાવધાની રાખવામાં આવી અને સમૂહના ગંભીર દર્દીઓને કોર્સ કરવા માટે એક-એક કરીને મોકલવામાં આવ્યા. અભ્યાસની શરૂઆતમાં રોગીઓને પરીક્ષણ માટે એવા સમયે મોકલવામાં આવ્યા જ્યારે તે માનસિક રીતે જરા સ્થિર હતા. જો કે જેમ-જેમ અભ્યાસ આગળ વધ્યો, તેમ-તેમ રોગીઓને એ સમયે પણ મોકલવામાં આવવા લાગ્યા જ્યારે તે માનસિક રીતે વધારે સ્થિર નહોતા. આ ચાર વર્ષના સમયગાળાના અંતિમ તબક્કામાં ૧૭ રોગીઓને એ સમયે પરીક્ષણ માટે મોકલવામાં આવ્યા, જ્યારે તેમની મનોવિકૃ તિ ચરમસીમાએ હતી અને તે ભ્રમની સ્થિતિમાં હતા. ઘણીવાર તો એકસાથે ૧૦ રોગીઓને કોર્સ માટે મોકલવામાં આવ્યા.

કોર્સ પહેલા અને પછી ૭૫માંથી ૫૮ રોગીઓને મનોરોગની સારવાર માટે વધારાની એક્સપીરિયંશલ વર્લ્ડ ઈન્વેંટ્રી (Experiential Wordl Inventory) ની પ્રશ્નાવલિ પણ આપવામાં આવી. ૪૦૦ પ્રશ્નોવાળી આ પ્રશ્નાવલિને રોગીની વાસ્તવિક ધારણા જાણવા માટે તૈયાર કરવામાં આવી હતી. ડૉ.એલ.મેલિગી અને ડૉ.ઓસમંડે તેને ઘણી હદ સુધી સ્વિસ મનોવિજ્ઞાની હર્મન રોરશાચના પ્રખ્યાત 'ઈંક-બ્લોટ' ટેસ્ટના સવાલ-જવાબના રૂપમાં તૈયાર કર્યા હતા. બધા માટે આ એક સંવેદનશીલ પરીક્ષણ હતું. (ઈજિષ્ઠરક્રષ્ઠર એ માનસિક રોગીઓ માટે લેવામાં આવતી એક પરીક્ષા છે. તેમાં રોગીનું વ્યક્તિત્વ, તેનો દૃષ્ટિકોણ અને તેની ભાવનિક અવસ્થા વિશે જાણકારી મેળવવામાં આવે છે અને અલગ-અલગ પદ્ધતિઓથી તેનો અર્થ કાઢવામાં આવે છે.)

આ અભ્યાસનો પહેલો ઉદ્દેશ એ જાણવાનો હતો કે કોર્સ કરવાથી કેવા પ્રકારના રોગીનું માનસિક સંતુલન વધારે બગડી જાય છે. એ દૃષ્ટિએ પરિણામ આશ્ચર્યજનક રહ્યા કારણ કે કોર્સ પછી માત્ર એક જ રોગી એવો હતો, જેનું માનસિક સંતુલન પહેલા કરતા વધારે બગડ્યું. ૨૯ વર્ષનો આ યુવક સીઝોફ્રેનિયા નામના મનોરોગથી પીડાતો હતો. કોર્સ કર્યાના બે અઠવાડિયા પછી જ તેની હાલત કથળી ગઈ કારણ કે તેણે પોતાની દવા લેવાનું બંધ કરી દીધું હતું અને જિંદગીમાં પહેલા કોઈની સાથે ડેટ કરી રહ્યો હતો. તે એકલો જ એવો રોગી હતો, જેણે કોર્સ પછી ઈ.ડબલ્યુ.આઈ. (EWI) ટેસ્ટમાં પણ સૌથી ઓછા ગુણ મેળવ્યા હતા. જો કે તેને હોસ્પિટલમાં દાખલ

કરવાની જરૂર ન પડી.

બે અન્ય દર્દી અલગ-અલગ પ્રકારના ડિપ્રેશન કે અવસાદથી ગ્રસ્ત હતા. પહેલા દર્દીને ઈન્વોલ્યુશનલ ડિપ્રેશનની સમસ્યા હતી અને બીજી દર્દી જે એક મહિલા હતી, સાઈકોટિક ડિપ્રેશનની દર્દી હતી. કોર્સ પછી તેમના ડિપ્રેશનમાં વધારો જોવા મળ્યો. જો કે પ્રશિક્ષણ દરમિયાન બંનેને તેમની હંમેશાની અવસ્થા કરતા બિલકુલ વિપરીત એટલે કે ખૂબ સારું અનુભવાતું હતું. તેમનો આ અનુભવ કંઈક એવો હતો, જાણે કોઈ એવી વ્યક્તિ પાસેથી તેનો માથાનો દુખાવો લઈ લેવામાં આવે, જે તેને આખી જિંદગી પોતાની સાથે લઈને ફરતો રહ્યો હોય.

જ્યારે તે ફરીથી ડિપ્રેસ થઈ રહ્યા હતા, ત્યારે એ ડિપ્રેશનની તીવ્રતા વધારે સ્પષ્ટ રીતે તેમની સામે આવી રહી હતી. જો કે આ બંને દર્દીઓએ એ પછી થયેલા ઈ.ડબ્લ્યુ.આઈ. ટેસ્ટમાં સારા ગુણ પ્રાપ્ત કર્યા અને તે કોર્સમાં મળેલા પ્રશિક્ષણનો ફાયદો મેળવવામાં પણ સફળ રહ્યા. ઈન્વોલ્યુશનલ ડિપ્રેશનથી ગ્રસ્ત રોગી માઈન્ડ કંટ્રોલના પ્રોગ્રામિંગને એ જ અઠવાડિયે લાગુ કરવામાં સફળ રહ્યો અને કામ દરમિયાન તેની એંકઝાયટી (ઉદ્વેગ) ઘટ્યો. બીજી દર્દી, જે સાઈકોટિક ડિપ્રેશનની દર્દી હતી, તે પણ પોતાની થેરેપીને શ્રેષ્ઠ રીતે સંભાળી શકે, જ્યારે તે પહેલા એવું કરી શકતી નહોતી.

આ ઉપરાંત ૨૬ અન્ય રોગી પણ અલગ-અલગ પ્રકારના ડિપ્રેશનથી ગ્રસ્ત હતા, જેમાં ઈન્વોલ્યુશનલ, સાઈકોટિક, સીજોઈફેક્ટિવ, મૈનિક-ડિપ્રેસિવ જેવા ડિપ્રેશન સામેલ છે. આ રોગીઓના ડિપ્રેશનમાં ઘટાડો થયો અને કોઈ દુષ્પ્રભાવ દેખાયા નહીં.

એક મહિલાએ રિલેક્સેશન સેશન (કોર્સ દરમિયાન વિશ્રામની અવસ્થા) પછી, અચાનક ઉદ્ભવનારી ઉદાસીની ફરિયાદ કરી. એક વ્યક્તિ જે ૭૫ વ્યક્તિઓમાં સામેલ નહોતો, તેણે બીજા દિવસે જ કોર્સ છોડી દીધો કારણ કે તેને પોતાના વિયેતનામના જૂના અનુભવોના ખરાબ દૃશ્યો યાદ આવવા માંડ્યા હતા. જો કે તેની હાલત એટલી ખરાબ નહોતી પણ તે આગળના મૂલ્યાંકન માટે આગળ જ આવ્યો નહીં. (રિલેક્સેશન રોગીઓને તેમની ભાવનાઓના સંપર્કમાં લાવે છે. આ દરમિયાન હંમેશા આખા સમૂહમાં પ્રેમ, પોતીકાપણું અને સકારાત્મક્તાનો ભાવ રહે છે પણ તેમ છતાં કેટલાક લોકો ઉદાસી અને દુઃખ આપનારી ભાવનાઓથી ઘેરાઈ જાય છે.)

ગંભીર રીતે હેરાન થતા ૭૫ લોકોના સમૂહમાં એક એવો રોગી હતો, જેને કોર્સના છેલ્લા દિવસે થનારા પ્રશિક્ષણના નામે જ ડર લાગતો હતો. તેને કેટલાક ખરાબ સ્વપ્ન આવ્યા અને તેણે માત્ર ત્રીજા દિવસનો કોર્સ કરી છોડી દીધું.

પૈરાનાઈડ સીઝોફ્રેનિયાથી ગ્રસ્ત એક ત્રીસ વર્ષીય રોગીએ કોર્સ પછી ભરપૂર જોશ દેખાડતા માઈન્ડ કંટ્રોલની ઘણી તકનીકો પર કામ કર્યું જેથી એ જાણી શકાય કે તેણે પોતાનું આગળનું જીવન કેવી રીતે જીવવું જોઈએ. તે કલાકો સુધી એ જાવામાં વ્યસ્ત રહ્યો કે પ્રોગ્રામ્ડ કરેલા સ્વપ્નોમાં કેટલી શક્યતાઓ છુપાયેલી છે. આ રીતે તેની અંદર જીવનમાં કશુંક કરવાનો જોશ પેદા થયો અને તે પોતાની પી.એચ.ડી. ની ડિગ્રી પૂરી કરવા માટે કોલેજ જઈ શક્યો. તેણે થોડો સમય સમતુલન જાળવ્યા પછી પોતાનો એક વર્ષો જૂનો અનુભવ પણ વહેંચ્યો, જ્યારે તેને એ ભ્રમ થઈ ગયો હતો કે તેને ટેલિપથી દ્વારા કોઈને મારવાના મિશન પર મોકલવામાં આવ્યો . જો તેણે કોર્સ ન કર્યો હોત તો કદાચ તે પોતાના જીવનની આ ગૂંચવણોને પણ ક્યારેય છોડાવી શકતો નહીં.

કેટલાક નકારાત્મક પ્રભાવોની સરખામણીએ, આ કોર્સના એટલી બધી સકારાત્મક અસર અને પરિણામ સામે આવ્યા કે તેને લખવા માટે મારે એક બીજું પુસ્તક પ્રકાશિત કરવું પડે. ઘણી એવી વાતો પણ બહાર આવી, જેના વિશે અમે જાણતા નહોતા અને અમને તેની કોઈ આશા પણ નહોતી. આમાં સૌથી મુખ્ય છે, સચ્ચાઈની અનુભૂતિમાં વધારો થવો. ઈ.ડબલ્યુ.આઈ. ટેસ્ટ આપનારા ૫૮ લોકોમાંથી એકની હાલત બગડી, ૨૧ વ્યક્તિ જેમના તેમ રહ્યા અને ૩૬ વ્યક્તિએ સચ્ચાઈની અનુભૂતિમાં વધારો દેખાડ્યો. જે ૨૧ વ્યક્તિ જેમના તેમ રહ્યા, તેમાંથી ૧૫ એવા હતા, જેમના આરોગ્યમાં સુધારો જણાયો.

કોર્સ કરનારી પહેલી ૨૦ મહિલાઓના સરેરાશ આંકડા, ઈ.ડબલ્યુ.આઈ. પ્રશ્નાવલિના સહ-લેખક ડૉ.એલ મૈલિંગીને મોકલવામાં આવ્યા. સિલ્વા માઈન્ડ કંટ્રોલ પ્રશિક્ષણ પછી દર્દીઓમાં આવનારા પરિવર્તનને જોઈ તેમણે એટલા વખાણ કર્યા અને કહ્યું કે કેટલીક શ્રેણીઓમાં તો ટેસ્ટ પહેલા અને પછીના પરિણામ એવા આવ્યા છે, જાણે તે રોગી એલ.એસ.ડી. (ટૂંકા ગાળા માટે મનોવિકૃતિ પેદા કરનારી નશીલી દવા) ના સેવનથી થનારા નકારાત્મક અનુભવોને ઝીલી પાછા આવ્યા હોય. ૧૧ શ્રેણીઓમાં, દરેક રોગીના અંગત આંકમાં સુધારો દેખાયો. જે મહિલા અને પુરુષ રોગીઓમાં સૌથી વધારે સુધારો જોવા મળ્યો, તેમાંથી ૫૦ ટકાના સંયુક્ત પરિણામોને એક ચાર્ટ બનાવી તેમાં દર્શાવવામાં આવ્યા. એમ પણ માનવામાં આવ્યું કે કોઈપણ પારંપરિક સાઈકોથેરેપી એક અઠવાડિયામાં આટલા શ્રેષ્ઠ પરિણામ આપી શકતી નથી, તેમાં ઘણા મહિના અથવા પછી વર્ષોનો સમય લાગી જાય છે.

માઈન્ડ કંટ્રોલ કોર્સના શ્રેષ્ઠ પરિણામોના કેટલાક ઉદાહરણ અહીં આપવામાં આવ્યા છે.

૧) ઈન્વોલ્યુશનલ પૈરાનોઈયા (એક પ્રકારની વિક્ષિપ્તતા) થી ગ્રસ્ત એક મહિલા

રોગીમાં માત્ર એક સપ્તાહના કોર્સથી ઉલ્લેખનીય પરિવર્તન આવ્યું. સારવારના ભાગરૂપે તેને અગિયાર વખત વીજળીના ઝાટકા આપવામાં આવ્યા હતા અને તે બાર અઠવાડિયા સુધી હોસ્પિટલમાં દાખલ રહી હતી. આ કોર્સ કર્યા પછી, તે ચાર વર્ષમાં પહેલી વાર, એકલી જ બસની મુસાફરી કરવામાં સફળ રહી.

૨) એક બીજી મહિલા રોગી પૈરાનાઈડ સીઝોફ્રેનિયા (એક પ્રકારની વિક્ષિપ્તતા) થી ગ્રસ્ત હોવા ઉપરાંત એક્યુટ ડિલ્યુઝનની પણ શિકાર હતી. જો કે કોર્સ કર્યા પછી પણ તેની બીમારી મટી નહીં, પરંતુ હવે તે પોતાના માઈન્ડ કંટ્રોલ સ્તર પર જઈને, પોતાના વિચારોની તપાસ કરે છે અને દરેક વખતે સ્પષ્ટ તથા તાર્કિક પરિણામો બહાર આવે છે.

૩) એક મહિલા માનસિક રોગથી એટલી વધારે ગ્રસ્ત હતી કે તે ઈ.ડબલ્યુ. આઈ. પ્રશ્નાવલિ પણ ભરી શકી નહીં. તેને બે વિકલ્પ આપવામાં આવ્યા હતા કે કાં તો તે વીજળીના ઝટકા લગાવડાવે અથવા પછી માઈન્ડ કંટ્રોલનો કોર્સ કરી લે. કોર્સના અંતે, તેનામાં સુધારો દેખાયો. તેણે ઈ.ડબલ્યુ.આઈ. પ્રશ્નાવલિના ઉત્તર તો આપ્યા સાથે જ તેમાં સારા ગુણ પણ પ્રાપ્ત કર્યા.

૪) એક બીજી મહિલા હાઈપોકોન્ડ્રિયાસિસ (રોગભ્રમ) થી ગ્રસ્ત હતી. અત્યાર સુધી તે ૧૨ ઓપરેશન કરાવી ચૂકી હતી અને પછીનું ઓપરેશન કરાવવાની તૈયારીમાં હતી. તેણે માઈન્ડ કંટ્રોલની તકનીક શીખી લીધી. એ પછી જ્યારે એક વિશેષજ્ઞ તેના હૃદય અને કિડનીની તપાસ કરી રહ્યા હતા ત્યારે એ મહિલાએ માઈન્ડ કંટ્રોલ તકનીકનો ઉપયોગ કરી પોતાને પ્રોગ્રામ્ડ સ્વપ્ન માટે તૈયાર કરી અને સ્વપ્નમાં જ એ જાણી લીધું કે તેના આંતરડામાં તકલીફ છે. આ સ્વપ્નથી જ તેને જાણવા મળ્યું કે આ બીમારી તેને કેમ અને કેવી રીતે થઈ. માઈન્ડ કંટ્રોલ તકનીકોએ તેને એ યોગ્ય બનાવી દીધી કે પોતાના આંતરડાના અંતરાયને તે પોતે દૂર કરી શકે. હોસ્પિટલમાં રોગનું પરીક્ષણ કરાવ્યાના માત્ર એક કલાકની અંદર તેણે પોતાના આંતરડાની તકલીફ દૂર કરીને દેખાડી. ડૉક્ટર્સ પણ આ જોઈને ચકિત હતા કે આખરે આવું કેવી રીતે બન્યું. તેના પાછલા ઓપરેશનના રેકોર્ડ્સે પણ એ વાતની પુષ્ટિ કરી કે આંતરડાના ક્યા ભાગમાં તકલીફ હતી.

૫) એક ૨૧ વર્ષીય મહિલા, જે આત્મઘાતી પ્રવૃત્તિની હતી અને ગંભીર મનોવિકૃતિના શરૂઆતના તબક્કામાંથી પસાર થઈ રહી હતી. તેણે પોતાના ડૉક્ટરને એમ કહી-કહીને હેરાન કર્યા હતા કે દુનિયાનો દરેક ઈલાજ તેના માટે બેકાર છે અને તે તક મળતાં જ આત્મહત્યા કરી લેશે. તેને આકરી દેખરેખ હેઠળ માઈન્ડ કંટ્રોલ વર્ગમાં મોકલવામાં આવી. કોર્સ પછી અમને એ જોઈને આશ્ચર્ય થયું કે

તેના વર્તનમાં કેટલું પરિવર્તન આવી ગયું છે. તે પહેલાની સરખામણીએ ઘણી શાંત થઈ ગઈ હતી, તર્કથી કામ કરતી હતી અને હવે તેનું મન આખો વખત અહીં-તહીં ભટકતું નહોતું. જે કામ દવાથી ન થઈ શક્યું, તે આ પ્રશિક્ષણે કરી દેખાડ્યું. બે અઠવાડિયા પછી તેણે ફરીથી માઈન્ડ કંટ્રોલ કોર્સ કર્યો અને એકવાર ફરી તેની અંદર નાટકીય પરિવર્તન જોવા મળ્યું.

૬) એક બીજી વ્યક્તિ ડિલ્યુઝન એટલે કે વિભ્રમ (પોતાની ભ્રમપૂર્ણ માન્યતાઓ પર ઊંડો વિશ્વાસ) નો શિકાર હતી. તેને લાગતું હતું કે તે લોકોને તકલીફમાં મૂકવાની શક્તિ ધરાવે છે. સારવાર માટે તે હોસ્પિટલમાં દાખલ થઈ ગયો હતો, તે જ દરમિયાન તેણે માઈન્ડ કંટ્રોલ કોર્સ પણ કર્યો. દરરોજ પ્રશિક્ષણ પછી તે ફરીથી હોસ્પિટલ ચાલ્યો જતો. જો કે એ પછી પણ તેનો એ ભ્રમ ટકી રહ્યો હતો કે તે લોકોને તકલીફમાં મૂકવાની શક્તિ ધરાવે છે, પરંતુ હવે તે પહેલાની સરખામણીએ વધારે શાંત થઈ ગયો હતો. ઘણી બાબતો અંગે તેની ભ્રમપૂર્ણ માન્યતાઓ બદલાઈ ગઈ હતી અને હવે તે પહેલાની જેમ નાની-નાની વાતો પર પહેલાની જેમ કલાકો સુધી વિચાર કરી તેનો ઊંધો-ચતો અર્થ કાઢતો નહોતો. તેણે હોસ્પિટલમાં દાખલ થયા પછી, છઠ્ઠા અઠવાડિયામાં કોર્સ કર્યો અને એ એક અઠવાડિયામાં જ તેની અંદર એવા સકારાત્મક પરિવર્તન આવ્યા, જે પાછળના પાંચ અઠવાડિયામાં આવ્યા નહોતા.

ઈન્વોલ્યુશનલ પૈરાનોઈયાની શિકાર એક મહિલાને કોર્સ પછી પોતાના મનોરોગથી છુટકારો મળી ગયો. કેટલાક અન્ય રોગીઓને પણ કોર્સની તકનીકોની મદદથી પોતાની બીમારીને સારી રીતે સમજવામાં મદદ મળી.

કોર્સ કર્યા પછી માનસિક રીતે અસંતુલિત લોકોના એક સમૂહમાં ઉલ્લેખનીય પરિવર્તન આવ્યું. તેમાંથી માત્ર એક રોગીની હાલત બગડી, જ્યારે બાકીના બધાને કોર્સથી કોઈ ને કોઈ ફાયદો ચોક્કસ થયો. કોર્સ પછી ઘણા રોગીઓનો ભાવનાત્મક સ્તર પર ઉત્સાહ વધી ગયો અને તેમના પર તેની અસર સ્પષ્ટ દેખાવા લાગી. જે લોકો પર વધારે અસર નહોતી થઈ, તે પણ પહેલી વાર ઉત્સાહિત જણાયા. હવે તે પોતાના ભવિષ્ય અંગે સકારાત્મક દૃષ્ટિકોણ રાખવા લાગ્યા હતા. કેટલાક રોગીઓને પોતાના સારવારની પ્રક્રિયા સારી રીતે સમજાવા લાગી. ત્યાં સુધી કે એવા રોગી, જેમની ડિલ્યુઝન (વિભ્રમ) ની સમસ્યા હજુ પણ જેમની તેમ હતી, પરંતુ માઈન્ડ કંટ્રોલના સ્તર પર આવીને તેમની સ્પષ્ટતા અને સમજ વધી ગઈ હતી.

કોર્સ પછી દર્દીઓમાં વધારે શિથિલતા આવી અને તેમની ચિંતામાં ઘટાડો જોવા મળ્યો. હવે તે પોતાની આંતરિક શક્તિ પર પૂર્ણ ભરોસો કરતા પોતાની સમસ્યાઓને ઉકેલવાનું શીખી ગયા હતા, જેનાથી તેમના આત્મવિશ્વાસમાં વધારો થયો.

કેટલાક દર્દીઓના કિસ્સામાં એવું પણ જોવા મળ્યું કે તેમના રોગે ચેતનાની ભિન્ન અવસ્થામાં પણ કાર્યશીલ રહેવાની તેમની ક્ષમતા વધારી દીધી. આ રીતે તેમના રોગ અને જીવનને નવો અર્થ મળ્યા.

૧૧૪ ન્યૂરોટિક (વિક્ષિપ્ત) દર્દીઓમાં ડૉક્ટરી રીતે કોઈ નકારાત્મક પ્રભાવ જોવા મળ્યા નહીં. તેમાંથી ૬ દર્દીઓએ ઈ.ડબલ્યુ.આઈ. ટેસ્ટ પણ આપ્યો. તેમના ટેસ્ટના સ્કોરમાં વધારો નોંધાયો, જો કે આ વધારો ગંભીર રીતે ચિંતિત દર્દીઓના ટુકડીના વધારા જેટલો નહોતો. કારણ કે તેમનો પહેલો સ્કોર જ તેમના લગભગ સ્વસ્થ થવા તરફ ઈશારો કરી રહ્યો હતો. એ વિશ્વાસ હતો કે વિક્ષિપ્ત દર્દીઓને સિલ્વા માઈન્ડ કંટ્રોલ તકનીકથી ફાયદો ચોક્કસ થયો હશે. જે લોકો પ્રશિક્ષણ પછી માઈન્ડ કંટ્રોલનો અભ્યાસ કરતા રહ્યા, તે પોતાના જીવનને ઘણી હદ સુધી કેળવવામાં સફળ રહ્યા. જેમણે તેનો સતત અભ્યાસ ન કર્યો, તેમણે તણાવથી લડવા કે અગત્યનો નિર્ણય લેવામાં સમય, કટોકટી કાળમાં તેનો ઉપયોગ કર્યો. દરેકને એવું લાગ્યું, જાણે તેને પોતાના મનના વિસ્તારનો અનુભવ મળી ગયો હોય. તેમને એ રહસ્ય સમજાયું કે કઈ રીતે તે નવી-નવી રીતોથી પોતાના મનનો ઉપયોગ કરી શકે છે. કોર્સના અંત સુધી આ ટુકડીનું સામૂહિક પ્રોત્સાહન વધ્યું અને મોટાભાગના લોકોએ પોતાની ભાવનાત્મક ઉર્જામાં પણ ઘણો વધારો અનુભવ્યો.

કોર્સ પછી ન્યૂરોટિક અને સાઈકોટિક, બંને પ્રકારના દર્દીઓમાં સુધારો જોવા મળ્યો. મનોવૈજ્ઞાનિક અને ડૉક્ટરી પરીક્ષણે એ વાત સાબિત પણ કરી દીધી. ૧૮૯માંથી માત્ર એક દર્દીની હાલત પહેલા કરતાં પણ વધારે કથળી ગઈ.

૨

કોઈપણ સંશોધનના આંકડાને, વર્તમાન પરિસ્થિતિના બધા પાસાઓની કસોટી પર પારખવામાં આવે છે. આ ઉપરાંત અધ્યયન દરમિયાન પરીક્ષણ કરવા અને માનદંડ નક્કી કરવામાં પણ સાવધાની રાખવી જોઈએ. તેથી આપણે એ બધા કારકો તરફ ઈશારો કરીશું, જેણે આપણા પરિણામોને પ્રભાવિત કર્યા છે.

અમે સંશોધનની દૃષ્ટિએ એ જોવા ઈચ્છતા હતા કે આ પ્રશિક્ષણથી માનસિક રીતે વિક્ષિપ્ત દર્દીઓ પર કેવી અસર થઈ. ડૉક્ટર હોવાના નાતે અમે ઈચ્છીએ છીએ કે અમારો દરેક દર્દી સારો થઈ જાય. નિ:શંકપણે અમે પરિણામોથી એ જ ઈચ્છતા હતા અને અમારી આ આશા ઠગારી નીવડી નહીં. અમારા રોજબરોજના ઉપચાર સાથે આ આશાવાદ મુખ્યત્વે જોડાયેલો જ રહે છે.

શરૂઆતમાં ઘણા સાઈકોટિક દર્દીઓને કોર્સમાં મોકલતા પહેલા અમે તેમને થોડા સંભાળવા અને માનસિક રીતે સ્થિર થવાની પ્રતીક્ષા કરી, પણ ધીરે-ધીરે તેમને

રોગની ગંભીર દશા છતાં કોર્સ માટે મોકલવામાં આવવા લાગ્યા.

ઈ.ડબલ્યુ.આઈ. ટેસ્ટને સચ્ચાઈની અનુભૂતિના સંવેદનશીલ સૂચકની જેમ જોવામાં આવ્યો. અમે જોયું કે તેનો સ્કોર પણ ડૉક્ટરી પરિણામો સાથે મેળ ખાતો હતો. ડૉ.મૈલિગીએ પણ પુષ્ટિ કરી કે અમારા ડૉક્ટરી પરીક્ષણ, ઈ.ડબલ્યુ.આઈ. સૂચકાંક પર આવનારા પરિવર્તનો સાથે મેળ ખાતા હતા. માત્ર એક દર્દી, જેની હાલત પહેલા કરતાં પણ વધારે બદતર થઈ ગઈ હતી, તેણે ટેસ્ટમાં પણ સારો સ્કોર પ્રાપ્ત કર્યો નહોતો. જેમણે નાટકીય રીતે સારો સ્કોર પ્રાપ્ત કર્યો, તેમની અંદર રોગવિષયક સુધારો પણ જણાયો.

ઈ.ડબલ્યુ.આઈ. ને તૈયાર કરનારા લેખકોનું માનવું છે કે આ પરીક્ષણ (ટેસ્ટ) ને વારંવાર પુનરાવર્તિત કરી શકાય છે. અમે શરૂઆતમાં આ જોવા માટે દર્દીઓનું પરીક્ષણ ન કર્યું કે જે પરિવર્તન હતા, તે પુનરાવર્તિત કરવા યોગ્ય હતા કે નહીં. અમે પ્રશિક્ષણના એક અઠવાડિયા પહેલા અને પછી પરીક્ષણ લીધું પણ દરેક વખતે તે શક્ય બની શક્યું નહીં. સાત કિસ્સા એવા હતા, જેમાં પ્રશિક્ષણથી પહેલા અઠવાડિયામાં બે વખત અને પ્રશિક્ષણ પછી અઠવાડિયામાં એકવાર પરીક્ષણ આપવું પડ્યું, જેથી જોઈ શકાય કે આમાં પુનરાવર્તનને કારણે કોઈ ફેર પડે છે કે નહીં. ત્રણ પરીક્ષણોમાં ખોટા ઉત્તરોનું પ્રમાણ ૧૦૦:૯૨:૬૫ એવું હતું. આ રીતે પહેલા બે પરીક્ષણોનો ફેર, સિલ્વા માઈન્ડ કંટ્રોલ પ્રશિક્ષણ પછી આવનારા ફેરની તુલનામાં નામમાત્ર જ હતો.

વાસ્તવમાં પરીક્ષણમાં કેટલાક એવા પ્રશ્ન પણ હતા, જેનો પ્રભાવ કોર્સના પહેલા અને પછી અલગ-અલગ હતો. જેમ કે 'શું તમે લોકોનું મન વાંચી શકો છો ? અથવા શું તમને હાલમાં જ કોઈ ધાર્મિક અનુભવ થયો છે ? તેનો જવાબ 'હા'માં આપતા નકારાત્મક અંક મળતા હતા. આ કોર્સમાં વ્યક્તિને સાઈકિક સ્તર પર કામ કરવાનું શીખવવામાં આવતું હતું અને મોટાભાગના લોકો એ વાત સાથે સહમત હતા કે તેમણે ઈએસપીનો અનુભવ મેળવ્યો. કેટલાક લોકોને લાગતું હતું કે આ એક ધાર્મિક અનુભવ હતો. આ રીતે આપણે કોર્સ પછી લેવામાં આવનારા પરીક્ષણમાં અમે શ્રેષ્ઠને બદલે બદતર દેખાવની આશા પણ રાખી શકતા હતા.

જો ઈ.ડબલ્યુ.આઈ. પરીક્ષણની વિશ્વસનીયતા વિશે ટૂંકમાં કહેવામાં આવે તો એ કહેવું ખોટું નહીં હોય કે પુનરાવર્તનવાળું કારણ તો નામનું જ હતું. જ્યારે અન્ય કારણોથી પરીક્ષણનો સ્કોર ઓછો થઈ જતો હતો. આ રીતે એક પ્રકારનું સંતુલન શક્ય બનતું હતું. પરીક્ષણને સંવેદનશીલ અને વિશ્વસનીય માનવામાં આવ્યું. તેના પરિણામ ડૉક્ટરી પરીક્ષણ સાથે તો મેળ ખાતા જ હતા પરંતુ રોગીઓએ વ્યક્તિગત રીતે જે અનુભવ્યું, તે પણ આનાથી ભિન્ન નહોતું.

અભ્યાસની દૃષ્ટિએ અમે નક્કી કર્યું કે જે પણ વ્યક્તિ કોર્સ કર્યા પછી ત્રણ

અઠવાડિયાની અંદર રોગથી ગ્રસ્ત હશે, તો એ વ્યક્તિનો કેસ આ કોર્સમાં થયેલી આકસ્મિક ઘટના તરીકે સમજાશે. પછી ભલે તે વ્યક્તિના રોગમાં બીજા અન્ય સાધન સહાયક હોય કે ન હોય.

૭૫ માનસિક રોગીઓના એ સમૂહની સાથે આપણે કોઈ એકના ચિંતિત થવાની આશા તો રાખી શકીએ છીએ. સારવાર દરમિયાન અને ભૂતકાળમાં પાછા લઈ જનારા અનુભવોથી દૂર હોવા છતાં પણ એવું થવું શક્ય હતું. એ સાચું છે કે આ અધ્યયનના સમયે પણ બધા રોગી ઉપચાર કરાવી રહ્યા હતા. તેમને પોતાને સંભાળવા માટે સમયાંતરે કારગર દિશા-નિર્દેશ આપવામાં આવતા હતા અને સાથે જ દરેક દૃષ્ટિએ તેમની મદદ પણ કરવામાં આવી રહી હતી. આ રીતે દરેક વસ્તુ તેના પક્ષમાં પણ, કદાચ એટલા માટે તેમનો રોગ એ સમયે ઉભરી આવ્યો નહીં. પરંતુ અમારું માનવું છે કે દર્દીઓમાં મોટા પાયા પર જે સકારાત્મક પરિવર્તન જોવા મળ્યા, તેનું કારણ માત્ર આ થેરેપી નહોતી.

૩.

અમારો અનુભવ કહે છે કે સાઈકોટિક રોગનો સ્રોત વ્યક્તિના જીવનમાં સૌથી શરૂઆતી તબક્કામાં છુપાયેલો હોય છે. શિશુના જીવનના પહેલા બે વર્ષોમાં મા ની સાથે તેનો સૌથી ગાઢ સંબંધ હોય છે. હંમેશા વ્યક્તિની વર્તમાન પરિસ્થિતિનો છેડો તેના વીતેલા જીવનમાં ક્યાંક હોય છે. બની શકે છે કે તેને પોતાના જીવનમાં સૌથી મહત્ત્વની લાગતી વ્યક્તિ દ્વારા જ અસ્વીકૃતિ અને વિયોગ સહન કરવો પડ્યો હોય. માનસિક સમસ્યાનું કારણ વ્યક્તિના જીવનના આરંભિક તબક્કામાં છુપાયેલું હોય છે પરંતુ તેનો પ્રભાવ તેના વર્તમાન જીવન પર દેખાય છે. આ ઉપરાંત બીજા પણ કેટલાક કારણો હોઈ શકે છે, જેણે તેને પ્રભાવિત કર્યા હોય. જેમ કે વિભ્રમ પેદા કરનારી નશીલી દવા, મૂળ પરિવાર સાથે મુલાકાત કે કોઈ એવી બાબત જેનાથી જૂની દબાયેલી ઘટનાઓની યાદ ફરી આવી જાય. આ રીતે આપણે ત્રણ બાબતોની તપાસ કરી શકીએ છીએ – (૧)દર્દીની આ પ્રવૃત્તિની શરૂઆત ક્યાંથી થઈ (૨) તેના પરોક્ષ કારણો ક્યા છે (૩)તેની આ પ્રવૃત્તિને કઈ બાબતો પ્રોત્સાહન આપે છે. સાઈકોસિસને મોટાભાગે એવી કુદરતી બાબતો સાથે જોડી શકાય છે, જેનું એક શરૂઆતી બિંદુ હોય, જે રોગને સક્રિય બનાવતું હોય અને જે રોગને વધારવા માટે કારણભૂત હોય.

અમે જેટલા પણ સાઈકોટિક દર્દીઓનો ઈલાજ કર્યો, તે બધા અસ્વીકૃતિ, વિયોગ, કશું મહત્ત્વપૂર્ણ ખોવાઈ જવાનો ડર (વાસ્તવિક કે કાલ્પનિક) અથવા પછી ઓછું ધ્યાન ખેંચવાને કારણે મનોરોગનો શિકાર બન્યા. તેના અચેતન મનમાં એકલા રહી જવાનો ડર ઘર કરી ગયો હતો. છેલ્લા દસ વર્ષોમાં, સેંકડો દર્દીઓના

ઈલાજ દરમિયાન એવો એકપણ રોગી આગળ ન આવ્યો, જેની અંદર કોઈ પ્રકારના વિયોગનો કે કશુંક મહત્ત્વનું ગુમાવી દેવાનો ડર ન રહ્યો હોય. પછી ભલે આ ડર ખૂબ મોટો ન હોય. જેમ કે, એક ૨૯ વર્ષીય દર્દીની હાલત અધ્યયન દરમિયાન વધારે બગડી ગઈ. વાસ્તવમાં તેને પોતાની મા સાથે બનતું નહોતું અને તેને લાગતું હતું કે તેનું કોઈ મહિલા મિત્રને ડેટ કરવું, મા ને નહીં ગમે. તેનો આ ડર તેને પોતાના શિશુ જીવનમાં દબાયેલી યાદો તરફ લઈ ગયો, જ્યારે તે માત્ર એક વર્ષનો હતો. જ્યારે મા તરફથી મળનારી કોઈપણ અસ્વીકૃતિ, તેની અંદર એકલા રહી જવાનો ભય પેદા કરી દેતી હતી અને તેને જાણે મોત જેવું લાગતું હતું.

જો સિલ્વા માઈન્ડ કંટ્રોલ કોર્સ વ્યક્તિની અંદર મનોવિકાર પેદા કરવાનો હોય, તો આ એક સુવિધા-તંત્ર તરીકે કાર્ય કરતું. જે એક નબળી વ્યક્તિના મનોરોગની પાછળ રહેલા અજાણ્ય કારણ સાથે જોડાઈ રોગને વધારે ગંભીર બનાવી દેત. અમને આજ સુધી એવો એકપણ રોગી નથી મળ્યો, જેની માનસિક સમસ્યા માત્ર કોઈ સુવિધા-તંત્રને કારણે ઉપજી હોય. જો કે અમારું માનવું છે કે આ અશક્ય પણ નથી, પણ જો એવું થયું તો આ ચોક્કસ જ દુર્લભ હશે.

૪.

સિલ્વા માઈન્ડ કંટ્રોલ શું છે ?

સિલ્વા માઈન્ડ કંટ્રોલ ચાલીસ કલાકનો એક એવો કોર્સ છે, જેમાં ત્રીસ કલાકના લેક્ચર અને દસ કલાકનો માનસિક અભ્યાસ સામેલ છે.

માનસિક અભ્યાસ વ્યક્તિને શીખવે છે કે મન અને શરીરને ગહન વિશ્રામની અવસ્થામાં કેવી રીતે લાવવું. તેની સાથે જ બાયોફીડબેક અને ટ્રાન્સડેટલ મેડિટેશન (ધ્યાનાતીત ધ્યાન) નું પ્રશિક્ષણ પણ આપવામાં આવે છે. તેનાથી પણ એક પગલું આગળ વધીને આ કોર્સ વ્યક્તિને શીખવે છે કે ગહન માનસિક વિશ્રામના સ્તર પર પહોંચી મન પાસેથી કેવી રીતે કામ લેવામાં આવે.

આ કોર્સમાં એવી તકનીકોને સામેલ કરવામાં આવી છે, જે મનને ફાયદાકારક અને ઉપયોગી રીતે પ્રયોગમાં લાવવાનું શીખવે છે. આ અનુભવ મેળવવા અને ઘણી બીજી વાતોના સાક્ષી બન્યા પછી, પ્રશિક્ષણ લેનારા મનની શક્તિ વિશે કોઈ શંકા રહેતી નથી. આ બરાબર એવી જ અવસ્થા છે, જેના વિશે સિગ્મંડ ફ્રોઈડે 'લિસનિંગ' વાળા પોતાના લેખમાં લખ્યું છે : 'આ એ જ અવસ્થા છે, જેમાં જઈને સુપ્રસિદ્ધ સંગીતકાર જૉનાથન બ્રાહ્મ્સે પોતાની ધૂનો રચી અથવા થૉમસ એડીસનને નવા વિચાર મળ્યા.'

આ કોર્સ આપણને એવા સરળ ઉપાય શીખવે છે, જેની મદદથી તમે ક્યારેય

ગહન વિશ્રામની અવસ્થામાં જઈ શકો છો. પ્રશિક્ષણ લેનારા પ્રશિક્ષણાર્થી ચેતનાના આ સ્તર પર જઈને માનસિક ચિત્રણ, કલ્પના અને ચિંતન કરે છે, સાથે જ તે માનસિક સ્તર પર કામ કરવાનું શીખી લે છે. તે મગજની ઘણી બધી ગતિવિધિઓને સજાગ રીતે પ્રયોગમાં લાવે છે. આ અવસ્થામાં તેમના મનની શક્તિ કેટલાય ગણી વધી જાય છે અને તે પૂર્ણપણે સજાગ રહે છે. તે સ્વપ્નોમાં પોતાની સમસ્યાઓના ઉકેલ શોધી લે છે અને એવા-એવા પ્રશ્નોના જવાબ મેળવી લે છે, જેના જવાબ આપણું મન સામાન્ય સ્થિતિમાં ક્યારેય જાણી શકતું નથી.

જ્યારે વ્યક્તિ મન અને શરીરના ગહન વિશ્રામના સ્તર પર જઈને માનસિક સ્તર પર કામ કરવાનું શીખી લે છે, ત્યારે તેની રચનાત્મકતામાં નિખાર આવી જાય છે, યાદદાસ્ત પહેલા કરતાં સારી થાય છે અને સાથે જ તે પોતાની સમસ્યાઓનો ઉકેલ કરવાનું પણ શીખી લે છે. એ સજાગ અવસ્થામાં લોકો પોતાની ઈચ્છા અનુસાર, પોતાના મનથી કોઈપણ કામ કરાવી શકે છે. તેથી ઘણી ખરાબ આદતોને છોડવી હજુ પણ વધારે સહેલી થઈ જાય છે.

ગહન વિશ્રામના સ્તર પર જઈને નિયમિત રીતે કરવામાં આવતા અભ્યાસની રોજબરોજના જીવન પર પણ ઊંડી અસર થાય છે. આવું કરનારાઓ માટે ધીરે-ધીરે પોતાના સ્તર પર આવવું સહેલું થવા માંડે છે. આ બરાબર એના જેવું જ છે, જેમ કોઈ સંગીતજ્ઞને સંગીતમાં પૂર્ણપણે એકાગ્ર થયા વિના પણ સમજાઈ જાય છે કે ક્યો સૂર ખોટો લાગ્યો છે.

મનની ક્ષમતા અસીમ છે, પણ પોતાના સામાન્ય સ્તર પર તેની કાર્યક્ષમતા સતત ઘણા પ્રકારની ઉત્તેજનાઓથી ઘેરાયેલી રહે છે, જેમ કે : વિચાર, ઈચ્છા, માંગ, કલહ, પ્રકાશ, દબાણ અને અન્ય ઘણા પ્રકારના તણાવ વગેરે. બધું મળીને વ્યક્તિનું મન પોતાના દસ ટકા ધ્યાન પણ કામમાં આપી શકતી નથી. ગહન વિશ્રામના સ્તર પર જ આવું શક્ય બને છે. પરંતુ એક સામાન્ય મનુષ્ય માત્ર પોતાની ઊંઘ દરમિયાન જ આ સ્તર સુધી આવી શકે છે, પરંતુ તેને આ સ્તરનો ઉપયોગ કરવાનું આવડતું નથી. મોટાભાગના લોકોને તો પોતાના આ સ્તર વિશે કશું ખબર જ નથી હોતી. તેમને અંદાજ પણ નથી હોતો કે આ સ્તર પર જઈને તે શું-શું કરી શકે છે.

જ્યારે વ્યક્તિને ચેતનાના સ્તર પર જઈને તેનાથી થનારા સકારાત્મક પરિણામોનો અનુભવ લેવાનું આવડી જાય છે, ત્યારે તે ક્યારેય આ સ્તરનો પ્રયોગ કર્યા વિના કોઈ અગત્યનો નિર્ણય નથી લેતી. આ કોર્સ ખાસ કરીને વ્યક્તિને પોતાના મનના સ્તરને પ્રયોગમાં લાવવાનું શીખવે છે. આ ઉપરાંત પોતાના સ્તર દરમિયાન વ્યક્તિ ચિંતન પણ કરી શકે છે, જેના માટે ઘણી તકનીકો શીખવવામાં આવે છે. તે પોતાની સમસ્યાઓનો ઉકેલ લાવી શકે છે, લક્ષ્ય પ્રાપ્ત કરી શકે છે, ખરાબ આદતો

ત્યાગી શકે છે, આરોગ્યનું ધ્યાન રાખી શકે છે, પીડાને કાબૂમાં કરી શકે છે અને પોતાની ઊંઘ તથા સ્વપ્નોને પણ વશમાં કરી મનવાંછિત પરિણામો મેળવી શકે છે.

માઈન્ડ કંટ્રોલ સંમોહન નથી, તેને તમે અમુક હદ સુધી 'સ્વ-સંમોહન'નું નામ ચોક્કસ આપી શકો છો. આમાં વ્યક્તિ શીખે છે કે પોતાના મન પર સંપૂર્ણ ધ્યાન કેવી રીતે લગાવવું. જ્યારે મન ગહન વિશ્રામની અવસ્થામાં હોય છે, ત્યારે તેનું ધ્યાન બહારની વાતો પર નથી જતું. ત્યારે મન પોતાની પૂર્ણ કાર્યક્ષમતાની સાથે તે બધું જ કરી શકે છે, જે તેની પાસેથી કરવાની અપેક્ષા રાખવામાં આવે છે.

આ કોર્સમાં શીખવવામાં આવે છે કે સ્વયંની સાથે ઉપયોગી અને સકારાત્મક વાતચીત કેવી રીતે કરવામાં આવે જેથી તમે પોતાના સ્તર પર આવીને મન અને શરીરને ગહન વિશ્રામની અવસ્થામાં લઈ જઈ શકો. તેનો પ્રભાવ ઘણો શક્તિશાળી હોય છે. સકારાત્મક વિચાર હંમેશા મૂલ્યવાન હોય છે, પરંતુ જો તેની સાથે ગહન માનસિક વિશ્રામની અવસ્થા પણ જોડાઈ જાય, તો તે વધારે શક્તિશાળી બની જાય છે.

કોર્સમાં અંતે પેરાસાઈકોલોજી ભણાવવામાં આવે છે અને કોર્સમાં ભાગ લેનારી દરેક વ્યક્તિને ઈ.એસ.પી. (Extrasensory perception) નો અનુભવ થાય છે. માઈન્ડ કંટ્રોલ તરફથી કોર્સ કરનારાઓને પૂરા પૈસા પાછા આપવાનું આશ્વાસન મળે છે. માઈન્ડ કંટ્રોલ અનુસાર, જો કોઈ વિદ્યાર્થીને છેલ્લા દિવસે આવો કોઈ અનુભવ ન થાય, તો અમે તેના બધા પૈસા પાછા આપી દઈએ છીએ.

૫.

માનસિક રોગીઓ માટે માઈન્ડ કંટ્રોલ કઈ રીતે ઉપયોગી છે ?

અમે અધ્યયનના આરંભમાં જ આ વાત પરથી પોતાનું ધ્યાન હટાવી દીધું હતું કે આ કોર્સ માનસિક રોગીઓ માટે હાનિકારક કેવી રીતે હોઈ શકે છે. તેના બદલે અમે એ વાત પર ધ્યાન આપ્યું કે આ કોર્સ તેમના માટે કઈ રીતે ઉપયોગી બની શકે છે ?

અમે બધા પ્રશ્નોના જવાબ જાણતા નથી, પણ અમને લાગે છે કે અમારી સ્થિતિ એ લોકો કરતાં ક્યાંય વધારે સારી છે, જેમણે કોઈપણ પ્રશિક્ષણથી પહેલા અને પછી રોગીઓનું આકલન યોગ્ય રીતે નથી કર્યું.

ઉર્જાનું સક્રિય હોવું ખૂબ મહત્ત્વપૂર્ણ હોઈ શકે છે. સિગ્મંડ ફ્રોઈડે 'એનાલિસિસ ટર્મિનેબલ એન્ડ ઈન્ટર્મિનેબલ' આ વિશ્લેષણમાં કહ્યું છે કે 'કોઈપણ થેરેપીનું ભવિષ્ય એ વાત પર નિર્ભર કરે છે કે તે ઉર્જાને સક્રિય કરે છે કે નહીં.' આ કોર્સના અંતમાં પ્રશિક્ષણ લેનારી દરેક વ્યક્તિ જોશ અને ઉર્જાથી ભરપૂર હોય છે. તેની અંદર ઉર્જાનો

સંચાર સ્પષ્ટ રીતે જોઈ શકાય છે.

કોર્સ દરમિયાન વિકસિત થનારું સકારાત્મક વલણ અને આશાવાદ પણ રોગીઓ પર સકારાત્મક પ્રભાવ પાડે છે. જ્યારે તે ગહન વિશ્રામની અવસ્થામાં રહીને પોતાની સાથે સકારાત્મક વાતો કરે છે, તો નિઃશંક એ વાતોનો પ્રભાવ પણ અનેકગણો થઈ જાય છે.

ગહન વિશ્રામની અવસ્થામાં જવાથી વ્યક્તિની ચિંતા ઘટે છે, જેનાથી તેના રોગના લક્ષણ પણ ક્ષીણ થઈ જાય છે. વાસ્તવમાં એ શક્ય નથી કે કોઈ વ્યક્તિનું મન અને શરીર ગહન વિશ્રામની અવસ્થામાં હોય, છતાં પણ તે ચિંતા અને ઉહાપોહથી ઘેરાયેલી હોય. ગહન વિશ્રામની સ્થિતિમાં કામ કરવાથી તેની અસર આખો દિવસ વ્યક્તિના મન અને શરીર પર થાય છે.

માઈન્ડ કંટ્રોલ કોર્સ દરમિયાન આખો સમૂહ જોશથી ભરપૂર હોય છે. ગહન વિશ્રામના સ્તર પર અંગત અનુભવોની સાથે આંતરિક પ્રેમ અને ઉર્જાનું વાતાવરણ રહે છે. આ સ્નેહ ઉર્જા પોતાની રીતે જ કામ કરે છે અને તેમાં ઘેરાયેલા લોકો, ઘણા પ્રકારની અનાવશ્યક વાતોથી બચી જાય છે.

તેની ભાવનાત્મક સ્થિતિમાં સુધારો થવા માંડે છે કારણ કે જ્યારે મન અને શરીર ગહન વિશ્રામની અવસ્થામાં હોય છે, ત્યારે મગજમાં નકામી વાતો આવતી નથી. આનાથી વ્યક્તિની ભાવદશા સુધરે છે, તેની સાથે જ તે પોતાની ભાવનાઓ અને સચ્ચાઈની વચ્ચે શ્રેષ્ઠ સંતુલન ટકાવી શકે છે.

આ કોર્સ દરમિયાન મગજની ગતિવિધિને પણ નોંધવામાં આવી. મન અને શરીર ગહન વિશ્રામની અવસ્થામાં હોવાથી માનસિક સ્તરની સમજ પણ શ્રેષ્ઠ થાય છે અને વ્યક્તિની વિચારવાની અને કોઈપણ વાત અંગે નિર્ણય લેવાની યોગ્યતા પણ ખીલે છે.

આ કોર્સમાં દર્દી કેટલીક વિશેષ તકનીકોની મદદથી પોતાની અંગત સમસ્યાઓનો ઉકેલ લાવે છે અને આખો દિવસ આ જ આનંદની અનુભૂતિ સાથે જીવે છે. તેમને પોતાની આંતરિક શક્તિ પર ભરોસો થવા માંડે છે અને તેમની અંદર આત્મવિશ્વાસ પણ વિકસિત થવા માંડે છે. થેરેપિસ્ટ આ સજાગ અવસ્થામાં મળનારા જવાબો પર ભરોસો મૂકે છે અને આ રીતે રોગીનો આત્મવિશ્વાસ હજુ વધી જાય છે.

કોર્સ દરમિયાન પ્રશિક્ષણ લેનારાઓમાં ભાવાત્મક રીતે હંમેશા એક સકારાત્મક અનુભૂતિ જળવાઈ રહે છે અને આનાથી એવા લોકો પણ પ્રભાવિત થાય છે, જેમની માનસિક દશા બરાબર નથી હોતી. કોર્સના પેરાસાઈકોલોજિકલ હિસ્સાથી આવા મનોરોગીઓને અપેક્ષિત રીતે ઘણી મદદ મળે છે. જે લોકોને મનના દાયરાની બહાર

મોકલવામાં આવ્યા, તેમણે પોતાના એ પેરાનોર્મલ અનુભવો વિશે જણાવ્યું, જેના વિશે સાઈકોથેરાપી જાણતી નથી. ગહન સાઈકોથેરેપીનો એક ઉદ્દેશ એ પણ છે કે જે પણ અસજાગ હતું, તેને સજાગ બનાવી, ચેતનાની સીમામાં લાવવામાં આવે. ચેતનાનો વિસ્તાર કરતા મનના પેરાસાઈકોલોજિકલ પાસાઓની શોધ જ તેનો મુખ્ય ઉદ્દેશ રહ્યો છે. દર્દી પોતાની માનસિક પ્રક્રિયાઓના આ પાસાને જાણ્યા પછી ઘણા શાંત થઈ ગયા. તેમણે જોયું કે પાસા સાચા અને સ્વીકાર કરવા યોગ્ય છે.

ભાવનાત્મક રોગે તેમને પેરાનોર્મલ ઘટનાઓને સમજવામાં મદદ કરી. આનાથી તેમના રોગ અને જીવનના અર્થને નવો દૃષ્ટિકોણ મળ્યો.

થેરાપિસ્ટ સાઈકોથેરેપી દરમિયાન માઈન્ડ કંટ્રોલ તકનીકોને લાગુ કરતા શીખ્યા, જેનાથી દર્દીઓને આગળ જતાં મદદ મળી.

૬.

સાર અને નિષ્કર્ષ

માનસિક રીતે વિક્ષિપ્ત ૭૫ દર્દીઓને સિલ્વા માઈન્ડ કંટ્રોલ પ્રશિક્ષણ લેવા માટે એટલા માટે મોકલવામાં આવ્યા જેથી તે જાણી શકાય તે આમાંથી ક્યા રોગીઓનો કોર્સ કરવાથી મુશ્કેલી થઈ શકે છે. કોર્સ પછી માત્ર એક રોગી જ એવો હતો, જેની હાલત પહેલા કરતા પણ બદતર થઈ ગઈ. અભ્યાસથી જાણવા મળ્યું કે એ બધાની વાસ્તવિક સમજમાં વધારો થયો, ક્લીનિકલ પરીક્ષણ અને સાઈકોલોજિકલ ટેસ્ટિંગમાં પણ આ વાત પ્રમાણિત થઈ.

આ વાત ધ્યાન આપવા યોગ્ય છે કે કોર્સ કરવા મોકલવામાં આવેલા બધા માનસિક રોગી સમાન મનોચિકિત્સક પાસેથી ઉપચાર પ્રાપ્ત કરી રહ્યા હતા. આ પોતાનામાં એક રીતે એક મનોચિકિત્સક અને તેના રોગીઓની સંખ્યાનું એક ઉદાહરણ હતું. તેમાં કોઈના પર કોઈ પાબંદી નહોતી. આ રીતે કોર્સના પરિણામો માત્ર પસંદ કરેલા લોકો પર જ લાગુ નહોતા પડતા. સિલ્વા માઈન્ડ કંટ્રોલ કોઈ સાઈકોથેરેપી નથી, પણ તેને સાઈકોથેરેપીના સાધન તરીકે ચોક્કસપણે વાપરી શકાય. જો થેરેપી આપનારો કોર્સનો જાણકાર હોય અને તેના વિશે કોઈ નકારાત્મક વિચાર ન ધરાવતો હોય તો આ હજુ વધારે ઉપયોગી થઈ જાય છે. આ રોગીને તેના મનની વધેલી ક્ષમતાની સાથે કામ કરવાની તક આપે છે અને રોગી પોતાની થેરેપી પર વધારે અનુકૂળ પ્રતિક્રિયા આપવા માંડે છે.

માનસિક રોગથી ગ્રસ્ત લોકો માટે આ કોર્સ નાટકીય રીતે મદદરૂપ સાબિત થયો છે. જો કોઈ માનસિક રોગીની સારવાર ચાલી રહી હોય અને ડૉક્ટર પણ આ કોર્સને સમજતા હોય, તો તેની સારવાર હજુ સહેલી થઈ જાય છે. ડૉ.મૈકેંજી

પોતાના બધા દર્દીઓને આગ્રહ કરે છે કે તે સિલ્વા માઈન્ડ કંટ્રોલનું પ્રશિક્ષણ લે. આ દરમિયાન તે દર્દી પૂર્ણપણે પોતાના ડૉક્ટરની દેખરેખમાં રહે છે.

જો કે આ કોર્સથી માનસિક રીતે બીમાર લોકોના આરોગ્યમાં નાટકીય સુધારો થયો છે અને આ પ્રશિક્ષણને મોટા સમૂહો પર લાગુ કરી શકાય છે, તેથી આ કોર્સને તૈયાર કરનારા વિશેષજ્ઞોનું માનવું છે કે કે ભવિષ્યમાં તેને હોસ્પિટલોમાં સહાયક ચિકિત્સા તરીકે લાગુ કરી શકાશે. આ કોર્સ વિક્ષિપ્ત લોકો માટે પૂર્ણપણે સુરક્ષિત અને ફાયદાકારક છે. કોઈપણ અન્ય કોર્સની સરખામણીએ સિલ્વા માઈન્ડ કંટ્રોલ અપેક્ષાકૃત વધારે સુરક્ષિત જોવા મળ્યો છે અને ગંભીર માનસિક અસંતુલનથી ગ્રસ્ત એ લોકો માટે ચોક્કસપણે ફાયદાકારક રહ્યો છે, જેના મનોચિકિત્સક પણ તેનાથી પરિચિત હતા. ડૉક્ટરી પરીક્ષણ અને અન્ય પરીક્ષણોથી એ સાબિત થયું છે કે આ કોર્સથી થનારો ફાયદો, કોઈપણ પ્રકારના નકારાત્મક દુષ્પ્રભાવથી વણસ્પર્શ્યા છે.

તેજજ્ઞાન ફાઉન્ડેશન – પરિચય

તેજજ્ઞાન ફાઉન્ડેશન આત્મવિકાસથી આત્મસાક્ષાત્કાર પ્રાપ્ત કરવાનો એક માર્ગ છે. આ માટે સરશ્રી દ્વારા એક અનોખી બોધ પદ્ધતિ (System for Wisdom) નું સર્જન થયું છે. આ પદ્ધતિને આંતરરાષ્ટ્રીય માપદંડ ISO 9001:2015ની આવશ્યકતાઓ અને નિર્દેશોને અનુરૂપ ઢાળીને સરળ, વ્યવહારિક અને પ્રભાવી બનાવવામાં આવી છે.

આ સંસ્થાની બોધ પદ્ધતિના વિવિધ પાસાઓ (શિક્ષણ, નિરીક્ષણ અને ગુણવત્તા) ને સ્વતંત્ર ગુણવત્તા પરીક્ષકો (Quality Auditors) દ્વારા ક્રમબદ્ધ રીતે તપાસવામાં આવ્યા. જે પછી આ પાસાઓને ISO 9001:2015ને અનુરૂપ માન્યતા મળતા, આ બોધ પદ્ધતિને પ્રમાણિત કરવામાં આવી છે.

ફાઉન્ડેશનનું લક્ષ્ય તમને નકારાત્મક વિચારથી સકારાત્મક વિચાર તરફ વધારવાનું છે. સકારાત્મક વિચારથી શુભ વિચાર એટલે કે હેપી થોટ્સ (વિધાયક આનંદપૂર્ણ વિચાર) અને શુભ વિચારથી નિર્વિચાર તરફ આગળ વધી શકાય છે. નિર્વિચારથી જ આત્મસાક્ષાત્કાર શક્ય છે. શુભ વિચાર (Happy Thoughts) એટલે કે એ વિચાર કે 'હું દરેક વિચારથી મુક્ત થઈ જાઉં.' શુભ ઈચ્છા એટલે એ ઈચ્છા કે 'હું દરેક ઈચ્છાથી મુક્ત થઈ જાઉં.'

જો આપ આવું જ્ઞાન ઈચ્છો છો, જે સામાન્ય જ્ઞાનથી પર હોય, જે દરેક સમસ્યાનો ઉકેલ હોય, જે બધી માન્યતાઓથી તમને મુક્ત કરે, જે તમને ઈશ્વરનો સાક્ષાત્કાર કરાવે, જે તમને સત્ય પર સ્થાપિત કરે, તો સમય આવી ગયો છે તેજજ્ઞાનને જાણવાનો. સમય આવી ગયો છે શબ્દોવાળા સામાન્ય જ્ઞાનથી ઉપર ઉઠીને તેજજ્ઞાનનો અનુભવ કરવાનો.

તેજજ્ઞાન ફાઉન્ડેશન પરિચય

હેપી થૉટ્સ તેજજ્ઞાન યુ ટ્યુબ ચેનલ

મહાઆસમાની – અલ્પ પરિચય

Self Devlopment to Self Realization Towords Self Stabilization

શું તમને ઉચ્ચતમ આનંદ મેળવવાની ઈચ્છા છે ? એવો આનંદ, જે કોઈ કારણ પર નિર્ભર નથી, જેમાં સમયની સાથે માત્ર વધારો જ થાય છે. શું તમે આ જ જીવનમાં પ્રેમ, વિશ્વાસ, શાંતિ, સમૃદ્ધિ અને પરમસંતુષ્ટિ મેળવવા ઈચ્છો છો ? શું તમે શારીરિક, માનસિક, સામાજિક, આર્થિક અને આધ્યાત્મિક આ બધા જ સ્તર પર સફળતા પ્રાપ્ત કરવા ઈચ્છો છો ? શું તમે 'હું કોણ છું' આ પ્રશ્નનો જવાબ અનુભવથી મેળવવા ઈચ્છો છો ? જો તમારી અંદર આ સવાલોના જવાબ જાણવાની અને 'અંતિમ સત્ય' પ્રાપ્ત કરવાની તરસ જાગી છે તો તેજજ્ઞાન ફાઉન્ડેશન દ્વારા આયોજિત 'મહાઆસમાની પરમ જ્ઞાન શિબિર'માં આપનું સ્વાગત છે. આ શિબિર પૂર્ણપણે સરશ્રીના શિક્ષણ પર આધારિત છે.

મહાઆસમાની પરમ જ્ઞાન શિબિરનો ઉદ્દેશ –

આ શિબિરનો ઉદ્દેશ છે, 'વિશ્વનો દરેક માનવી 'હું કોણ છું' આ પ્રશ્નનો જવાબ જાણીને સર્વોચ્ચ આનંદમાં સ્થાપિત થઈ જાય' તેને એવું જ્ઞાન મળે, જેનાથી તે દરેક ક્ષણે વર્તમાનમાં જીવવાની કલા પ્રાપ્ત કરે. ભૂતકાળનો બોજ અને ભવિષ્યની ચિંતા એ બંનેથી મુક્ત થઈ જાય. દરેક માનવના જીવનમાં સ્થાયી આનંદ, યોગ્ય સમજ અને સમસ્યાઓને વિલીન કરવાની કલા આવી જાય. મનુષ્યના જીવનનો ઉદ્દેશ પૂર્ણ થાય. 'હું કોણ છું ? હું અહીં શા માટે છું ? મોક્ષનો અર્થ શું છે ? શું આ જન્મમાં જ મોક્ષપ્રાપ્તિ શક્ય છે ?' જો આ પ્રશ્ન તમારી અંદર જાગે છે તો મહાઆસમાની પરમ જ્ઞાન શિબિર તેનો જવાબ છે.

મહાઆસમાની - અલ્પ પરિચય

હેપી થૉટ્સ સરશ્રી યુ ટ્યુબ ચેનલ

તેજજ્ઞાન ફાઉન્ડેશન દ્વારા પ્રસ્તુત સોશિયલ મીડિયા એક્ટિવિટીઝ

તેજજ્ઞાન ઈન્ટરનેટ રેડિયો

24 કલાક અને 365 દિવસ સરશ્રીના પ્રવચન અને ભજનોનો લાભ લો, તેજજ્ઞાન ઈન્ટરનેટ રેડિયો દ્વારા.

જુઓ લિંક http://www.tejgyan.org internetradio.aspx

Tejgyan Internet Radio on all platforms like Android, iPhone, iPad and Amazon

---

યુ ટ્યુબ દ્વારા પ્રાર્થનામાં સામેલ થઈ શકો છો

ગુડ મોર્નિંગ પ્રેયર રોજ સવારે 6.15am-6.25am

ધ્યાન પ્રાર્થના બીજ –

બપોરે 3.30pm 3.45pm અને રાત્રે 9.00pm 9.15pm

શિબિર - Train & Boost Your Immunity

જેટલી આપણી ઈમ્યુનિટી સ્ટ્રોંગર, એટલું આપણું સ્વાસ્થ્ય ઉત્તમ

શિબિર - શ્રાદ્ધ અને પિતૃદોષ યુક્તિ

પૂર્વજો માટે મુક્તિ પ્રાર્થના કેવી રીતે કરશો

Liberation from Ancestral Karmic Bondage

શિબિર - હેપીવાળા સંબંધો

જીવિત સંબંધોનું લક્ષ્ય – જિતૃ પક્ષ

યુ ટ્યુબ પર સરશ્રીના પ્રવચનોનો લાભ પ્રાપ્ત કરવા માટે આજે જ યુ ટ્યુબ ચેનલને સબસ્ક્રાઈબ કરો

YouTube **channels**

Happy Thoughts - Tejgyan

Sirshree - Tejgyan

Happy Thoughts - Parma Gyan

*****Voice of Happy Thoughts App**

Registration link : https://happythoughts.co/

Contact No. : 7447797317

Follow Us

સરશ્રી દ્વારા રચિત પુસ્તકોની જાણકારી

સરશ્રીએ વિવિધ વિષયો પર ૧૫૦ કરતાં વધારે પુસ્તકોનું લેખન કર્યું છે. જેમાંથી 'વિચાર નિયમ', 'વિશ્વાસ નિયમ', 'સ્વસંવાદ કા જાદુ', 'સ્વયં કા સામના', 'સ્વીકાર કા જાદુ', 'નિર્ણય ઔર જિમ્મેદારી', 'નિ:શબ્દ સંવાદ કા જાદુ', 'સંપૂર્ણ ધ્યાન' વગેરે પુસ્તકો બેસ્ટસેલર બની ચૂક્યા છે. આ પુસ્તકો દસથી વધારે ભાષાઓમાં અનુવાદિત થઈ ચૂક્યા છે અને મુખ્ય પ્રકાશકો દ્વારા પ્રકાશિત કરવામાં આવ્યા છે, જેમ કે પેંગ્વિન બુક્સ, જયકો બુક્સ, મંજુલ પબ્લિશિંગ હાઉસ, પ્રભાત પ્રકાશન, રાજપાલ એન્ડ સન્સ, પેંટાગોન પ્રેસ, સકાળ પ્રકાશન વગેરે.

વિચાર નિયમ
તમારી સફળતાનું રહસ્ય

વિશ્વાસ નિયમ
સર્વોચ્ચ શક્તિના સાત નિયમ

પુસ્તકો ઓર્ડર કરવા માટે લૉગ ઈન કરો -

www.gethappythoughts.org

પુસ્તકો વિશે વધારે જાણકારી મેળવવા માટે સંપર્ક કરો -

ફોન નં. 09011013210

તેજજ્ઞાન ફાઉન્ડેશન - મુખ્ય શાખાઓ

પુણે - (રજિસ્ટર્ડ ઓફિસ) - વિક્રાંત કોમ્પલેક્સ, તપોવન મંદિરની પાસે, પિંપરી, પુણે - 411017. ફોન - 020-27411240, 27412576

મનન આશ્રમ - સર્વે નં.-43, સનસ નગર, નાંદોશી ગામ, કિરકટવાડી ફાટા, તહસીલ - હવેલી, જિલ્લો - પુણે - 411 024, ફોન - 09921008060

***નમ્ર નિવેદન ***

વિશ્વ શાંતિ માટે લાખો લોકો પ્રતિદિન સવારે અને રાત્રે નવ વાગીને નવ મિનિટે ઉપર આપવામાં આવેલી પ્રાર્થના કરે છે. સાથે જ ભારતીય સમય પ્રમાણે રોજ સવારે 6.15 વાગ્યે, બપોરે 3.30 વાગ્યે અને રાત્રે 9.00 વાગ્યે યુટ્યુબ દ્વારા 'ધ્યાન પ્રાર્થના બીજ' પ્રસારિત થાય છે. કૃપા કરીને આપ પણ તેમાં સામેલ થઇ જાઓ.

હેપી થૉટ્સ
પરમ જ્ઞાન યુ ટ્યુબ ચેનલ

www.ingramcontent.com/pod-product-compliance
Lightning Source LLC
Chambersburg PA
CBHW031324230926
51848CB00001B/80
* 9 7 8 8 1 8 4 1 5 8 6 6 3 *